இலக்கற்ற பயணி

எஸ்.ராமகிருஷ்ணன்

தேசாந்திரி பதிப்பகம்

தேசாந்திரி பதிப்பக வெளியீடு: 19

இலக்கற்ற பயணி கட்டுரைகள்
எஸ்.ராமகிருஷ்ணன்

ஐந்தாம் பதிப்பு: ஜூன் - 2023

தேசாந்திரி பதிப்பகம்,
டி-1, கங்கை அப்பார்ட்மெண்ட்,
110, 80 அடி ரோடு, சத்யா கார்டன்,
சாலிகிராமம், சென்னை 600 093,
தொலைபேசி: 044 23644947.
விலை: ரூ.200

Ilakkatra Payani - Essays
S.Ramakrishnan ©

Fifth Edition: June 2023, Pages: 184
Size: Demy 1x8, Paper: 18.6 kg maplitho

Published by :
Desanthiri Pathippagam
D-1, Gangai Apartments,
110, 80-Feet Road, Satya Garden, Saligramam,
Chennai - 600 093, Ph: 044 2364 4947
Email : desanthiripathippagam@gmail.com
www.desanthiri.com

ISBN: 978-93-87484-07-8

Wrapper Design: Manikandan
Book Design: R.Prakash
Printed by: Ramani Print Solution, Chennai.

Price: Rs. 200

எஸ். ராமகிருஷ்ணன்

எஸ். ராமகிருஷ்ணன், விருதுநகர் மாவட்டம் மல்லாங்கிணறு கிராமத்தில் 1966இல் பிறந்தார். முழுநேர எழுத்தாளரான இவர் தற்போது சென்னையில் வசிக்கிறார்.

சிறுகதைத் தொகுப்புகள்: எஸ். ராமகிருஷ்ணன் கதைகள், நடந்து செல்லும் நீருற்று, பதினெட்டாம் நூற்றாண்டின் மழை, அப்போதும் கடல் பார்த்துக்கொண்டிருந்தது, நகுலன் வீட்டில் யாருமில்லை, புத்தனாவது சுலபம், வெளியில் ஒருவன், காட்டின் உருவம், தாவரங்களின் உரையாடல், வெயிலைக் கொண்டு வாருங்கள், பால்ய நதி, மழைமான், குதிரைகள் பேச மறுக்கின்றன. காந்தியோடு பேசுவேன், நீரிலும் நடக்கலாம், என்ன சொல்கிறாய் சுடரே.

நாவல்: உபபாண்டவம், நெடுங்குருதி, உறுபசி, யாமம், துயில், நிமித்தம், சஞ்சாரம், இடக்கை, பதின்.

கட்டுரைத் தொகுப்புகள்: விழித்திருப்பவனின் இரவு, இலைகளை வியக்கும் மரம், என்றார் போர்ஹே, கதாவிலாசம், தேசாந்திரி, கேள்விக்குறி, துணையெழுத்து, ஆதலினால், வாக்கியங்களின் சாலை, சித்திரங்களின் விசித்திரங்கள், நம் காலத்து நாவல்கள், காற்றில் யாரோ நடக்கிறார்கள், கோடுகள் இல்லாத வரைபடம், மலைகள் சப்தமிடுவதில்லை, வாசகபர்வம், சிறிது வெளிச்சம், காண் என்றது இயற்கை, செகாவின் மீது பனி பெய்கிறது, குறத்திமுடுக்கின் கனவுகள், என்றும் சுஜாதா, கலிலியோ மண்டியிடவில்லை, சாப்ளினுடன் பேசுங்கள், கூழாங்கற்கள் பாடுகின்றன, எனதருமை டால்ஸ்டாய், ரயிலேறிய கிராமம், பிகாசோவின் கோடுகள், இலக்கற்ற பயணி, செகாவ் வாழ்கிறார், ஆயிரம் வண்ணங்கள்.

திரைப்பட நூல்கள்: பதேர் பாஞ்சாலி—நிதர்சனத்தின் பதிவுகள், அயல் சினிமா, உலக சினிமா, பேசத்தெரிந்த நிழல்கள், இருள் இனிது ஒளி இனிது, பறவைக் கோணம், சாமுராய்கள் காத்திருக்கிறார்கள்.

குழந்தைகள் நூல்கள்: *கால் முளைத்த கதைகள், ஏழு தலைநகரம், கிறுகிறு வானம், லாலிபாலே, நீளநாக்கு, தலையில்லாத பையன், எனக்கு ஏன் கனவு வருது, காசுகள்ளன், பம்பழாபம், சிரிக்கும் வகுப்பறை, அக்கடா.*

உலக இலக்கியப் பேருரைகள்: *ஆயிரத்தொரு அரேபிய இரவுகள், ஹோமரின் இலியட், ஷேக்ஸ்பியரின் மெக்பத், ஹெமிங்வேயின் கடலும் கிழவனும், தஸ்தாயெவ்ஸ்கியின் குற்றமும் தண்டனையும், லியோ டால்ஸ்டாயின் அன்னா கரீனினா, பாஷோவின் ஜென் கவிதைகள்.*

வரலாறு: *எனது இந்தியா. மறைக்கப்பட்ட இந்தியா.*

நாடகத் தொகுப்பு: *அரவான், சிந்துபாத்தின் மனைவி, சூரியனைச் சுற்றும் பூமி.*

நேர்காணல் தொகுப்பு: *எப்போதுமிருக்கும் கதை, பேசிக்கடந்த தூரம்.*

மொழிபெயர்ப்புகள்: *நம்பிக்கையின் பரிமாணங்கள், ஆலீஸின் அற்புத உலகம், பயணப்படாத பாதைகள்.*

தொகை நூல்: *அதே இரவு அதே வரிகள் (அட்சரம் இதழ்களின் தொகுப்பு), வானெங்கும் பறவைகள்.*

ஆங்கிலத்தில் வெளிவந்துள்ள நூல்கள்: Nothing but water, Whirling swirling sky.

இணையதளம்: www.sramakrishnan.com

மின்னஞ்சல்: writerramki@gmail.com

முன்னுரை

பயணம் என்னை உருமாற்றுகிறது, சந்தோஷப்படுத்துகிறது, வாழ்தலின் இனிமையை எனக்குப் புரியவைக்கிறது. கடந்த இருபத்தைந்து வருடங்களுக்கும் மேலாக இலக்கில்லாமல் சுற்றித்திரிந்திருக்கிறேன், இதில் கண்டதும், கேட்டதும், பெற்றதும் ஏராளம்.

இந்த நூல் எனது வெவ்வேறு பயணங்களில் இருந்து பெற்ற அனுபவங்களை முன்வைக்கிறது. எனது தேடுதலில் என்னை அடையாளப்படுத்திக்கொள்வதோடு எனது சமூகத்தின், இயற்கையின், மனித உறவுகளின் பல்வேறு நினைவுகளை, நிஜத்தை அடையாளப்படுத்த முயற்சி செய்கிறேன்.

என்னையும் எழுத்தையும் நேசிக்கும் என் மனைவி சந்திரபிரபா, பிள்ளைகள் ஹரிபிரசாத், ஆகாஷ், மற்றும எனது ஆசான் எஸ்.ஏ.பெருமாள், வசந்தா அக்கா, நண்பர்கள் கவிஞர் தேவதச்சன், விவேகானந்தன், ஆர்தர் வில்சன், துளசிதாசன், ஆகியோருக்கும் எனது மனம் நிறைந்த நன்றி.

இந்நாவலை வெளியிடும் தேசாந்திரி பதிப்பகத்திற்கும். அட்டையை வடிவமைத்த ஹரிபிரசாத்திற்கும், நூலாக்கம் செய்த பிரகாஷிற்கும் அன்பும் நன்றிகளும்.

சென்னை   மிக்க அன்புடன்
18.11.2017   **எஸ். ராமகிருஷ்ணன்**

உள்ளே...

1. சாலை கற்றுத்தருகிறது — 9
2. தண்ணீரின் சிறகுகள் — 14
3. பூமியின் கண்கள் — 24
4. சமண நடை — 31
5. காலத்தின் முன்நிற்பது — 37
6. திருக்கோகர்ணத்து ரதி — 44
7. போர்ஹேயின் வகுப்பறை — 47
8. ஷேக்ஸ்பியரின் முன்னால் — 53
9. ஹரித்துவாரில் பெய்யும் மழை — 61
10. எல்வினின் காலடிகள் — 67
11. கொற்கையில் கடல் இல்லை — 74
12. கொடும்பாளூரும் ஒற்றை மயிலும் — 82
13. கபிலரும் மருதனும் காற்றில் வாழ்கிறார்கள் — 89
14. துறவின் அழகியல் — 98
15. தயா ஆற்றின் கரையில் — 105
16. கூட்ஸ் பயணம் — 114
17. தனுஷ்கோடி — 118
18. ரயிலோடும் தூரம் — 123
19. விழிக்கும் ஏரி — 131
20. மலை தோன்றுகிறது — 136
21. ஸ்ரீரங்கபட்டின ஆறு — 140
22. ரிவேரா ஓவியங்கள் — 145

23. நவ கண்டம்	153
24. மெல்போர்ன் குளிரில் சிறுநடை	156
25. நயாகரா முன்னால்	164
26. சிங்கப்பூரில் ஐந்து நாட்கள்	172
27. ஹம்பியில் நிழல்கள் உரையாடுகின்றன	179

சாலை கற்றுத்தருகிறது

டெல்லி சுல்தான் பக்தியார் கில்ஜி நாளந்தாவை எரித்து அழித்தபோது அங்கே நிலவறையிலிருந்த அரிசிகளும் எரிந்து கருகிப்போயின. அப்படி எரிந்து போனதில் எஞ்சிய அரிசியை நாளந்தா அருங்காட்சியகத்தில் காட்சிக்கு வைத்திருக்கிறார்கள்.

அந்த அரிசியை வியப்போடு நான் பார்த்துக் கொண்டிருந்தேன். அது வெறும் அரிசியில்லை. ஒரு வரலாற்று சாட்சி. கருகிய அரிசியில் இந்திய வரலாற்றின் கடந்தகாலம் எழுதப்பட்டிருக்கிறது.

இரண்டாயிரம் ஆண்டுகளுக்கு முன்பாகவே இந்தியாவில், உலகிலே மிகப்பெரிய பல்கலைக்கழகமாக நாளந்தா இருந்தது. பத்தாயிரம் மாணவர்கள் தங்கிப்படித்த உறைவிடக் கல்விநிலையமான அதை டெல்லி சுல்தான் பக்தியார் கில்ஜி 1203இல் படையெடுத்து வந்து பல்கலைக்கழகத்தையும் அதை ஒட்டி வாழ்ந்த ஊர்களையும் எரித்தும் இடித்தும் அழித்தார். ஆயிரக்கணக்கான ஆசிரியர்கள், புத்த பிட்சுக்கள் இதில் கொல்லப்பட்டார்கள். நாளந்தாவின் பிரம்மாண்டமான சுவடிநூலகம் முழுமையாகவே அழிக்கப்பட்டது.

அந்த நினைவுகளின் உறைந்தவடிவம் போலவே இந்த அரிசி எனக்குத் தோன்றியது. இந்திய வரலாற்றை நமக்குக் கற்றுக் கொடுப்பவை எஞ்சியிருக்கும் கோட்டை கொத்தளங்கள், அகழ்வாய்வு பொருட்கள் மட்டுமில்லை. இது போல எரிந்த அரிசிகளும்தான்.

கடந்த இருபத்தைந்து ஆண்டுகளில் இந்தியாவின் குறுக்குநெடுக்காக பலமுறை பயணம் செய்திருக்கிறேன். எந்தப் பயணத்திலும் எனக்கு நோக்கங்களோ, இலக்குகளோ கிடையாது.

மனம் விரும்பியபடியே பயணம் செய்துகொண்டிருப்பேன். சாலையின் பாடலை, முணுமுணுப்பைக் கேட்கிற நாடோடிப் பயணி நான்.

இந்தப் பயணங்களில் நான் கண்ட உண்மை, என்னைப் போல காரணமேயில்லாமல் ஊர் சுற்றுகிற உதிரி மனிதர்கள் இந்தியாவில் நிறைய இருக்கிறார்கள் என்பதே. எனக்காவது எழுத்தாளன் என்ற அடையாளம் இருக்கிறது. அவர்கள் எதைத் தேடிப் பயணிக்கிறார்கள்? என்ன கண்டு அடைகிறார்கள்? என்று யாருக்கும் தெரியாது.

ஒருவன் வீட்டைப் புரிந்துகொள்ளவும், நேசிக்கவும், உறவும் நட்பும் எவ்வளவு முக்கியமானது என்பதை ஆழமாக உணரவும் பயணம் தேவைப்படுகிறது. ஆம் நண்பர்களே, எனது பயணங்களின் வழியேதான் வீடும், உறவும் எவ்வளவு முக்கியமானது என்பதை உணர்ந்திருக்கிறேன். அதே நேரம் வீடு மட்டுமே உலகமில்லை. உலகம் எவ்வளவு பெரியது, எவ்வளவு அழகானது, எவ்வளவு நம்பிக்கை தருவது என்பதையும் அறிந்திருக்கிறேன்.

ஒவ்வொரு பயணமும் ஒரு பாடமே. பயணம் நமது அச்சங்களிலிருந்து நம்மை விடுதலை செய்கிறது. அறியாத மனிதர்களை சிநேகிக்க வைக்கிறது. பிறப்பில் வருவது மட்டும் உறவில்லை. உண்டாக்கிக் கொள்வதும் உறவுதான் எனக் கற்றுத்தருகிறது. ஒருவன் இந்தியா முழுவதும் ஒருமுறை சுற்றியலைந்து திரும்பினால் அவனுக்கு வாழ்க்கையின்மீது தானே நம்பிக்கையும் பிடிப்பும் வந்துவிடும்.

பயணம் செய்வது வேறு, சுற்றுலா செல்வது வேறு. பயணம் என்பது உலகை அறிந்து கொள்ளும், வழி சுற்றுலா என்பது பொழுதைப் போக்குவதற்கான வழி. பெரும்பான்மை சுற்றுலாக்கள் விடுமுறைக் கொண்டாட்டங்களே. பயணி ஒரு போதும் சுற்றுலா செல்ல விரும்புகின்றவனில்லை. அவன் போகும் இடங்களில் எல்லாம் புகைப்படம் எடுத்துக்கொள்வதையோ, சுடச்சுட எழுதி, அச்சிட்டு இணையத்தில் ஏற்றி விளம்பரப்படுத்திக் கொள்வதையோ விரும்பாதவன். வானில் பறந்து செல்லும் பறவையின் நிழல், தண்ணீரில் பட்டுச்செல்வதைப் போல தன்னிருப்பை உலகின் மீது படியவிட்டுப் பறந்து போகிறவனே பயணி.

எனது பயணங்களே என் ஆளுமையை உருவாக்கின. என்னைப் போலவே இலக்கில்லாமல் பயணிக்கும் பலரை நான் அறிவேன்.

அவர்கள் தங்களின் இருப்பை அர்த்தப்படுத்திக்கொள்ளப் பயணிக்கிறார்கள். ஒவ்வொரு பயணியும் ஒரு ரகசிய ஆய்வாளன். அவன் எதைக் கண்டுபிடிக்கிறான் என்று யாரிடமும் பகிர்ந்து கொள்வதில்லை.

இந்தியாவில் பயணம் என்றாலே மலைநகரங்களுக்கு அல்லது இயற்கைக் காட்சிகளைத் தேடிப்போவது என்று பொருள் கொண்டு விடுகிறார்கள். பெட்டிப்பெட்டியாக உடைகள், வீட்டுப் பொருட்கள், உணவுவகைகளைத் தூக்கிக்கொண்டு போவதன் பெயர் பயணமில்லை.

பயணம் நமது சமூக அடையாளங்களை மறக்கச் செய்கிறது. ரயில் ஏறிய மறுநிமிடம் படிப்பும், வேலையும், இன்னபிற அடையாளங்களும் உதிர்ந்து போய்விடுகின்றன. பயணி என்ற ஒற்றை அடையாளம் மட்டுமே மிஞ்சுகிறது. அந்த அடையாளமும் நமக்கானதில்லை, பொதுவானது.

பயணம் கற்றுக் கொடுக்கும் முதல் பாடமே உடலை ஆரோக்கியமாக வைத்திருக்க வேண்டும் என்பதுதான். பயணத்தில் நோயுற்றால் பயணம் தடைபடுவதோடு மனத்தில் காரணமற்ற நூறு பயங்கள் கவ்விக் கொள்ளத் துவங்கிவிடும். பார்த்துக்கொண்டிருக்கும்போதே பயம் கிளைவிட்டு நம்மை முடக்கிவிடும்.

தேசாந்திரியாகச் சுற்றியலைந்த எனது பயணங்களில் நான் கற்றுக் கொண்ட முதல் பாடம் நாக்கிற்கு அடிபணியக் கூடாது என்பதே. தண்ணீரும் உணவும் மட்டும் கவனமாகப் பார்த்துக் கொண்டு விட்டால் எந்த ஊருக்கும், எப்போதும் போகலாம். எவ்வளவு வேண்டுமானாலும் சுற்றித்திரியலாம்.

என் அனுபவத்தில் மிக மிக மோசமான உணவு, ரயிலில் தரப்படும் உணவுதான். அதைத் தவிர்க்க முடியாமல் சாப்பிடும் கொடுமை ஒவ்வொரு முறையும் எப்படியோ ஏற்பட்டுவிடுகிறது. படுத்தவுடன் தூங்கத் தெரிந்தவன்தான் ஊர்சுற்றியாக இருக்க முடியும்.

இந்தியாவில் பிறந்த ஒருவன் வாழ்நாளில் ஒருமுறையாவது பரந்த இந்தியாவின் குறுக்குவெட்டில் பயணம் செய்து அதன் வியப்பான ஆறுகளை, மலைகளை, தொன்மையான நகரங்களை, வரலாற்றுச் சின்னங்களை, கலைக்கூடங்களை, பல்வேறுவிதமான மனிதர்களின் வாழ்க்கைச்சூழலை அவசியம் காணவேண்டும்.

கங்கை செல்லும் வழியெல்லாம் பின்தொடர்ந்து ஒரு பயணம் மேற்கொண்டு பாருங்கள். எந்த ஞானியின் உதவியும் இன்றி நீங்களே முற்றிலும் மனம் மாறிவிடுவீர்கள். மழைக்காலத்தில் பொங்கி பெருகியோடும் கங்கையைக் கண்டவன், கோடையில் அதே கங்கை பிரிநூல் போல ஒடுங்கிப்போய் ஆரவாரம் அடங்கி அமைதியாகிவிடுவதைக் காணும்போது இவ்வளவு தான் மனிதவாழ்க்கை என்று தானே புரிந்துவிடும் இல்லையா? இந்தியாவின் நிலப்பரப்பு கற்றுக் கொடுக்கக் கூடியது இது.

பிரம்மபுத்திராவின் குறுக்கே படகில் பயணம் செய்து பாருங்கள். எத்தனை கிராமங்கள் இன்றும் நதிக்கரையில் அதே உயிர்ப்புடன் வாழ்ந்துவருகின்றன என்று புரியும். ராஜகிருஹத்தில் உள்ள அஜாத சத்ரு தன் தந்தை பிம்பிசாரனைச் சிறையிட்டிருந்த கோட்டையின் அடித்தளத்தை இறங்கிச் சென்று பாருங்கள். பிம்பிசாரனின் கண்ணீர் இன்றும் ஈரம் காயாமல் இருப்பதை உணரக்கூடும். மீரட்டின் வீதிகளுக்குள் இன்றும் யாரோ ஒரு முகமறியாத இசைக்கலைஞன் தன்னை மறந்து இசைப்பதை ஒரு நிமிடம் கேட்கிற பாக்கியம் உங்களில் எத்தனை பேருக்குக் கிடைத்திருக்கிறது.

பேரழகு ததும்பும் அஜந்தா புத்தசிற்பங்களை, ஓவியங்களை, ஒப்பற்ற நேர்த்தி கொண்ட தில்வாரா ஜைனக் கோவிலை, அமைதியின் உறைவிடமான லடாக்கின் பௌத்த மடாலயங்களை, கழுகுமலைச் சிற்பங்களை, கொனார்க்கின் கலவிச்சிற்பங்களில் கல்லின் மொழி வழியாகக் காமம் பேசப்படுவதைக் காண்பதும் உணர்வதும் அபூர்வமில்லையா?

தார்பாலைவனத்தில் ஒட்டகமேறிப் போய் மணலின் பிரம்மாண்டத்தைக் காண வேண்டாமா? உடல் முழுவதும் சேறு படிய காண்டாமிருகம் வட்டபாதம் அதிர நடந்து செல்லும் காட்சியை அஸ்ஸாம் போய் ஒருமுறையாவது பார்க்க வேண்டாமா? ரங்கனத் திட்டிற்கு வரும் சைபீரிய நாரைகளின் குரலைக் கேட்க வேண்டாமா? உலகிலேயே அதிக அளவு மழை பெய்யும் சிரபுஞ்சியில் நனைவதற்காக மேகாலயா எப்போது போவது? இவை எல்லாவற்றையும் அடையாமல் பின் எதற்கு இந்த வாழ்க்கை? உண்டு உறங்கி, சுகித்து, உடல்வளர்ப்பது மட்டும் தான் வாழ்க்கையா என்ன? வாழ்க்கையை அர்த்தப்படுத்திக் கொள்வது நம் கையில்தானிருக்கிறது. அதற்குப் பயணமே எளிய வழி.

பயணத்தில் சிலர் வியப்பூட்டும் இடங்களைப் பார்க்கிறார்கள்.

சிலர் மனிதர்களை வேடிக்கை பார்க்கிறார்கள். ஒருசிலரே அங்குள்ள ஆன்மாவைக் காண்கிறார்கள் என்ற எமர்சனின் மேற்கோள் ஒன்றை வாசித்திருக்கிறேன். நாளந்தாவிலுள்ள எரிந்த அரிசியைக் கண்டபோது அதன் ஆன்மாவைக் கண்டதாகவே அறிந்தேன். இந்தியாவில் வரலாறு என்பது முடிந்துபோன கடந்தகாலமில்லை, அது உயிருள்ள நிகழ்காலம்.

தண்ணீரின் சிறகுகள்

கனடாவில் பயணம் செய்யும் வரை தண்ணீரைப் பற்றி என் மனதில் பதிந்திருந்த சித்திரம் வேறாகவே இருந்தது. கனடாவின் பிரம்மாண்டமான ஏரிகள் அந்த பிம்பத்தை முற்றிலும் மாற்றிவிட்டன.

தண்ணீருக்குச் சிறகுகள் இருப்பதைக் கனடாவின் ஒன்டாரியோ ஏரியையும் சிம்கோ ஏரியையும் பார்த்தபோதுதான் உணர்ந்தேன். கண்கொள்ளமுடியாதபடி அகன்று விரிந்து கிடக்கிறது ஏரி. கடலிடமுள்ள ஆர்ப்பரிப்பு கிடையாது. சுவையான நல்ல தண்ணீர். அடிவானத்தோடு தண்ணீர் ஒன்று சேர்ந்திருப்பதால் ஆகாசம் தான் தண்ணீராக உருமாறியிருக்கிறதோ எனும்படியாக நீர்பரப்பு விரிந்து கிடக்கிறது.

குட்டி குட்டியாகத் தீவுகள். அடர்ந்த மரங்கள் கொண்ட அந்தத் தீவுகளுக்குச் செல்லும் படகுப் போக்குவரத்து, தீவின் உள்ளே ஆங்காங்கே ஏரியைப் பார்த்தபடி அமைக்கப்பட்டுள்ள மரக்குடில்கள், பழுத்த இலை ஒன்று மரத்திலிருந்து கீழே உதிர்ந்தால் கூடத் துல்லியமாகக் கேட்குமளவு பேரமைதி, இதமான காற்று, திட்டுத்திட்டாக நீரில் மிதக்கும் மேகங்கள், துள்ளும் மீன்களைத் தாவிப் பிடித்துத் தின்னும் பறவைகள், தண்ணீரின் தேசம் என்பது கனடாவிற்குத் தான் பொருத்தமானது.

ஒரு தேசத்தின் விதியைத் தண்ணீர்தான் தீர்மானம் செய்கிறது என்பது வியப்பானதில்லையா? கனடாவின் வாழ்வாதாரம் தண்ணீரே. அதுதான் தேசத்தின் இயல்பை, வளத்தை, தொழிற்சாலைகளை, போக்குவரத்தை, தேசவருமானத்தை, வாழ்க்கை முறையைத் தீர்மானிக்கிறது.

உலகிலே மிக வலிமையான ஆயுதம் எதுவெனக் கேட்டால் நிமிட நேரம்கூட யோசிக்காமல் தண்ணீர் என்று சொல்வேன். அதே தண்ணீர்தான் உலகின் கோடான கோடி மனிதர்களை வாழ வைக்கவும் செய்கிறது. தண்ணீருக்கு நெருக்கமாக வாழும் மனிதர்களின் சுபாவம் தனித்துவமானதாக இருக்கிறது. கனடாவாசிகளின் இயல்பில் காணப்படும் பரந்தமனதும், சாந்தமும், பகிர்ந்து கொள்ளும் கூட்டுவாழ்க்கையின் இயல்பும் தண்ணீரிடமிருந்து தான் வந்திருக்கக்கூடுமோ? என்று தோன்றுகிறது.

இரண்டு ஏரிகளும் அகன்ற சிறகுகள் கொண்ட இரண்டு கழுகுகளைப் போலவே தோன்றின. பூர்வகுடிமக்கள் ஏரிகளுக்குச் சிறகுகள் இருப்பதாகவும், அவை ஓரிடம் விட்டு இன்னொரு இடம் பறந்து போய்விடும் என நம்புவதாகக் குறிப்பிடுகிறார்கள்.

ஏரிகள் பறந்து செல்கின்றன என்ற கற்பனையே எவ்வளவு உவப்பாக இருக்கிறது. ஆயிரமாயிரம் மீன்கள், ஆமைகள், நண்டுகள், இதர உயிரினங்களுடன் ஓர் ஏரி வானில் பறந்துகொண்டிருக்கும் காட்சியை நினைத்துப் பாருங்கள். எவ்வளவு பெரிய விந்தை! பூர்வகுடி மனிதன் தண்ணீரைத் தனது இணைபிரியாத தோழனாகவே கருதினான். பலநேரங்களில் தண்ணீரே தனது மூதாதையர்களின் வீடு என்று நம்பிக்கை கொண்டிருந்தான். தண்ணீரை அவன் வணங்கியது வெறும் பழக்கத்தால் மட்டுமில்லை. மாறாக, அதன் உக்கிரத்தை, கருணையை அறிந்திருக்கிறான் என்பதாலே!

ஏரியினுள் நீர்தெய்வம் இருப்பதாக உள்ள நம்பிக்கை எல்லா இனங்களிலும் காணப்படுகிறது. கார்லோஸ் ப்யூன்டஸ் எழுதிய சக்ரூழல் என்ற சிறுகதை தான் நினைவிற்கு வருகிறது. சக்மூல் என்ற மழைக்கடவுளின் சிற்பம் ஒன்றைத் தனது அடுக்குமாடிக் குடியிருப்பிற்குக் கொண்டுவந்து வைத்த ஒருவனைப்பற்றிய கதையது. அதில் சக்ரூழல் பெருமழையின் உக்கிர வடிவமாக இடம் பெறுகிறது. மெக்சிகப் பூர்வகுடிகளுக்கு சக்மூல் போல ஒவ்வொரு ஆதி இனமும் தண்ணீரைத் தனித்துவமிக்க தெய்வமாக உருமாற்றி வழிபடவே செய்கின்றது.

ராமநாதபுரம் மாவட்டத்தில் ராஜசிங்க மங்கலம் என்றொரு ஊரிருக்கிறது, அங்குள்ள கண்மாய் மிகப்பெரியது. அதை நாரை பறக்காத நாற்பத்தியெட்டு மடைக் கண்மாய் என்று சொல்வார்கள், அது ஒரு பெருமிதம். ஆனால் உண்மையில் ஒரு நாரையால்கூடக் கடந்து போக முடியாத அளவு பெரிய நீர்நிலையென்பது கனடாவின் ஏரிகளையே சாரும். ஆண்டு

முழுவதும் இந்த ஏரிகளில் நீர் வற்றாமலிருக்கின்றது. ஒன்டாரியோ ஏரி எப்போது தோன்றியது என்று கேட்கையில் ஐஸ் யுகத்தில் தோன்றியிருக்கக் கூடும் என்றார்கள்.

காலனிமயமாக்கப்பட்டதன் விளைவை மனிதர்கள் மட்டும் எதிர்கொள்ளவில்லை. இயற்கையும் அதிகமாகவே எதிர்கொண்டிருக்கிறது. கனடாவில் 31 ஆயிரத்திற்கும் மேற்பட்ட பெரிய ஏரிகள் இருக்கின்றன. ஒன்டாரியோ மாகாணத்தில் மட்டும் 250,000 நன்னீர் ஏரிகள் இருப்பதாகச் சொல்கிறார்கள்.

இந்த ஏரிகளின் பெயர்களைப் பாருங்கள்

Lake Superior, Lake Huron, Lake Ontario, Lake Erie, Lake Huron, Lake Nipigon Lake Seul, Lake St. Clair, Lake Abitibi, Lake Nipissing, Lake Simcoe, Big Trout Lake, Lake Melville, Grand Lake, Ashuanipi Lake, Atikonak Lake Lake Joseph, Lake Winnipeg, Lake Winnipegosis, Lake Manitoba, Southern Indian Lake, Cedar Lake, Gods Lake, Cross Lake, Playgreen Lake, Dauphin Lake, Granville Lake, Sipiwesk Lake, Molson Lake, Lake Athabasca Peter. Pond Lake, Deschambault Lake, Churchill Lak, Frobisher Lake, Black Lake Montreal Lake.

இவை சிறு மாதிரி மட்டுமே. இவை போல இன்னும் ஆயிரக்கணக்கில் உள்ளன. இந்த ஏரியின் பெயர்களில் பெரும்பான்மை பிரிட்டிஷ், பிரெஞ்சு காலனிய அதிகாரிகள் உருவாக்கியவை. பூர்வகுடி மக்கள் இந்த ஏரிகளுக்கு வைத்திருந்த பெயர்களை மாற்றிவிட்டு ஆட்சியாளரின் தாத்தா, மாமனார், அவர் காலத்தைய மிலிட்டரி ஜெனரல், கவர்னர், அவரது மனைவி, மச்சினன் என்று பலரது பெயர்களும் ஏரிகளுக்குச் சூட்டப்பட்டிருக்கின்றன.

சிம்கோ ஏரிக்குப் போனபோது முதலில் கேட்டது இந்த ஏரியின் உண்மையான பெயர் என்னவென்றுதான். அது எவருக்கும் தெரியவில்லை, தெரிந்திராதபடி அது நினைவில் இருந்து அழிக்கப்பட்டு விட்டது.

சிம்கோ ஏரிக்கு இங்கிலாந்தின் கடற்படையில் பணியாற்றி உயிர் நீத்த Captain John Simcoeவின் நினைவாக அவரது பையன் John Graves Simcoe, ஏரியின் பெயரை மாற்றி சிம்கோ ஏரி என வைத்திருக்கிறான். அந்த ஏரியின் உண்மையான பெயர் Ouentironk, இனிப்பான தண்ணீர் என்று அர்த்தம். இந்தப் பெயர் மாற்றம் 1793ஆம் ஆண்டு நடைபெற்றிருக்கிறது. இது ஒரு சிறிய உதாரணம், இதுபோலத்தான் பெரும்பான்மை ஏரிகள், நகரங்கள், மலைகள், சாலைகள் பிரிட்டிஷ்காரர்களின் இஷ்டம்போல பெயர்மாற்றம் பெற்றிருக்கின்றன.

டொரன்டோ நகருக்கு அந்தப் பெயர் வந்ததற்கு காரணமே ஏரி தான் என்கிறார்கள். ஒன்டாரியோ என்ற மிகப்பெரிய ஏரி டொரன்டோ நகரைச்சுற்றியுள்ளது. டொரன்டோ என்ற இராகுயின் மொழிச் சொல் (Iroquoian) தண்ணீருக்குள் மரங்கள் அடர்ந்து நிற்கின்றன என்பதையே குறிக்கிறது. அதாவது நிறைய மரங்கள் அடர்ந்த ஒரு கரைப்பகுதியாக இருந்திருக்கக்கூடும். இன்றும் தண்ணீருக்குள் மரங்கள் இருப்பதை நம்மால் காணமுடிகிறது.

மீன் பிடிப்புதான் ஏரிசார்ந்த வாழ்வின் பிரதான தொழில். இன்றும் அதிகாலையில் ஏரிகளில் மீன்படகுகள் செல்வதையும் அருகாமைச் சந்தைகளில் விதவிதமான மீன்கள் விற்பனைக்குக் கொட்டி வைக்கப்பட்டிருப்பதையும் காணும்போது வியப்பாகவே இருக்கிறது.

ஒன்டாரியோ ஏரியை முதன்முறையாக விமானத்தில் இருந்து பார்த்தபோது தரையே தெரியாத கடல் போலிருந்தது. இயற்கையின் பிரம்மாண்டமான நீர் கோப்பையில் பனித்துண்டுகள் மிதந்து கொண்டிருப்பதுபோல நிலம் தென்பட்டது. ஒன்டாரியோ வட அமெரிக்காவின் ஐந்து மிகப்பெரிய ஏரிகளில் ஒன்று. இதன் ஒரு பகுதி கனடாவிலும் மறுபகுதி அமெரிக்காவிலும் உள்ளது. ஒருமுறை முழு ஏரியைச் சுற்றிவர 712 மைல் ஆகும் என்றார்கள். ஒன்டாரியோ என்றால் "ஒளிரும் தண்ணீர்" என்று பொருள். அது நிஜம் என்பதை ஏரியை நேரில் காணும் போது உணர முடிந்தது. பகலில் ஒன்டாரியோ ஒருவிதமாக ஒளிர்கிறது. இரவில் இன்னொரு விதமாக உள்ளது. லேசான பச்சையொளி அது. சில நேரங்களில் நீலமும் பச்சையும் கலந்த வெளிச்சமாக மாறுகிறது. பகலில் ஒன்டாரியோ ஏரி மிகப்பெரிய கண்ணாடி போலாகிவிடுகிறது. மொத்த வெளிச்சத்தையும் அந்தக் கண்ணாடி பிரதிபலித்து அருகாமையில் உள்ள நகரத்தின் மீது பாய்ச்சுகிறது.

பகலில் ஏரியில் பயணம் செய்யும்போது கண்கள் தானே சுருங்கி விடுகின்றன. அதிகாலை நேரமும் மாலையும்தான் ஏரியைப் பார்ப்பதற்கான சரியான நேரங்கள். உலகிலேயே மிக உயரமான சி.என்.டவரின் உச்சியில் இருந்து ஒன்டாரியோ ஏரியைப் பார்த்தபோது பறக்க எத்தனித்த ஒரு பறவையைப் போலவே தோன்றியது.

சி.என். டவரின் உயரம் 1815 அடிஉயரம். இதன் உச்சத்தில் ஒரு சுழலும் உணவகம் உள்ளது, இந்த உணவகம் உலகின் மிக உயரமான ஒன்று. இதில் உணவு அருந்துவதற்காக நண்பர் ஜெயராமன் அழைத்துப் போயிருந்தார். அவரும் அவரது

துணைவியாரும் இலக்கியத்தில் தீவிர ஈடுபாடு கொண்டவர்கள். அவர்களது வீட்டில் உள்ள நூலகம் மிகப்பெரியது. அவர் வீட்டு ஜன்னலைத் திறந்தால் சி.என். டவரைக் காணலாம். அவ்வளவு உயரத்தில் வசிக்கிறார், அவரோடு சி.என் டவரின் உச்சிக்குச் சென்றிருந்தேன்.

இரவு மணி எட்டு ஆகியும் வெயில் இருந்தது. சுழலும் கட்டிடம் என்பதால் கண்முன்னே காட்சி மாறிக் கொண்டேயிருந்தது. அவ்வளவு உயரத்தில் சாப்பிடும்போது பூமியை விட்டு மிதந்தபடியே சாப்பிடுவது போல விசித்திரமான அனுபவமாக இருந்தது.

தொலைவில் ஏரியின் நிறம் வெயில்பட்டு மாறிக்கொண்டேயிருப்பதைக் கண்டேன். அவ்வளவு உயரத்தின் தனித்துவம், அதிவேகமாக வீசும் காற்று, ஒரு சிறிய கதவைத் திறந்து வெளியே வந்து நின்றால் காற்று நம்மைப் பிசாசைப் போல இழுக்கிறது. இவ்வளவு விசையோடு வீசும் காற்றை நான் அறிந்ததேயில்லை.

மறுநாள் பகலில் ஏரியின் கரையிலே நடந்து கொண்டிருந்தேன். ஏரியைப் பார்க்கும்போதெல்லாம் மனது தண்ணீரில் விழுந்த களிமண் போலாகிவிடுகிறது. கனடாவாசிகள் இந்த இளம்கோடையைக்கூட தாங்கமுடியாமல் நிறைய ஐஸ்துண்டுகள் போட்ட தண்ணீரைக் குடித்தபடியே இருக்கிறார்கள்.

கனடாவின் சூரியனும் நம் ஊரின் சூரியனும் ஒரே ஆள் இல்லை. உடன்பிறப்புகள் போலதானிருக்கிறார்கள். நமது சூரியனுக்குத் திடீரென கிறுக்குப் பிடித்துக்கொண்டது போலிருக்கும். கனடாவின் சூரியன் சற்று கனவான். அவர் மிக நிதானமாக எழுந்து நடந்து உயர்ந்து நீண்ட நேரம் பணியாற்றி மெதுவாகத் தனது வீடு திரும்பிப் போகிறார். நமது ஊரின் சூரியனோ எழுந்து கொள்வது துவங்கி, அஸ்தமனம் வரை எல்லாவற்றிலும் பதற்றம், படபடப்பு, அசுரவேகம், உக்கிரம், விளையாட்டுத்தனம் கொண்டதாகவேயிருக்கிறது.

கனடாவிற்குச் சென்ற சில நாட்களுக்குப் பகல் இரவு குழப்பம் மனதை வாட்டி எடுத்துவிட்டது. கையில் உள்ள கடிகாரம் மணி இரவு ஒன்பது என்று காட்டும். ஆனால் சாலையில் நல்ல பகல் வெளிச்சம், ஆள் நடமாட்டமிருக்கும். இரவு உணவு சாப்பிடலாமா? என்று நண்பர்கள் கேட்பார்கள். இன்னமும் இரவு வரவில்லையே என்றால், சிரிப்பார்கள், கடிகாரம் இரவு ஒன்பதைக் காட்டுகிறதில்லையா என்றால், இது இரவுதான் என்பார்கள். வெயிலுள்ள இரவு என்பது இந்தியா போல

காலமாற்றம் அதிகமில்லாத நாட்டைச் சேர்ந்த ஒருவருக்குப் பழக்கமே இல்லாதது. விரைவில் இது பழகிவிடும் எனறார்கள்.

கனடாவின் சூரியன் ஏரியினுள்ளிருந்து உதயமாகி வரும் காட்சிக்கு நிகராக எதையும் சொல்ல முடியாது. அது நான் பார்த்த அற்புதங்களில் ஒன்று. கன்னியாகுமரிக் கடலில் சூரியன் உதயமாகி வருவதைக் காணும்போது கடலின் அடியில் இருந்து சிவப்புக்கோளம் ஒன்று உருண்டு திரண்டு வெளியே வந்து, மெல்ல குளிர்ந்து ஒரு விளையாட்டுப் பந்து போலாகி, பின்பு அதுவும் உருமாறி குழந்தை முதன் முறையாக எழுந்து நடப்பது போலத் தட்டுத்தடுமாறி காலூன்றி நடந்து, சட்டென அதிவேகம் கொண்டு, பார்த்துக் கொண்டிருந்த அரைமணி நேரத்தில் அது விசையேறி வெக்கையும் வெயிலுமாக ஆவேசமாக செல்லத்துவங்கும்.

ஆனால், ஏரியில் உதிக்கும் சூரியனோ உலகைப் பார்வை யிடுவதற்காக வானுலகில் வந்த ஒரு தேவனைப் போல நடந்து கொள்கிறது. நிதானமாக அது ஏரியின் அடியில் இருந்து மேலே எழுகிறது. ஏரியினுள் உள்ள உயிரியக்கம் யாவும் சரியாத்தான் உள்ளதா எனப் பார்வையிடுவதுபோல தண்ணீருக்குள்ளாக அமிழ்ந்திருக்கிறது. அதன் வருகையை முன்அறிவிப்பது போல ஏரித் தண்ணீரின் மீது பறவைகள் அலைந்துகொண்டேயிருக்கின்றன. அடிவானம் காத்துக்கொண்டிருக்கிறது. சூரியன் வருவதற்கு முன்பே வெளிச்சம் கரைந்து மேலே வரத் துவங்கிவிடுகிறது.

சூரியன் தன் தலையை மட்டும் வெளியே எட்டிப்பார்த்து யாவும் சரியாக உள்ளதென அறிந்தபிறகு வெளியே வரலாம் என்பது போலவே மெதுவாக எட்டிப் பார்க்கிறது அல்லது அதற்குள் என்ன அவசரம், தண்ணீரை விட்டு ஏன் போகிறீர்கள்? என்று யாரோ காலைப் பிடித்து இழுத்துக்கொண்டது போல தண்ணீரில் பாதியும் ஏரியின் விளம்பில் பாதியுமாக இருக்கிறது. அந்தக் காட்சியை மீன்கள் கைதட்டி ரசிப்பதுபோல துள்ளுகின்றன. விளையாடியது போதும் என்ற போது சூரியன் மேலே எழுகிறது, அந்த எழும் கணம் ஒரு மகத்தான பிரிவு போலவும், அதன் துக்கம் தாளாமல் ஏரி வருந்துவது போன்றும் செந்நிற மாற்றம் ஏற்படுகிறது.

சூரியனும் உடனே வானின் உயரத்திற்கு எழுந்துவிடுவதில்லை. அந்தத் துக்கத்தை உணர்ந்துகொண்டதைப் போல அது சற்று நின்று, தன்னை ஆசுவாசப்படுத்திக்கொண்டு மேலே எழுகிறது.

அதுவரை தன்னை விட பிரம்மாண்டம் வேறு எதுவுமில்லை என்று இருந்த ஏரியை வெட்கப்படச் செய்யும் அளவிற்கு,

சூரியன் தனது வெளிச்சத்தை உலகின் மீது படர விடுகிறது. எவரையும் நனைக்காத தண்ணீர் தான் வெளிச்சம் என்பதைக் கண்டு கொண்டது போல ஏரி வாய்மூடி மௌனமாகிவிடுகிறது.

பின்பு சூரியன் கரையோர மரங்களைப் பார்வையிடுகிறது. மனிதர்களைப் பார்வையிடுகிறது. தூரத்துப் பண்ணை வீட்டின் நிலவறையில் தூங்கும் சிலந்தியைக் கூட தொட்டு எழுப்பி வேலையைப் பார்க்கச் சொல்கிறது.

சூரியன் எழும் தருணங்களில் நடக்கும் இந்த நாடகத்திற்கு இசை சேர்ப்பது போல ஓர் அபூர்வமான சங்கீதம் ஒன்றும் கேட்கிறது. அதை யார் வாசிக்கிறார்கள்? உலகில் உள்ள பூச்சியினங்களா? அல்லது தண்ணீரின் முணுமுணுப்புதான் அப்படிக் கேட்கிறதா? அல்லது மரங்களின் இலையசைவு அப்படியிருக்கிறதா? இல்லை, காற்றுதான் அப்படிக் குரலை மாற்றி சலசலக்கிறதா? எனத்தெரியவில்லை. ஆனால் அது மயக்கமூட்டும் விசித்திரமானதொரு இசை, இதே மகத்தான நாடகம் சூரியன் அஸ்தமிக்கும்போது நடைபெறுகிறது. ஆனால் அதை நின்று பார்ப்பவர்கள் குறைவு.

உண்மையில் சூரியன் எழுவதற்கு முன்பே ஏரி கண்விழித்துக் கொள்கிறது. அதன் அறிகுறி போல தண்ணீரின் வேகம் மாறுகிறது. காற்றின் சுழிப்பும் மாறிவிடுகிறது. ஒரு டைனோசரை நேரில் பார்க்க நேர்ந்தால் எவ்வளவு பழமையான ஒன்றைப் பார்க்கிறோம் என்று நாம் வியப்படைவோம், இந்த ஏரிகள் டைனோசர்கள் காலத்திற்கும் முந்தியவை. அவற்றின் முன் நாம் நிற்கும் போது ஏரியின் நினைவில் நாம் ஒரு சிறு துளி. துளி என்பதுகூட பெரிய சொல், துமி. அது தானே துளியினுள் துளி. அவ்வளவு சிறியதாகவே உணர்கிறோம்.

ஏரிக்காற்றை அனுபவித்த மனிதன் அதன்பிறகு வேறு எதையும் விரும்பமாட்டான். அது ஒருவிதமான பிணைப்பு, வருடல், ஆறுதல். எந்த மனிதக் கரத்தாலும் அந்தக் காற்றைப் போல ஒரு நாளும் முகத்தை, பிடரியைத் தொட்டுத் தடவி இதம் தர முடியாது.

ஒவ்வொரு ஏரிக்குள்ளும் குளத்தில் எறிந்த அரிசிப்பொரி மிதப்பது போல குட்டிகுட்டியாகத் தீவுகள். சில தீவுகளில் ஒரு காலடிதான் வைக்கமுடியும். மறு அடியை வைக்க பக்கத்து தீவிற்குப் போக வேண்டும் என்பது போலிருக்கிறது.

மேபிள் மரங்கள் எங்குப் பார்த்தாலும் காணப்படுகின்றன. மேபிள் மரத்தின் இலைதான் கனடாவின் தேசியச்

சின்னம். மேபிள் மரத்தில் இருந்து எடுக்கப்படும் தேனை மருந்துப்பொருளாக விற்கிறார்கள், மேபிள் இலையின் சிவப்பு நிறம் அழகானதாகயிருக்கிறது, இலையுதிர்காலத்தில் அதன் நிறம் மாறிவிடும் என்றார்கள்.

கனடாவின் துருவப்பகுதியில் உள்ள பூர்வகுடிகளை Inuit என்று அழைக்கிறார்கள். அவர்கள் குடியிருக்கும் பகுதி First Nation என்று குறிக்கப்படுகிறது. எஸ்கிமோ என்று நாம் குறிப்பிடுகிறோம் இல்லையா? அந்தச் சொல் அங்கே தவறானது என்று விலக்கப்பட்டிருக்கிறது. காரணம், எஸ்கிமோ (Eskimo) என்பதற்குப் பச்சை மாமிசம் உண்பவர்கள் என்று பொருள், ஆகவே அது பூர்வகுடிகளை இழிவுபடுத்தும்சொல் என்று கனடாவாசிகள் அதைப் பயன்படுத்துவதில்லை.

கனடாவின் துருவப் பகுதியில் Yupik, Inuit என இரண்டுவிதமான பூர்வகுடிகள் இருக்கிறார்கள். அவர்களுக்கான பொதுச்சொல்லாக இனியூட் என்ற சொல் பயன்படுத்தப்படுகிறது. இந்த இனியூட் மக்கள், தண்ணீர் குறித்து அதிகம் அறிந்தவர்கள். குறிப்பாக பனியைப் பற்றி இவர்களது அனுபவ அறிவு மகத்தானது. இனியூட் மக்களின் கலை, பண்பாடு மற்றும் வாழ்வியல் முறை குறித்து அறிந்து கொள்ள விசேஷமான ஒரு மியூசியம் உள்ளது. அது டொரன்டோவின் டவுன்டவுன் பகுதியில் இருக்கிறது. அதைப் பார்வையிடுவதற்காக நண்பர்களுடன் சென்றிருந்தேன்.

இனியூட் மக்களின் வேட்டைக்கருவிகள், குளிராடைகள், வீடுகளின் அமைப்பு மற்றும் உணவுப்பாத்திரங்கள், குலக்குறிகள், கைவினைப் பொருள்கள் அங்கே காட்சிக்கு வைக்கப்பட்டிருந்தன. அதில் கற்களைக் குவித்துவைத்து அதன் வழியே ஒரு செய்தியைச் சொல்லும் அடையாளக்குறிகளைக் கண்டேன். ஒரு கல்மீது இன்னொரு கல்லை நிற்கச் செய்து தங்களின் செய்திகளைப் பரிமாறிக்கொண்டிருக்கிறார்கள். கற்கள்தான் அவர்களது சொற்கள் என்று அறிந்துகொண்ட போது சந்தோஷமாக இருந்தது. ஏரியை ஒட்டிய சாலைகளில் இதுபோன்ற பிரம்மாண்டமான கல் அடுக்குகள் இருக்கின்றன. அவை இன அடையாளமாகக் கருதப்படுகின்றன என்று அருங்காட்சியகத்தின் ஒருங்கிணைப்பாளர் விளக்கினார்.

டொரன்டோ நகருக்குள் இருந்துகொண்டு ஒன்டாரியோ ஏரியைப் பார்ப்பது ஒருவிதம் என்றால், அதை நகரை விட்டு விலகி வேறு வேறு உயரங்களில் வேறுவேறு முனைகளில் நின்று காண்பது முற்றிலும் வேறுபட்ட அனுபவம். ஒரு குன்றின் மீதிருந்து ஏரியைப் பார்த்தேன். அப்போது ஏரி உருவிய

எஸ்.ராமகிருஷ்ணன் 21

வாளைப் போல தகதகத்துக் கொண்டிருந்தது. பூங்கா ஒன்றின் அடர்ந்த மரங்களைக் கடந்து சென்று பாறை ஒன்றின் மேல் நின்று பார்த்தபோது அதே ஏரி, பூமி எனும் குடுவையில் பாதி நிரப்பப்பட்ட மதுவைப் போல அலையாடுவதாகத் தோன்றியது. படகோட்டம் நடைபெறும் இடத்திலிருந்து பார்க்கையில் ஏரி குழந்தைகளின் விளையாட்டு சறுக்குப்பலகை போலிருந்தது.

இந்தியாவின் மிகப்பெரிய ஏரியான ஓரிசாவில் உள்ள சில்கா ஏரிக்குப் போயிருக்கிறேன். அந்த ஏரி கடலோடு கலக்கும் ஒரு முனையை அருகில் சென்று பார்த்திருக்கிறேன். சில்கா ஏரியின் சிறப்பு, நம் கண்முன்னே டால்பின் மீன்கள் துள்ளிவிளையாடும். ஆனால் கனடாவின் ஏரிகளோடு ஒப்பிடுகையில் சில்கா சிறிய இலந்தைப் பழம் போலவே தோன்றியது.

ஒன்டாரியோ ஏரியைப் பனிக்காலத்தில் பார்க்கையில் முற்றிலும் வேறுவிதமாக இருக்கும் என்றார் அ.முத்துலிங்கம். அமெரிக்காவில் இருந்து திரும்பி கனடா வரும்போது பில்லிபிஷப் விமான நிலையம் எனப்படும் தீவில் உள்ள சிறிய விமான நிலையத்தில் வந்து இறங்கினேன். விமானம் ஏரித் தண்ணீரின் மீது ஒரு தும்பி பறப்பதைப் போல மிக நெருக்கமாகப் பறந்தது, சிறிய விமானம் என்பதால் கை நீட்டி வெளியே தொட்டுவிடலாம் என்பது போலத் தெரிந்தது.

டொரன்டோ நகருக்கு வணிகரீதியாகப் பயணம் செய்பவர் களுக்கு வசதியாக அலுவலகங்கள் அதிகமுள்ள டவுன்டவுன் செல்வதற்கு ஏற்றாற்போல தீவில் இந்த விமானநிலையம் அமைந்திருக்கிறது. தீவில் இறங்கியதும் விமானநிலையக் கண்ணாடி ஜன்னல் வழியாக ஒன்டாரியோ ஏரியைக் கண்டேன். கண்கூசும் வெளிச்சம். அருகாமை நகரம் தெரியாதபடி வெளிச்சம் உயர்ந்து எழுந்திருந்தது. இயந்திரப் படகுகள் போவதும் வருவதுமாக இருந்தன. உயரமான சிவப்பு நிற விளம்பர பலூன் ஒன்றை ஏரிக்கரையில் பறக்கவிட்டிருந்தார்கள். பழுப்பேறிய மரக்கட்டை ஒன்று தனியே மிதந்து கொண்டிருந்தது. அதுபோல கட்டைகள் மிதந்து கொண்டிருப்பதைப் பூர்வகுடிகள் ஏரியில் உள்ள அரக்கன் அப்படி உருமாறி ஓய்வெடுத்துக் கொண்டிருப்பதாகச் சொல்கிறார்கள்.

எல்லா ஏரிகளிலும் ஒற்றையாக உள்ள மரத்தைப் பற்றியும், நீர்ப் பிசாசைப் பற்றியும் கதைகள் இருக்கின்றன. காரை எடுத்துக்கொண்டு வெளியே வருகையில் ஏரியைப் பார்த்தபடியே ஒரு சாக்ஸபோன் கலைஞன் இசைத்துக் கொண்டிருப்பதை

கண்டேன். சாலையோர இசைக்கலைஞர்கள் கனடாவில் அதிகம். அவர்களின் இசை அபூர்வமான சங்கீதமாகவே இருக்கிறது.

கனடாவில் இருந்து ஊர் திரும்பும் நாளில் மறுபடியும் விமானத்தில் இருந்து ஒன்டாரியோ ஏரியைப் பார்த்தேன். எவ்வளவு மகத்தான ஏரி. கண்ணில் இருந்து ஏரி மறையும் வரை பார்த்துக்கொண்டேயிருந்தேன். விமானம் மேகமூட்டத்திற்குள் மறைந்து போனது. கண்ணில் இருந்து ஏரி மறைந்து மனதிற்குள் நிரம்பத் துவங்கியது. பின்னர் பிராங்க்பர்ட் வந்து சேரும்வரை ஒன்டாரியோ ஏரியோடு இணைந்திருந்த தருணங்கள் ஒவ்வொன்றாக நினைவில் எழுந்து கொண்டிருந்தன.

ஊர்வந்து இறங்கும்போது 'We do not see nature with our eyes, but with our understandings and our hearts' என்ற வில்லியம் ஹாஸ்லிட்டின் வரிதான் எனது அனுபவமும் என்று உணர்ந்தேன்.

பூமியின் கண்கள்

ஒன்டாரியோ ஏரியை விட சிறியது என்றாலும் சிம்கோ ஏரி மிகவும் அழகானது. டொரன்டோவில் இருந்து மூன்று மணிநேரப் பயணத்தில் இந்த ஏரியை அடைந்தேன். ஏரியைக் காண்பதற்கு விருப்பமான நண்பர்களுடன் செல்வது கூடுதல் சந்தோஷம் தரக் கூடியது. அன்று என்னுடன் மூர்த்தி, நவம் மாஸ்டர், செல்வன் மூவரும் வந்தார்கள். ஏரிக்குச் செல்வதற்காகப் பிரதான சாலையை விட்டு விலகி மரங்கள் அடர்ந்த பசுமையான சாலையில் பயணம் செய்துகொண்டேயிருந்தோம். சூடான டிம் ஹார்டன் காபி, தொடர்ந்த இலக்கிய உரையாடல்கள், எனப் பயணம் நீண்டது.

சாலையோரம் உள்ள குப்பைத் தொட்டி ஒன்றில் கீரி போன்ற விலங்கு ஒன்று குப்பையைக் கிளறி எதையோ சாப்பிட்டுக்கொண்டிருப்பதைக் கண்டேன். அது Mongoose என்றும் குப்பைத்தொட்டிதான் அதற்கு விருப்பமான உலகம் என்றும் மூர்த்தி சொன்னார்.

பத்தொன்பதாம் நூற்றாண்டுகால குடியிருப்புகள் போல அடக்கமான வீடுகள், பசுமையான சிறிய கிராமங்கள், படகைக் காரில் ஏற்றிக்கொண்டு ஏரியை நோக்கிச் சென்றுகொண்டிருக்கும் பயணிகள், இள வெயிலில் புல்வெட்டிக் கொண்டிருக்கும் வயதான பெண்மணி, குரைக்க மனதில்லாத நாய்கள், வாகனங்களில் எங்கும் எவரும் ஹார்ன் உபயோகிப்பதில்லை என்பதால் சாலையில் செல்லும்போதும் இரைச்சலேயில்லை.

படகுத்துறைக்குச் சென்றபோது அங்கிருந்து அருகாமையில் உள்ள ஜார்ஜினா தீவிற்குப் போய்வரலாமா? என்று செல்வன்

கேட்டார். காரை அப்படியே படகில் ஏற்றிக்கொண்டு தீவில் விட்டுவிடுவார்கள். தீவிற்குள் சுற்றி பார்க்கலாம் அல்லது அங்கேயே தங்கிக் கொள்ளலாம். மாலை நான்கு மணியோடு படகு போக்குவரத்து முடிந்துவிடும். எங்களது கார் அப்படியே ஒரு பெரிய படகில் ஏறி நின்றது. காருக்குள்ளே உட்கார்ந்து கொள்ளுங்கள் என்றார்கள். ஒரு படகினுள் காரில் அமர்ந்தபடியே போவது விசித்திரமான அனுபவம். பெரிய இயந்திரப்படகு அது. எங்கள் காரைப்போல பனிரெண்டு கார்களை ஏற்றிக்கொண்டு படகு கிளம்பியது. மெதுவாகச் செல்லத்துவங்கி, சீராக வேகமெடுத்தது. கரையில் இருந்து பார்க்கையில் நீலவானமாகத் தெரிந்தது. ஏரியின் உள்ளே போகப்போக வெளிர்நீலமாகி, பழுப்பு வெண்மையாகி, முடிவில் கலங்கிய வெண்ணிற வானமாகத் தெரிந்தது. எங்களது காரின் முன்னால் நின்ற காரில் இருந்து ஒரு நாய்க்குட்டி வெளியே எட்டிப் பார்த்துக்கொண்டிருந்தது.

அடுத்த பிறவி ஒன்று இருந்தால் கனடாவில் நாய்க்குட்டியாகப் பிறக்க வேண்டும். காரணம், கனடாவாசிகள் நாயை நேசிப்பதைப் போல வேறு எவராலும் நாய்களை நேசிக்கமுடியாது. எங்கே போனாலும் நாய்களைக் கூட்டிப் போய்விடுவார்கள். நாய்களை சொந்தப் பிள்ளைகளை விடவும் நேசிக்கிறார்கள். நாய்களுக்கான விசேஷ உணவுகள், அலங்கார பியூட்டி பார்லர்கள் கூட இருக்கின்றன என்று வந்த முதல்நாளே முத்துலிங்கம் சொல்லியிருந்தார். நானும் டொரன்டோ வந்து இறங்கியது முதல் பார்த்துக்கொண்டேயிருந்தேன். வயதானவர்கள் அத்தனை பேரும் ஆளுக்கு ஒரு நாயோடுதான் நடக்கிறார்கள். நாய் இல்லாத வீடுகளே இல்லை. ஒரு நண்பர் வீட்டிற்குப் போயிருந்த போது அவர் தனது நாய், புத்தகம் படிப்பதைத் தவிர வேறு எல்லா வேலைகளும் செய்யக்கூடியது என்றார். உங்களுக்குத் தெரியாமல் புத்தகம் படிக்கக்கூடும் என்றேன். நாய்களுக்குப் புத்தகங்கள் தேவையில்லை. அவை நம்மைப்போல அதிகம் யோசிப்பதோ, பயப்படுவதோயில்லை. விருப்பத்தை அடையப் போராடுகின்றன. அடைந்துவிடுகின்றன, மனதிற்குள் போட்டு வைத்து சிக்கலாக்கிக் கொண்டிருப்பதில்லை. நமக்குத்தான் புத்தகம் எல்லாம் என்றார். அவர் சொன்னதில் உண்மையிருப்பதாகவேபட்டது.

எங்கள் முன்னால் நின்ற காரில் இருந்த நாயும் விடுமுறை நாளைக் கழிக்க தீவிற்குப் போய்க்கொண்டிருந்தது. அதிர்ஷ்டசாலி நாய் என்று நினைத்தபடியே அதைப் பார்த்துக்கொண்டிருந்தேன். கரை தூரத்தில் தெரிந்தது. படகு கரையை ஒட்டி நின்றவுடன் கார்கள் தரையிறங்கிச் செல்லத்துவங்கின.

சுற்றுலாப் பயணிகளுக்கான தீவு. ஆனால் ஆள் நடமாட்டமே இல்லாமல் இருந்தது. காரை தீவின் உட்புறத்தினுள் ஓட்டிச் சென்றோம். ஓர் இடத்தில் போர் வீரனது சிலை ஒன்றிருந்தது, மூர்த்தி அதன் முன்னால் யாவரையும் நிற்கச் சொல்லி புகைப்படம் எடுத்துக் கொண்டார். முந்திய நாள் மழை பெய்திருக்க வேண்டும். ஆங்காங்கே சாலையில் தண்ணீர் தேங்கியிருந்தது. கோடையில் டொரன்டோவில் பெய்யும் மழை பத்துப் பதினைந்து நிமிடங்கள் பெய்து நின்றுவிடுகிறது, ஆனால் பெய்யும் நிமிஷங்களில் அதன் சீற்றம் வலிமையானதாகவே உள்ளது. கார் மரங்களுக்குள் நீண்ட மண்பாதையில் சென்றது.

இரண்டு மரங்களுக்கு இடையில் ஏரி கண்ணில் பட்டு மறைந்தது. புற்கள் அடர்ந்த தீவு. சரிந்து செல்லும் மண்சாலைகள். பனிக்காலத்தில் போக்குவரத்து முற்றிலும் துண்டிக்கப்பட்டுவிடும் என்றார்கள்.

ஒரு மண்சாலையில் வண்டியை நிறுத்திவிட்டு இறங்கி நடந்து சிம்கோ ஏரியின் முழுமையைக் காண்பதற்கு நெருங்கிச் சென்றோம். அடிவானம் தெரியாமல் விரிந்திருந்தது ஏரி. தெளிந்த தூய்மையான தண்ணீர் மூழ்கிக்கிடந்த கற்கள் தண்ணீரின் குளுமையேறி, அழகான வடிவம் கொண்டிருந்தன. காற்று தண்ணீரில் ஓவியம் வரைவது போல சிற்றலைகளை எழுப்பிக் கொண்டிருந்தது. வெண்திட்டுகளாக மேகங்கள். தண்ணீரில் பச்சை கலந்த நீலம். ஓர் ஆள் சிறிய படகினை ஓட்டியபடியே தனியே போய்க்கொண்டிருந்தான். மீன் பிடிப்பிற்காக ஆங்காங்கே சிறிய சிவப்புப் பந்து போன்ற உருளைகள் மிதந்து கொண்டிருந்தன. மீன் வலை தண்ணீருக்குள் மூழ்கியிருக்கக்கூடும்.

ஒரு கறுப்புநிற வாத்து ஒன்று தனியே மிதந்து போய்க் கொண்டிருந்தது. அதன் கழுத்துப்பகுதி சாம்பல் வண்ணத்திலிருந்தது. தொண்டைப்பகுதியில் மங்கிய நீலநிறம் போலத் தெரிந்தது. அந்த வாத்தின் நீந்துதலில் வேகமேயில்லை. தனது வீட்டில் இருந்து சோம்பலுடன் வெளியே சென்றுகொண்டிருப்பது போல மெதுவாகப் போய்க் கொண்டிருந்தது.

சிம்கோ ஏரியைச் சுற்றிலும் ஒரு காலத்தில் பூர்வகுடிகள் வசித்தார்கள். காலனிய ஆட்சியின் பிறகு அவர்களின் எண்ணிக்கை வெகுவாகக் குறைந்துவிட்டது. தற்போது சிறிய பகுதியினர் தனிக் குடியிருப்பாக வசிக்கிறார்கள். ஆனால் அந்தப் பகுதிக்குள் பொது மக்கள் போய்வருவதில்லை. அவர்கள் தனியான சமூகமாக வசிக்கிறார்கள் என்றார் செல்வன்.

அருகாமையில் உள்ள ஓக் மற்றும் செடார் மரங்கள் அடர்ந்த காடுகளுக்கு அதன் முந்தைய நாள் போயிருந்தேன். அந்தக் காட்டின் உள்ளே செல்லும் சரிவுகள் நீண்டு செல்லக்கூடியவை. ஒரு செங்குத்தாகக் கீழே இறங்கிச் செல்லும் சரிவினுள் இறங்கி அரைமணி நேரம் நடந்து உள்ளே போயிருந்தேன். வெளியுலகம் முற்றிலும் துண்டிக்கப்பட்டிருந்தது. முறிந்து கிடந்த மரங்களைத் தாண்டி காய்ந்த சருகுகளை மிதித்து நடந்து போய்க்கொண்டிருந்தோம். அப்படியே நடந்து போனால் சிம்கோ ஏரியின் மறுபக்கம் வந்துவிடும் என்று நண்பர் ஜீவா சொன்னார். காடுகளுக்குள் இதுபோன்ற நீண்ட சரிவுப்பாதைகள் இருப்பதை அறிந்திருந்தேன். அவர் சொன்ன இடத்தை சிம்கோ ஏரிக்குப் போனபோது பார்த்தேன். அந்தப் பாதைகள் வழியாகத் தான் பூர்வகுடி மக்கள் நடமாடுவார்கள். அவர்கள் பிரதான சாலைகளைப் பயன்படுத்துவது கிடையாது என்றார்கள்.

ஏரியின் தண்ணீரைப் பார்த்தபடியே நின்றிருந்தேன். ஈரக்காற்று காதுமடல்களைத் தொட்டுத் தடவிப்போனது. ரம்மியமான காட்சியால் மனது மிகுந்த சந்தோஷத்தில் விம்மிக் கொண்டிருந்தது. ஒரு சிறிய கல்லை எடுத்து ஏரியில் எறிந்தேன். இனி இது கரைக்கு வருவதற்கு எவ்வளவு காலம் ஆகுமோ, அதுவரை என்நினைவும் ஏரிக்குள் கிடக்கும். கல் ஏற்படுத்திய சலனத்தில் வெருண்ட ஒரு நீண்டகால்களை உடைய பூச்சி 'யாரிவன்?' என்பதுபோலத் திரும்பிப் பார்த்துவிட்டு வேறு பக்கம் செல்லத்துவங்கியது.

எவ்வளவு முறை பார்த்தாலும் அலுக்காத ஒரே பொருள் தண்ணீர் தான். பார்க்கப் பார்க்க மனம் ஆனந்தமாகிக் கொண்டே யிருக்கிறது என்றார் நவம் மாஸ்டர். அவர் ஓர் அற்புதமான மனிதர். நிறையப் படித்திருக்கிறார். அவரது பேச்சின் தெளிவும் நுண்மையும் அசாத்தியமானவை. ஆனால் எளியமனிதராக, சதா கண்களில் சிரிப்பு கொப்பளிக்க உற்சாகத்துடன் பேசிக்கொண்டு வருபவராக இருந்தார். பயணத்தின் முடிவில் எனது வயது என்னவென்று நினைக்கிறீர்கள் எஸ்.ரா என்று மாஸ்டர் கேட்டார். ஐம்பது இருக்கக்கூடும் என்று நினைத்தேன். அவர் சொன்ன வயதைக் கேட்டு வியப்பாக இருந்தது. நம்பமுடியவில்லையா? என்று சொல்லிச் சிரித்தார்.

தண்ணீரின் வயதைக் கண்டுபிடிக்க முடியாது. நீங்களும் அது போலத்தான் மாஸ்டர் என்றேன். சிரித்துக்கொண்டபடியே, எழுத்தாளர் அப்படித்தானே பேசுவீர்கள் என்றார்.

மூர்த்தி ஆவணப்படக்கலைஞர் என்பதால் அவர் நிறைய புகைப்படங்களை எடுத்துக்கொண்டிருந்தார். செல்வன் நாடக்கலைஞர். அவரது பேச்சு, யோசனை முழுவதும் நாடக உலகம் தொடர்பாகவே இருந்தது. ஏரியின் கரையில் நின்றபடியே நாங்கள் தமிழ் நாடகச் சூழல் பற்றிப் பேசிக்கொண்டிருந்தோம். துர்கனேவின் நாவல் ஒன்றில் இதுபோல பயணத்தில் இலக்கிய நண்பர்கள் ஒன்று சேர்ந்து ஓர் ஏரியின் கரைக்குப் போய்ப் பேசிக்கொண்டிருப்பார்கள் என்று நினைவிற்கு வந்தது. துர்கனேவைப் பற்றி நான் ஏன் அதிகம் பேசவோ, எழுதியதோ இல்லை என்று அந்த நிமிடம் தோன்றியது.

எவ்வளவு அற்புதமான எழுத்தாளர்! அவரது மூன்று காதல்களில் ஒன்றான ஆஸ்யா, கொண்டாடப்படும் காதல்கதையில்லையா? துர்கனேவின் "தந்தையும் தனயர்களும்" சிறந்த நாவல். அவர் பிரெஞ்சு இலக்கியவாதிகளின் மரபில் வரும் சிறுகதை ஆசிரியர், அந்த இடத்தில் துர்கனேவை நினைவு கொண்டது எனக்கு சந்தோஷமாக இருந்தது.

தண்ணீரின் முன்பாக வந்து நின்றவுடன் மனது தன்னிலை பற்றி யோசிக்கத் துவங்கிவிடுகிறது. தண்ணீரைப் பயன்படுத்துவது, நீந்துவது பற்றி மட்டுமே அறிந்திருந்த காரணத்தால் இவை எதையும் செய்யாமல் தண்ணீரைப் பார்க்கும்போது எப்படி உள்வாங்கிக் கொள்வது என்ற கேள்வி எழுகிறது. இது இயற்கையை நெருங்கிப் போகையில் எவருக்கும் ஏற்படும் கேள்வியாகும், அங்கேதான் தன்னிலை எழுந்துகொண்டு அதை ரசிப்பதைத் தவிர வேறு விதங்களில் தன்னைக் கரைத்துக் கொள்ள மறுக்கிறது. ஒன்றிணைதல் என்ற வார்த்தையே அதற்கான வழி.

ஒன்றிணைதல் என்றால் கற்பனை செய்து கொள்வதா? என நினைக்கக்கூடும். அது கற்பனை செய்து கொள்வதன்று. தன்னைப் பற்றிக்கொண்டுள்ள பிம்பத்தை கரைக்கத் துவங்குவது, தானும் இயற்கையும் வேறில்லை என்று உணர்வது. இன்னும் சொல்லப் போனால் தனது உடல், மனம் யாவும் இயற்கையால் உருவானவை. அது தனக்கான தருணம் வந்தவுடன் இயற்கையோடு பொருந்திப் போகிறது என்பது போல. ரொம்ப எளிமைப்படுத்திச் சொல்வதாக இருந்தால் பிளக், ஸ்விட்சில் பொருத்தப்பட்டவுடன் மின்சாரம் பாய்ந்து ஒளி பரவுவதைப்போல உங்கள் இருப்பை இயற்கையின் எல்லையற்ற சக்தியோடு உங்களைப் பொருத்திக் கொள்ள முடிந்தால் அந்தச் சக்தி உங்களைப் பரவசப்படுத்தும். அது எளிதான ஒன்றில்லை. அதற்குத் திறந்த மனதும்

லயிப்பும், கரைதலை உணரும் மனநிலையும் வேண்டும். அது சாத்தியமாகக்கூடியதே. அதற்கு நாம் செய்ய வேண்டியது, இயற்கையைப் பற்றிய பொருளியல் சார்ந்து அறிந்துள்ள நமது அறிவை சற்று விலக்கிவைத்துவிட்டு இயற்கையைப் பெரும் தரிசனமாகக் காண்பதே. அப்போது கேள்விகள் எழுவதை விட உணர்வு நிலைகள் திறப்பதே முக்கியமானதாக இருக்கும்.

இயற்கையோடு ஒன்றிணைந்தவர்கள் அந்த உணர்வைக் கேட்டறியாத சங்கீதம் என்று சொல்கிறார்கள். அந்தச் சங்கீதம் எல்லா இடத்திலுமே இருக்கிறது. ஆனால் இதுபோன்ற ஏரிகள், மலைகள், பள்ளத்தாக்குகளில் அந்தச் சங்கீதத்தினை நாம் எளிதாகக் கேட்க முடியும். இதில் நாமும் கரைந்து போக முடியும். மனது சந்தோஷத்தை அடையும் உடல் முழுவதும் திறப்புகள் ஏற்பட்டது போல சந்தோஷம் கிளர்ச்சிகொள்ளத் துவங்கும்.

சிம்கோ ஏரியைக் கடக்கும் காற்று ஊக்குக், ஊக் என்று விசித்திரமானதொரு ஓசையை எழுப்புகிறது. தண்ணீரில் இதயவடிவ இலையொன்று பழுத்து மிதந்து சென்றுகொண்டிருந்தது. சறுக்கு வீரனைப் போல ஒரு பூச்சி நீரில் அலைகளை ஏற்படுத்தியபடியே வேகமாகப் போய்க் கொண்டிருந்தது. அதை இன்னொரு பூச்சி துரத்திக்கொண்டிருந்தது. ஆனந்தமான விளையாட்டு அது. இந்தத் துரத்தல் நாடகத்தால் உருவான சிற்றலைகளைப் பார்த்துக் கொண்டேயிருப்பது அலுக்கவேயில்லை. இரவில்தான் காற்று ஊளையிடுகிறது. ஏரித் தண்ணீர் எப்போதுமே இரண்டு நிறங்களில் காணப்படுகிறது. ஒன்று, தூரத்தில் பார்க்கின்றபோது தெரிகின்றன நிறம். மற்றது, கையில் அள்ளும்போது தெரிகின்ற நிறம். சிம்கோ ஏரியும் அப்படித்தானிருந்தது. காற்றில் நிலம் ஒரு போதும் அசைவதில்லை. நிலத்தில் முளைத்த மரங்களும தாவரங்களும்தான் ஆடுகின்றன. தண்ணீர் அப்படியில்லை. அது காற்றோடு சேர்ந்து எப்போதுமே நடனமாடுகிறது. நாங்கள் ஏரியின் முன்பிருந்து விலகி நடந்தோம்.

பார்த்துக்கொண்டிருந்தபோதே மேகமூட்டமாகத் துவங்கியது. மழை பிடித்துக்கொண்டுவிட்டால் படகுப் பயணம் நிறுத்தப்பட்டுவிடும். ஆகையால் திரும்பிச் செல்ல வேண்டிய சூழல் வந்துவிட்டது என்று சொல்லி காரை மீண்டும் படகுத்துறையை நோக்கித் திருப்பினோம்.

ஏரி என்பது பூமியின் கண்கள். மரங்கள், அதன் புருவங்கள் என்று இயற்கையியலாளர் ஹென்றி டேவிட் தோரூ தனது வால்டன் நூலில் எழுதியது நினைவில் வந்து போனது.

பனிக்காலத்தில் இந்த ஏரியில் பனிப்பாளங்கள் மிதக்கும். இயற்கை தன்னை அதில் முகம் பார்த்துக்கொள்ளும். அந்த அழகு ஒப்பற்றது என்றார்கள்.

எந்த ஓர் இடத்தையும் நான்கு பருவ காலங்களிலும் பார்க்க வேண்டும். அப்போதுதான் அதைப் பார்த்தேன் என்று சொல்லிக் கொள்ள முடியும். இல்லாவிட்டால் அதைக் கொஞ்சம் பார்த்திருக்கிறேன் என்றுதான் சொல்ல வேண்டும். இதற்காகவே ஒரு பனிக் காலத்தில் கனடா போய்வர வேண்டும் என்று ஆசையாக இருக்கிறது.

சமண நடை

எழுத்தாளர் அ.முத்துகிருஷ்ணனும் அவரது நண்பர்களும் ஒன்றிணைந்து பசுமைநடை என்ற பெயரில் மாதம் ஒரு முறை, மதுரையைச் சுற்றியுள்ள வரலாற்று முக்கியத்துவம் வாய்ந்த சமணர்க் குகைகள், படுகைகள், கல்வெட்டுகள் மற்றும் கலைச்செல்வங்களைப் பாதுகாக்கவும் மதுரையின் தொன்மையான வரலாற்றை அறிந்துகொள்வதற்கும் பயண இயக்கம் ஒன்றை நடத்திவருகிறார்கள்.

செப்டம்பர் 4ஆம் தேதி ஞாயிற்றுக்கிழமை மதுரையிலிருந்து பதினைந்து கிலோ மீட்டர் தூரத்தில் உள்ள வரிச்சியூரில் உள்ள தொன்மையான சமணக் குகைக் கோவிலைக் காணுவதற்கான பசுமை நடைக்குழுவின் பயணத்தில் நானும் கலந்துகொண்டேன்.

காலை ஆறுமணி அளவில் சிவகங்கை செல்லும் சாலையில் உள்ள ஆவின் பார்க் அருகில் விருப்பமான நண்பர்கள் அனைவரும் ஒன்று கூடினார்கள், பலரும் தங்களது மனைவி குழந்தைகளுடன் க்ரீன் வாக்கில் கலந்துகொண்டது மகிழ்ச்சி தருவதாக இருந்தது.

கவிஞர் தேவதேவன், ஆவணப்பட இயக்குநர் இளங்கோவன், அவரது துணைவியார் கீதா இளங்கோவன், தமிழினி வசந்தகுமார், எழுத்தாளர் வேணுகோபால், எழுத்தாளர் அர்ஷியா, குறும்பட இயக்குநர் அருண்பிரசாத், பேராசிரியர் சுந்தர் காளி, கவிஞர் பாபு என நிறைய நண்பர்கள் அப்பயணத்தில் கலந்து கொண்டார்கள்.

மதுரையைச் சுற்றியுள்ள பல இடங்களில் சமணக் குகைத்தளங்கள் காணப்படுகின்றன. குறிப்பாக, வரிச்சியூர், கருங்காலக்குடி, கொங்கர் புளியங்குளம், மேட்டுப்பட்டி, மாங்குளம், நாகமலை, யானைமலை, பெருமாள்மலை, அரிட்டாப்பட்டி,

விக்கிரமங்கலம், கீழவளைவு, குரண்டி, அணைப்பட்டி, சித்தர்மலை, கீழக்குயில்குடி திருப்பரங்குன்றம், திருவாதவூர், உத்தமப்பாளையம் போன்ற இடங்களில் சமணச்சின்னங்கள் காணப்படுகின்றன. அவற்றில் பல கவனிப்பாரற்றுப் போய் கல்குவாரிகளின் வெடிச்சிதறலால் அழியும் அபாயத்தில் இருக்கின்றன. ஆகவே இந்தப் பசுமைப்பயணம் ஒரு விழிப்புணர்வு இயக்கம் போலவே செயல்பட்டு வருகிறது.

நூற்றுக்கும் அதிகமானவர்கள் ஒன்று சேர்ந்ததும், வரிச்சியூரை நோக்கிய பயணம் துவங்கியது. காரிலும், பைக்கிலுமாகப் புறப்பட்ட பயணம் வரிச்சியூரை அரைமணிநேரத்தில் அடைந்தது. வழிமுழுவதும் கிரானைட் தொழிற்சாலைகள். ஒருகாலத்தில் விவசாயமே பிரதான தொழிலாக இருந்த அத்தனை கிராமங்களிலும் இன்று மலையை உடைத்து பாறைகளை வெட்டி எடுப்பதே தொழிலாகிவிட்டது. உடைக்கப்பட்டு மெருகேற்றப்பட்ட கற்களை ஏற்றிக்கொண்டு லாரிகள் போய்க் கொண்டிருந்தன. சாலையோரப் புளியமரங்கள் காற்று இல்லாமல் ஒடுங்கிப் புழுதியேறியிருந்தன. பறவைகளின் சப்தமேயில்லாத சாலையாக இருந்தது.

குன்னத்தூர் மலை என்று அழைக்கப்படும் இதில் உதயகிரி, அஸ்தகிரி என இரண்டு குகைக் கோவில்கள் காணப்படுகின்றன. அதிகாலை வெயிலின் இதத்துடன் அதை நோக்கி நடக்கத் துவங்கினோம். பேச்சும் உற்சாகமுமாக யாவரும் நடந்தார்கள். வயதானவர்கள் சிலர் கூட இந்தப் பயணத்தில் ஆர்வத்துடன் வந்திருந்தார்கள்.

அதிகாலையில் கூட்டமாக மலையை நோக்கி நடந்து போவதைக் கண்ட ஊர்க்காரர்கள் 'என்ன சினிமா ஷூட்டிங்கா?' என்று ஆர்வமாக விசாரித்தார்கள். இல்லை, மலையைப் பார்க்கப் போகிறோம் என்றதும் 'அங்கே என்ன இருக்கிறது பார்ப்பதற்கு?' என்று சலித்துக் கொண்டார்கள்.

கிழக்கு நோக்கியிருந்த சிறிய குடைவரைக் கோவில் ஒன்றின் முன்பாக ஒன்று கூடி நின்றார்கள். அங்கே பழமையான சிவலிங்கமும் நுழைவாயிலின் இருபுறமும் துவாரப்பாலகர்களும் காணப்பட்டார்கள்.

தொல்லியல் அறிஞர் சாந்தலிங்கம் அந்த இடத்தின் தொன்மைகளைப் பற்றி விரிவாக விளக்கிப் பேசத்துவங்கினார். புகைப்படங்கள் எடுப்பதும் ஆர்வமாக மலையேறிப் பார்ப்பதுமாகப் பலரும் முண்டியடித்துக்கொண்டிருந்தனர்.

நான் மலையைப் பார்த்துக்கொண்டிருந்தேன். கண்கொள்ள முடியாத கம்பீரம். காலை வெளிச்சம் உலகிலுள்ள எல்லாவற்றையும் அழகாக்கிவிடுகிறது. கல்லை, கண்ணால் பார்த்ததும் உடனே பழகிவிட முடியாது. மலையோடு நெருக்கம் கொள்வதற்கு நீண்ட நாட்களும், பொறுமையும், திறந்த மனதும் தேவை. முதல் பரிச்சயத்தில் மலையின் பிரம்மாண்டம் மட்டுமே நமக்குத் தோன்றும். பின்பு அதன் கனத்த மௌனம், அதன்பின்பு அதன் அக இயக்கம், அதன் பிறகு உள்ளார்ந்த மலர்ச்சி என்று நமது ஈடுபாட்டிற்கேற்ப மலை விரிந்துகொண்டே செல்லும்.

எந்த ஒன்றையும் கண்ணால் பார்த்துவிட்டாலே அதை முழுவதுமாக அறிந்துவிட்டதைப் போல நினைப்பது நமது முட்டாள்தனம். அதுதான் இயற்கையை நெருங்கும்போது பெரும்பான்மையினரின் இயல்பாக இருக்கிறது.

காலை நேரத்துச் சூரியன் என்றபோதும் அன்று சூடு அதிகமாகவே இருந்தது. இது மழை வந்திருக்க வேண்டிய காலம். ஆனால் மழை பெய்யவேயில்லை. செடி கொடிகள் பாறைகள் யாவும் உலர்ந்து போய் மழைக்காகக் காத்திருக்கின்றன. காற்றில்லாத வெக்கை பலரையும் அசதி கொள்ளச் செய்திருந்தது. மலையின் பின்பக்கமிருந்து தொலைவில் ஒரு மைனாவின் குரல் கேட்டது.

கைகால்கள் துண்டிக்கப்பட்ட மனிதனைப் போல மலையின் பாதி, வெடிவைத்துத் தகர்க்கப்பட்டு கிரானைட் கற்களாக விற்கப்பட்டுவிட்டன. மதுரையைச் சுற்றி எங்கே போனாலும் கிரானைட் தொழிற்சாலைகள் முளைத்துப் பெருகியுள்ளன.

மூளியான மலைகளைக் காண்பது மனதை வருத்தம் கொள்ளச் செய்கிறது. மனிதர்கள் தங்களின் முழுஆயுளைச் செலவிட்டால்கூட உடைந்த ஒரு கல்லை மலையோடு மறுபடி பொருத்திவிட முடியாது, அல்லது உடைந்த பாறையளவு மலையை மீண்டும் வளர்த்துவிடவும் முடியாது. அறிந்தே நாம் சுயலாபங்களுக்காக இயற்கையைச் சுரண்டிப் பிழைக்கிறோம். அதன் விளைவு, நாம் எதிர்பாராத அளவிற்கு நிச்சயம் இருந்தே தீரும்.

மலையின்மீது நான்கு வயதுச் சிறுவன் ஒருவன் ஏறிக் கொண்டிருந்தான். அவனிடம் பயமேயில்லை. எந்தப் பிடிமானமும் இல்லாமல் அவன் பாறைகளைத் தாண்டி ஏறிக் கொண்டேயிருந்தான். பல நூற்றாண்டுகால மனித வாழ்வின் சாட்சி போல மலை நிற்கிறது.

மலையின்மீது வெயில் வழிந்தோடிக்கொண்டிருந்தது. வேலிப் புதர்கள் முளைத்துப்போன பாதையில் நடந்து குகைத்தளம் ஒன்றினை அடைந்தோம்.

இரண்டாயிரம் வருடங்களின் முன்பே அங்கே ஒரு காலத்தில் சமணத்துறவிகள் தங்கிவாழ்ந்திருக்கிறார்கள். கல்லால் ஆன படுகைகள் காணப்படுகின்றன. உள்ளே தனியார் சிலர் காவியடித்து ஒரு கோவிலைக் கட்டி வழிபாடு நடத்திவருகிறார்கள். அங்கிருந்த பூசாரி உள்ளே சித்தர்கள் நடமாடுவதாகச் சொன்னார். அது சமணச் சித்தரா என்று கேட்டபோது, சமணம் என்பது எல்லாம் பொய். இவர்கள் ஞானிகள் என்று சொல்லிவிட்டு, ஊனக்கண்ணிற்கு அவர்கள் தெரிய மாட்டார்கள் என்றார். இப்படி ஆளுக்கு ஒரு வரலாற்றை உருவாக்கி வைத்துக்கொள்கிறார்கள்.

வரலாற்றை உருவாக்குவது மனிதர்களின் சாதுர்யங்களில் ஒன்று. அதன்வழியே கேள்விகேட்பதும், உண்மையை விசாரிப்பதும் நிராகரிக்கப்பட்டுவிடுகின்றன. ஆகவே, வரலாற்றைத் தனக்கு ஏற்ப வளைத்துக் கொள்ளவும், திருத்திக்கொள்ளவுமே அதிகாரம் ஆசைப்படுகிறது. சாமான்யனும் அதற்கே ஆசைப்படுகிறான்.

கற்படுகைகளைத் தொட்டுப் பார்த்திருக்கிறீர்களா? மனிதர்கள் வாழ்ந்த இடத்தின் வெதுவெதுப்பும் மிருதுவும் அந்தக் கல்லில் உறைந்து போயிருக்கிறது. குழிவாகியிருந்த அந்தக் கல்லில் தலை வைத்துக் கிடந்த சமணத்துறவி யாராக இருக்கும்? அவர் கற்படுகையில் படுத்தபடியே ஏகாந்தமான காற்றை அனுபவித்துக் கொண்டு குகைத் தளத்தின் முகப்புவெளியைப் பார்த்தபடியே இருந்திருப்பார் என்று மனது தானே கற்பனை செய்யத் துவங்குகிறது.

தொல்லியல் அறிஞர் சாந்தலிங்கம், அங்கிருந்த தமிழ்பிராமி கல்வெட்டுகளை வாசித்துக் காட்டினார். தொன்மையான மூன்று தமிழ் பிராமி கல்வெட்டுகள் அங்கே காணப்படுகின்றன. வடக்கு நோக்கிய குகைத்தளத்தின் புருவப் பகுதியிலும், கிழக்கு நோக்கியுள்ள குகைத் தளத்தின் நீர்வடி விளிம்பின் மேலும் கீழும் அந்த மூன்று கல்வெட்டுகள் உள்ளன. இதில் குகைத்தளம் அமைக்க ஒரு நூறு கலம் நெற் கொடை வழங்கப்பட்ட செய்தி காணப்படுகிறது. அதுபோலவே இக்குகையை உருவாக்கியவன் இளந்தன் என்ற குறிப்பும் காணப்படுகிறது.

கல்வெட்டு பற்றிய சேதிகளைத் தொடர்ந்து, பேராசிரியர் சுந்தர்காளி, வரலாற்றை அறியும் இப்பயணத்தின் முக்கியத்துவம் பற்றிப் பேசினார்.

அதைத் தொடர்ந்து நான், சில நிமிடங்கள், வரலாற்றை நாம் ஏன் அறிந்துகொள்ள வேண்டும்? என்பதைப் பற்றி உரையாற்றினேன். அதில் நாம் உலக வரலாற்றை அறிந்துகொள்வதில் காட்டும் ஆர்வத்தை உள்ளூர் வரலாற்றை அறிந்து கொள்ளுவதில் காட்டுவதில்லை. மக்கள் வரலாறு என்பது முக்கியத்துவம் வாய்ந்த ஒன்று. அது முறையாகத் தொகுக்கப்படவேயில்லை.

நம்மைச் சுற்றிய வரலாற்றுச் சின்னங்களை நாம் அறிந்துகொள்ளவும் பாதுகாக்கவும் வேண்டியது நமது கடமை, இவற்றை ஒருமுறை பார்த்ததோடு நமது வேலை முடிந்துவிட்டது என்று நினைக்கக்கூடாது. இந்தப் பயணம் ஒரு துவக்கம். இனி தனித்தனியாக இது போன்ற இடங்களுக்குப் பயணம் செய்யுங்கள். அவற்றை எழுத்தில் பதிவு செய்யுங்கள், தமிழ்பிராமி கல்வெட்டுகள் பற்றி அடிப்படைகளைக் கற்றுக்கொண்டால் நீங்களே அதை வாசிக்க முடியும். கூடுதலாக, தொல்லியல் துறையின் வெளியீடுகளை வாசித்தால் ஓரளவு அதை முழுமையாகப் புரிந்துகொள்ள முடியும்.

இதுபோன்ற பயணத்தின் வழியேதான் வரலாற்று உண்மைகளை அறிந்துகொள்ள முடிகிறது. சமணம் வெறும் மதம் மட்டுமன்று, அது தமிழ் மொழியின் இலக்கணத்திற்கும் இலக்கியத்திற்கும் நிறைய வளமை சேர்த்திருக்கிறது. தமிழ்ப் பண்பாட்டின் சில முக்கியக் கூறுகள் சமணம் உருவாக்கித் தந்தவையே. அதைப் புரிந்துகொள்ள சமணச் சின்னங்களையும் இலக்கியத்தையும் நாம் அறிந்துகொள்ள வேண்டியது அவசியம். பள்ளி என்பதே சமணர்கள் உருவாக்கியதுதான். தமிழ் இலக்கணத்தின் முன்னோடிப் பங்களிப்பு சமணம் தந்ததே. நற்காட்சி, நல்லொழுக்கம், நல்லறிவு ஆகிய மூன்று அறநெறிகளைத் தந்தது சமணம். அதன் வாழ்வியல் நெறிகள் உயர்வானவை. ஆகவே வரலாற்றைப் புரிந்துகொள்ளாமல் நிகழ்காலத்தைப் புரிந்துகொள்ளமுடியாது, என்று பேசினேன்.

அதைத் தொடர்ந்து காலம்தோறும் தமிழ் எழுத்துரு எப்படி மாறி வந்திருக்கிறது? என்பதைப்பற்றிய விபர அறிக்கை ஒன்று யாவருக்கும் விநியோகம் செய்யப்பட்டது. அத்துடன் அங்குள்ள கல்வெட்டுகளின் நகலும் அதைப் புரிந்துகொள்வதற்கான குறிப்புதவியும் தரப்பட்டது. அது ஒரு நல்ல முயற்சி. அதன்வழியே உடனடியாக அங்குள்ள கல்வெட்டில் உள்ள எழுத்தையும் அதன் பொருளையும் பார்வையாளர்கள் எளிதாகப் புரிந்துகொள்ள முடிந்தது.

மலையின் மேற்குப் பகுதியில் உள்ள கோவிலைக் காண்பதற்காகச் சென்றோம். வெயில் ஏறி மலை நிமிர்ந்து திமிறுவது போல இருந்தது. கல்குவாரிகளின் ஆக்கிரமிப்பில் சிதறுண்டுபோன அதன் வழிகளைக் கடந்து புதிதாகக் கட்டப்பட்டுள்ள கோவில் ஒன்றினைக் கண்டோம். வெள்ளை அடிக்கப்பட்ட அந்தச் சுவர் முகத்தில் அறைவது போலிருந்தது.

நிழலான ஓர் இடத்தில் யாவரும் ஒன்றுகூடியதும் பயண அனுபவம் பற்றிய கலந்துரையாடல் நடைபெற்றது. அதன்பிறகு வந்திருந்த அனைவருக்கும் காலை உணவு அளிக்கப்பட்டது. ஒன்றாக உணவருந்திய பிறகு மதுரையை நோக்கித் திரும்பினேன்.

சாலையில் வெயில் முற்றியிருந்தது. மதுரையின் புறவழிச் சாலைகளும் புதிதாக முளைத்துள்ள வணிக நிறுவனங்களும் பரபரப்பான அதன் பொருளாதார வளர்ச்சியும், வரலாற்றுப் பெருமைமிக்க நகரம் என்ற அடையாளத்தை விலக்கி நவீன மாநகரமாகிக்கொண்டு வருவதைக் காட்டியது.

வரலாற்றை மறந்து போவது மக்களின் இயல்பு. அதை நினைவு படுத்துவதும் மீட்டு எடுப்பதும் கலையின் வேலை என்பார்கள். பசுமை நடைப்பயணமும் அதையே மேற்கொண்டு வருகிறது.

காலத்தின் முன் நிற்பது

கொனார்க்கில் உள்ள சூரியக் கோவிலைக் காண்பதற்கு ஒருவர் குறைந்த பட்சம் ஒரு மாதம் செலவழிக்க வேண்டும். போகிறபோக்கில் பார்த்துக் கடந்து போகின்றவர்கள் அதன் புறத்தோற்றத்தைத் தாண்டி உள்ளார்ந்த அழகியலை, பேரழகான சிற்பங்களை அறிந்து கொள்ள முடியாது. இந்த முறை கொனார்க்கில் என்னை வியப்பில் ஆழ்த்தியது அங்குள்ள ஒட்டகச் சிவிங்கியின் சிற்பம்.

ஆப்பிரிக்காவில் வாழும் ஒட்டகச்சிவிங்கி எப்படி கொனார்க் கோவிலின் சிற்பத்தில் இடம்பெற்றது? என்ற ஆச்சரியத்துடன் கோவிலின் தென்பகுதியின் சிற்பத்தொகுப்பில் ஒன்றாக உள்ள ஒட்டகச்சிவிங்கியைப் பார்த்துக்கொண்டிருந்தேன்.

கொனார்க்கிற்கு இரண்டு சிறப்புகள் இருக்கின்றன. ஒன்று, அது சூரியனின் கோவில். மற்றது, கலவிச் சிற்பங்களின் கூட்டுக்கலைக்கூடம். பாலின்பத்தின் களிநடனமும், உணர்ச்சிப் பெருக்கும், உன்மத்தமும் கிறங்கிய உடல்களுமாக, கொனார்க் பார்வையாளனுள் அந்தரங்கமான ஓர் அதிர்வை உருவாக்கக் கூடியது.

காலம் குறித்து அதிகம் யோசித்தவர்கள் இந்தியர்கள்தானோ என்று தோன்றுகிறது. காலத்தை அறிவது என்பது கலை, விஞ் ஞானம் இரண்டிலும் முக்கியச் செயல்பாடாக இருந்திருக்கிறது.

கொனார்க் சூரியக்கோவிலின் முன்பு போய்நிற்கும் ஒவ்வொரு முறையும் காலதேவனின் முன்பு நிற்பதுபோல நெகிழ்வுணர்வே ஏற்படுகிறது. காலம் குறித்த இந்தியர்களின் பார்வை நுட்பமானது, காலத்தைத் துல்லியமாக வரையறை செய்து அறிவியல் பூர்வமாக

அணுகுவது ஒருபுறம் என்றால், அது குறித்த தொன்மங்களும் பழங்கதைகளும், சிற்பங்களும், கோவில்களுமாகக் கற்பனைவளம் மறுபக்கமிருக்கிறது. நம்காலம் இரண்டிற்குமான ஊசலாட்டத்தில் உள்ளது.

ஐதீகத்தின்படி கிருஷ்ணரின் மகனான சாம்பன் தன்னை விட அழகாக இருக்கிறான் என்று அவனைத் தொழுநோயாளியாகப் போகும்படி கிருஷ்ணன் சாபம் கொடுத்தார் எனவும், சூரியனை வணங்கிவந்தால் மட்டுமே அந்தச் சாபம் மீட்சி பெறும் என்பதால் கொனார்க் கோவில் கட்டப்பட்டது என்கிறார்கள்.

ஆனால் பழங்குடி மரபில் சூரியனை வணங்குவது ஆதாரமான ஒன்று. ஒரிசா, அதிகம் பழங்குடிகள் வாழும் மாநிலம். ஆகவே அங்கே சூரியனை வணங்கி வருவது தொன்றுதொட்டு வந்திருக்கக்கூடும், அந்தப் பழங்குடிக் கடவுள் செவ்வியல் வடிவம் பெறும் முயற்சியாகவே பிரம்மாண்டமான சூரியக்கோவிலாக மாற்றம் அடைந்திருக்கக்கூடும்.

அப்படிப் பழங்குடிகளின் கடவுளாக இருந்து உருமாற்றம் பெற்ற வடிவம் போலவே பூரி ஜெகந்நாதர் கோவில் உள்ளது. அங்குள்ள தெய்வத்திற்குக் கைகால்கள் கிடையாது. மரத்தால் தான் கடவுளின் உருவம் செய்யப்படுகிறது. ஜெகந்நாதரை வணங்குவதிலும் நிறையப் பழங்குடியினரின் அம்சங்கள் காணப்படுகின்றன.

கொனார்க் கோவிலினுள் சூரியனின் மிகப்பெரிய சிற்பம் உள்ளது. அந்தச் சூரியனின் தோற்றம் அற்புதமானது. இளமை ததும்பும் முகம், வளைந்த துல்லியமான புருவங்கள், சாந்தம் ததும்பும் முகம், பாதி மூடியது போன்ற கண்கள், போர்வீரனின் உடலமைப்பு போன்ற கச்சிதமான உடற்கட்டு, சூரியனைப் போலவே அவனது குதிரைகளும் தனித்துவமாக இருக்கின்றன. அலங்கரிக்கப்பட்ட குதிரைகளில் சூரியன் வருவது போன்ற சிற்பமது.

சூரியனின் வாகனமாக குதிரையை ஏன் தேர்வு செய்தார்கள்? குதிரையும் சூரியனும் எப்படி ஒன்றோடு ஒன்று கலந்தன? ஏழு நாட்களை ஏழு குதிரைகள் என்று எப்படி உருவாக்கினார்கள்? குதிரையால் பின்னால் ஓடமுடியாது என்பதற்குத்தான் இது உருவாக்கப்பட்டதா?

தென்னிந்தியக் கோவில்களில் இருந்து கொனார்க் பெரிதும் மாறுபட்டது. வெளியே இருந்து பார்க்கையில் அதன் பிரம்மாண்டம் நமக்குப் புலப்படாது. அருகில் நெருங்கிச் சென்று பார்க்கையில் கோவில் விஸ்வரூபம் கொண்டதாகிவிடுகிறது.

கோவிலின் முன்பாக நிற்கையில் நீர்வீழ்ச்சியின் முன் நிற்கும் சிறுவனைப்போலவே என்னை உணர்ந்தேன்.

தொழுநோயில் இருந்து மீட்சி பெறுவதற்கான இடம் என்று நம்பப்படுவதால் இன்றும் வழியோரத்தில் தொழுநோயாளிகளை அதிகம் காண முடிகிறது. சிற்பத்தொகுப்பு ஒன்றில் தொழு நோயாளி ஒரு பெண்ணுடன் கலவியில் இடம்பெறும் சிற்பமும் இருக்கிறது.

தொழுநோய்க்கும் சூரியனுக்குமான உறவையும் சூரியக் கோவில் கட்டுவது பற்றியும் ஆராந்துள்ள பாலகிருஷ்ணன் ஐஏஎஸ், கொனார்க் கோவில் பற்றி தனது கட்டுரையில் நிறையப் புதிய தகவல்களைக் கூறுகிறார்.

சூரியன் ஆணா? பெண்ணா? என்பதில் ஒவ்வொரு தேசத்திலும் ஒருவித விளக்கம் காணப்படுகிறது. கிழக்கு இந்தோனேஷியாவில் சூரியன் ஆண்—பெண் என்று இருவடிவிலும் காணப்படுகிறது. போன்டா பழங்குடியில் சூரியனும் சந்திரனும் அண்ணன் தங்கை, ஒரு நாள் தங்கை நிர்வாணமாகக் குளிக்கையில் அண்ணன் பார்த்து விடவே, தங்கை இனிமேல் உன் முகத்தை நேரடியாகப் பார்க்கவே மாட்டேன் என்று பிரிந்துபோய்விட்டதாகப் பழங்குடி கதை கூறுகிறது. போன்டோ பழங்குடியினர் தொழுநோயை சூரிய வெளிச்சம் நலமடையச் செய்யும் என்று நம்புகிறார்கள். உலகில் எங்கெல்லாம் சூரியனுக்குக் கோவில் இருக்கிறதோ அதன் அருகில் சந்திரபாஹா என்ற நதி ஓடுவதாகக் குறிப்புகள் காணப்படுகின்றன. இங்கும்கூட அதுபோன்ற கண்ணுக்குப் புலப்படாத சந்திரபாஹா நதி ஓடுவதாக மக்கள் நம்புகிறார்கள்.

சூரியனுக்குச் சாத்தப்படும் மலர் எருக்கம்பூ அது மருத்துவ ரீதியாகத் தொழுநோயைக் குணமாக்கக்கூடியது. ஆகவே சூரியனோடு தொழுநோயைக் குணமாக்கும் சடங்கு சேர்ந்துவிட்டது என்றும் இதைத் தமிழ்நாட்டில் உள்ள சூரியனார் கோவிலில் எருக்கம்பூ சாத்தப்படுவதை முன்வைத்து பாலகிருஷ்ணன் தனது கட்டுரையில் தெளிவாகக் குறிப்பிடுகிறார்.

கலவிச்சிற்பங்கள் இக்கோவிலில் இடம் பெற்றதற்குக் காரணம், சூரியன் ஜீவ உற்பத்தியை உருவாக்கும் கடவுள். அவர் வழியாகவே உயிர்கள் தோன்றுகின்றன. ஆகவே சூரியனின் முன்பாகப் பாலின்பச் சேர்க்கைகளும் அதன் வழி உயிர்தோன்றும் விந்தையும் காட்சியாக்கப்பட்டிருக்கின்றன என்கிறார்கள்.

கஜுராஹோ கலவிச்சிற்பங்களும், கொனார்க் கலவிச் சிற்பங்களும் முற்றிலும் வேறுபட்டவை. உடல் அமைப்பு, உணர்ச்சி

வெளிப்பாடு, கலைநுட்பம் மூன்றிலும் நிறைய வேறுபாடுகளைக் காணமுடிகிறது.

பதிமூன்றாம் நூற்றாண்டைச்சேர்ந்த கொனார்க்கில் எப்படி ஆப்பிரிக்க ஒட்டகச்சிவிங்கி வந்தது? அந்தச் சிற்பத்தைப் பார்த்தால் முழங்கால்வரை ஆடை அணிந்த சிலர் ஒட்டகச்சிவிங்கியை மன்னருக்குப் பரிசாக அளிப்பதற்குக் கொண்டு வருவது போலத்தான் காணப்படுகிறது. சாதவாகர்கள் எனப்படும் ஒரிசா வணிகர்கள் கடல்கடந்து வணிகம் செய்துள்ளதற்கு நிறைய சான்றுகள் உள்ளன.

இந்தக் கோவிலின் சிற்பத்தொகுதிகளில் ஒன்றாக உள்ள யானைகளின் அணிவகுப்புகளைப் பாருங்கள். இதை மட்டுமே ஒரு நாள் பார்க்க வேண்டும். யானையின் அத்தனை நடவடிக்கைகளும் இங்கே சிற்பமாக்கப்பட்டிருக்கின்றன. அப்படியான யானை வரிசையில் ஒன்றாக ஆப்பிரிக்க யானையும் காணப்படுகிறது.

ஆப்பிரிக்க யானை எப்படி இந்திய யானைகளின் வரிசையில் வந்து சேர்ந்துகொண்டது? ஆப்பிரிக்க யானையின் தோற்றம் மற்றவையிலிருந்து பெரிதும் மாறுபட்டிருக்கிறது. ஒரிசாவிற்கும் ஆப்பிரிக்காவிற்கும் பதிமூன்றாம் நூற்றாண்டில் நேரடியான கடல்வணிகம் நடைபெற்றிருக்கிறது என்பதன் வரலாற்றுச் சாட்சி போலவே இந்த ஒட்டகச்சிவிங்கி உள்ளது.

கோவிலின் சுற்றுச்சுவரில் பயணம் செல்லும் குழுவின் சிற்பத் தொகுதியொன்று உள்ளது. அதில் பயணவண்டி, வழியில் அடுப்பு மூட்டி சமைத்துச் சாப்பிடும் காட்சி, பானைகள், சமைக்கும் பெண்ணின் உடை, விறகு வைத்துஎரிக்கும் அடுப்பு, பார மூட்டைகள், காவலர்கள் எனப் பயணக்குழு முழுமையான சிற்பங்களாக ஒளிர்கின்றது.

ஒட்டகச்சிவிங்கி, கடல் வணிகர்களின் வழியே வங்காளத்திற்கு அறிமுகமானது என்ற ஒரு குறிப்பை முன்பு வாசித்திருக்கிறேன். இந்தச் சிற்பத்தைக் காணும்போது எப்படி ஒட்டகச்சிவிங்கியைக் கப்பலில் ஏற்றிக்கொண்டு வந்தார்கள்? அதை மக்கள் எவ்வாறு எதிர்கொண்டார்கள்? அது எப்படி ஒரிசாவின் சூழலுக்குப் பழகியது? அதை யார் பராமரித்தார்கள் போன்ற நிறையக் கேள்விகள் எழுகின்றன.

கொனார்க்கின் நடனமண்டப நுழைவாயிலில் யானையை வீழ்த்தும் சிங்கத்தின் பிரம்மாண்டமான சிற்பமொன்று உள்ளது. சிங்கத்தை எப்போதுமே பௌத்த அடையாளச் சின்னமாகக் கருதுகிறார்கள். இங்கே, சிங்கம் யானையை வெற்றி காண்பது

பௌத்த வெற்றியைக் குறிக்கிறது என்று ஹாப்மென் என்ற ஆய்வாளர் குறிப்பிடுகிறார்.

எனக்கு அந்தச் சிங்கத்தின் நாக்கை மிகவும் பிடித்திருந்தது. இப்படி நாக்கைத் துருத்திக்கொண்டிருக்கும் சிங்கத்தைக் காண்பது அரிது. பாய்ச்சலின் துடிப்பேறிய நாக்கை என் விரலால் தொட்டுப் பார்த்தேன். வார்த்தையில் அடங்காத அதிர்வை உருவாக்கியது அதுபோலவே சிங்கத்தின் மூக்கு அமைப்பும் அபாரமாக வடிவமைக்கப்பட்டிருக்கிறது.

சிற்பத்தொகுதிகள் உள்ள கோவில்களைக் காணும்போது அதன் ஒவ்வொரு பகுதிக்கும் ஒரு நாள் ஒதுக்கினால் மட்டுமே சிற்பங்களை நிதானமாகக் காணமுடியும். அதுபோலவே கல்சிற்பங்களின் நுட்பங்களை அறிய வேண்டும் என்றால் அதனை நுண்மையாக அவதானிக்க வேண்டும். சிற்பத்தில் உள்ள மரம், செடி, பூக்கள், ஆண் — பெண்களின் தோற்றம், உடை, நிற்கும் நிலை, பார்வை, முகபாவம், உணர்ச்சி வெளிப்பாடு, பின்புலமாக உள்ள மிருகங்கள், இயற்கையின் லயிப்பு, தனித்துவம் என்று அதன் பல்வேறு நிலைகளை ஆழ்ந்து அறியும் போது மட்டுமே அதன் கலைத்தன்மையைப் புரிந்துகொள்ள முடியும்.

அதன்பிறகு கூடுதலாக அந்தச் சிற்பங்களின் பின்புலம், அதன் பாணி மற்றும் அதில் உள்ள சங்கேதங்கள் பற்றி நிறைய வாசித்து அறிய வேண்டும். ஆகவே கொனார்க்கில் போய் புகைப்படம் எடுத்து வந்து விட்டால் அதைப் பார்த்து முடித்துவிட்டதாகச் சொல்லமுடியாது.

ஒரிசா மாநிலத்தின் சிற்பங்கள் தனித்த அழகுடையவை. தென்னிந்தியச் சிற்பங்களை விடவும் இங்கே உடல்களின் வாளிப்பு மற்றும் நெகிழ்வுத் தன்மை அதிகமாக இருக்கிறது. அதுபோலவே விலங்குச் சிற்பங்களில் காணப்படும் உணர்ச்சிவெளிப்பாடு அபாரமானது. குறிப்பாக, யானைச்சிற்பங்கள் அத்தனையும் தனித்துவமானவை. வியந்து வியந்து யானையை உருவாக்கியிருக்கிறார்கள். கேரளாவில் காணப்படும் யானைச் சிற்பங்களில் ஒருவிதமான பொதுத்தன்மையை காணமுடியும். ஒரிசா யானைச்சிற்பங்களில் நிறைய மாறுபாடுகள். விசேச நுட்பங்கள் காணப்படுகின்றன.

கலவிச்சிற்பங்கள் தமிழ்நாட்டிலும் சில கோவில்களில் காணப்படுகின்றன. அவற்றில் உடல் முக்கிய அம்சமாக இருக்காது. ஆனால் கொனார்க்கின் கலவிச்சிற்பங்கள் பித்தேறிய நிலையின் கொண்டாட்டச் சிற்பங்களாக ஒளிர்கின்றன. உடல்வேட்கையின்

எண்ணிக்கையற்ற நிலைகள், சூட்சுமங்கள், லயிப்பு யாவும் சிற்பத்தில் உயிரோட்டமாக உருவாக்கப்பட்டிருக்கின்றன. காமம் குறித்த திறந்த புத்தகம் என்றே இந்தக் கோவிலைக் குறிப்பிடுவேன்.

கல்லின் மொழி வழியாகக் காமம் பேசப்படுவது அபூர்வமாக இருக்கிறது. சூரியனை வழிபட வந்த கிராமவாசிகள் கலவிச்சிற்பங்களை இயல்பாகப் பார்த்துச் சிரித்து கடந்து போகிறார்கள். மத்தியதர வர்க்கத்துப் பயணிகள்தாம் கலவிச் சிற்பங்களைக் கண்டு முகம் சுழிப்பதுடன், அதைச் சிறுவர்கள் காணவிடாதபடி கண்ணைப் பொத்தி அழைத்துக்கொண்டு போகிறார்கள்.

சூரியனின் தேர்ச்சக்கரத்தின் முன் நின்று புகைப்படம் எடுத்துக் கொள்ளப் போட்டியிடும் பலரும் அந்தத் தேர்ச்சக்கரத்தினுள் எவ்வளவு வேலைப்பாடுகள் உள்ளன? என்பதை நின்று கவனித்துப் பார்ப்பதேயில்லை.

கோடான கோடி ஆண்டுகள் கடந்து சென்றபோதும் சூரியன் பற்றிய வியப்பும் திகைப்பும் இன்னமும் மனிதனுக்கு அடங்கவேயில்லை. அதை வணங்குவதும், வழிபடுவதும், அஞ்சுவதும், விலகிச் செல்வதும், காத்திருப்பதுமாகத் தொடர்ந்து இயங்கிக்கொண்டேயிருக்கிறான்.

கொனார்க்கின் மீதும் சூரியவெளிச்சம் படுகிறது. கல்லில் உருவாக்கப்பட்ட தேர்ச்சக்கரத்தில் சூரிய வெளிச்சம் ஊர்ந்து போகிறது. பகல் இரவு என்று பிரிக்கப்பட்ட இரண்டு பாதங்களுடன் சூரியன் நிதானமாக நடந்துகொண்டிருக்கிறான்.

சூரியனின் ஏழு குதிரைகளுக்கு என்ன பெயர்? அந்தக் குதிரைகள் ஒரே ஜாதியைச் சேர்ந்தவையா? அக்குதிரைகள் ஏன் ஓசை எழுப்புவதேயில்லை? என்று என்னோடு வந்திருந்த அகழ்வாய்வுத்துறையைச் சேர்ந்த நண்பரைக் கேட்டேன். அவர் சொன்னார். "அதெல்லாம் கதை சார், கதைக்குக் காரணம் கேட்டா என்ன சொல்வது? இந்தக் கோவிலைச் சுற்றி நூற்றுக்கணக்கில் கதைகள் இருக்கின்றன. சிற்பங்களைப் பார்க்கின்றவர்கள் தானே கதைகளை உருவாக்கிவிடுகிறார்கள்.

ஒருவேளை யாரோ சொன்ன கதைகள்தாம் சிற்பமாகி யிருக்கலாம். அல்லது சிற்பத்திலிருந்து நிறையக் கதைகள் பிறந்திருக்கலாம். இன்றைக்கு எது கதை? எது உண்மை? என்று பிரிக்கமுடியாது. எப்படியோ கல்லிற்கும் கதைக்கும் நீண்டகாலமான உறவிருக்கிறது" என்றார்.

"எனக்குக் கல்லையும் பிடித்திருக்கிறது, அதன் கதையையும் பிடித்திருக்கிறது" என்றேன். அவர் கடிகாரத்தைப் பார்த்தபடியே "நேரமாச்சி போகலாமா?" என்று கேட்டார். அப்போது தான் கவனித்தேன். சூரியனின் கோவிலைப் பார்த்துக் கொண்டிருந்தவர்களில் ஒரு சதவீதம்கூட வானில் செம்மை கரைந்தோட ஒளிர்ந்து கொண்டிருக்கும் சூரியனை நிமிர்ந்து பார்க்கவேயில்லை.

சூரியனையே பார்த்துக்கொண்டிருந்தேன். எல்லா நாளையும் போல அன்றும் சூரியன் கரைந்தோடும் மஞ்சள் வெளிச்சத்துடன் மேற்கில் போய்க் கொண்டிருந்தது. சூரியனின் சிரிப்பு தான் அதன் வெளிச்சம் என்று முண்டாப் பழங்குடியினரின் ஒரு கவிதை சொல்கிறது.

வெளிச்சம் எவ்வளவு பெரிய அதிசயம்.

புத்தம் புதிதாக அன்றுதான் முதன்முறையாக சூரியனைப் பார்ப்பது போல பரவசமாக இருந்தது.

திருக்கோகர்ணத்து ரதி

சில நாட்களுக்கு முன்பு புதுக்கோட்டை அருகில் உள்ள திருக்கோகர்ணம் கோவிலின் சிற்பமண்டபத்தில் உள்ள ரதியின் சிற்பத்தைக் கண்டேன். ஆஹா! என்ன ஒரு பேரழகு! அவள் சிலையில்லை, நம் மனதின் ஆழத்தில் புதைந்துள்ள மாறாத பெண்மையின் எழில் உருவம். இவளை எங்கோ வீதியில் தற்செயலாகப் பார்த்திருக்கிறோம் என்பது போன்ற நெருக்கம் உருவாகிறது.

தமிழ்நாட்டின் பல்வேறு ஊர்களில் உள்ள கோவில்களில் ரதி—மன்மதன் சிற்பங்கள் பார்த்திருக்கிறேன். ஒவ்வொரு ரதியும் ஓர் அழகு. கல்லில் செய்த சிற்பங்கள் என்றாலும் பெண் உடலின் குழைவும் ஒயிலும் மயக்கமூட்டும் நளினமும் அசலான வெட்கமும் கொண்டவையாக இச்சிற்பங்கள் இருக்கின்றன.

மதுரை புதுமண்டபத்தில் உள்ள சிற்பத்தொகுதியில் ஒரு ரதியிருக்கிறாள். அவள் ஒரு சித்துப்பெண். இசையில் மயங்கி நிற்பவளைப் போல பாவனை செய்கிறாள். அவள் தோளில் அமர்ந்துள்ள பறவை, அவளது அழகின் வசீகரம் தாளமுடியாமல் தலைகுனிந்தேயிருக்கிறது. அப்போது தான் கோவிலுக்கு வந்து போன இளம்பெண்களில் ஒருத்தி கல்லாக உறைந்துவிட்டாள் என்பது போன்றிருக்கிறது.

ரதியும் மன்மதனும் ஓரப்பார்வை பார்த்துக்கொள்வதைக் காண வேண்டுமா? சேலம் மாவட்டத்தில் உள்ள தாரமங்கலம் கோவிலில் உள்ள ரதி, மன்மதனைப் பாருங்கள். அவர்களுக்குள் ஊடல் இருப்பது போலவும் ஒருவரையொருவர் காணாமலே காண்கிறார்கள் எனவும் இருக்கிறது.

திருகுறுக்கை ரதி, எரிக்கப்பட்ட மன்மதனை மீட்க காத்திருப்பவள். அது துயர் படிந்த அழகு. குடுமியான்மலை ரதியோ சற்றே ஆண்மை கலந்த பெண்மை.

தாடிக்கொம்பு சௌந்திரராசப் பெருமாள் கோயில் ரதியோ சுந்தரவல்லி. அவள் கண்கள் கிறங்கியவை. காஞ்சிபுரம் கோவிலில் உள்ள ரதி கொஞ்சம் வடக்கத்திய சாயல் கொண்டிருக்கிறாள்.

தென்காசி கோவில் ரதியின் உதடுகளைப் பாருங்கள். ஏதோ ஒரு சொல் உதட்டில் வந்து நின்று அப்படியே உறைந்து விட்டதைப் போல் அல்லவா இருக்கிறது. அவளிடம், காதல் என்பதெல்லாம் தான் அறிந்த ஒன்று என்ற எகத்தாளம் இருக்கிறது. சீண்டிவிட்டுப் பார்க்கும் அழகு அது.

ஸ்ரீவில்லிபுத்தூரில் உள்ள ரதியைக் காண்கையில் மன்மதனால் அவளை ஒருபோதும் வெல்லமுடியாது என்று உணர முடியும் பேரழகு ஒளிர்கிறது. நெருப்பை உண்ண ஆசைப்படுகின்றவனைப் போலத்தான் மன்மதன் இருக்கிறான். ரதியோ உருவிய வாளின் கம்பீரத்தைப் போல பயங்கலந்த வசீகரத்துடன் இருக்கிறாள்.

பொதுவாக ரதியின் எல்லாச் சிற்பங்களின் கண்களில் ஒரு பரிகாசம் ஒளிந்திருக்கிறது. இந்தப் பரிகாசம் மன்மதனுக்கானது மட்டுமில்லை, தன் அழகிற்கு நிகரில்லை என்று சொல்லும் வெளிப்பாடும் அதற்குள்ளிருக்கிறது.

பெரும்பான்மை மன்மதன்கள் ஆசையை அடக்கத் தெரியாமல் அலைபாயும் கண்களுடன் இருக்கிறார்கள். ரதியோ ஆசையற்ற மனது கொண்டவளைப் போன்ற பாவனையுடன், ஆனால், கண்களின் ஓரத்தில், உதட்டின் சுழிப்பில் ஆசையை உறையச் செய்தவளாக இருக்கிறாள்.

ரதி—மன்மதன் சிற்பங்களில் உள்ள காமநாடகத்தை உணர வேண்டுமானால் அந்தச் சிற்பங்களை நெருங்கி அறிய வேண்டும். மனம் நழுவ அதை உணரவேண்டும். அப்போது அந்த இரு சிற்பங்களுக்குள்ளும் குரலால் வெளிப்படுத்தப்படாத கேலியொன்று ஊடாடிக் கொண்டிருப்பதை நன்றாக அறிய முடியும்.

தென்மாவட்டங்களில் காமதகனம் என்ற பண்டிகை நடத்துவார்கள். மாசிமாதம் நடைபெறும். அப்போது காமனை சிவன் எரித்தது சரியா? தவறா? என்பதைப் பற்றி லாவணி பாடுவார்கள். சிறுவயதில் கேட்டிருக்கிறேன். எரிந்த கட்சி, எரியாத கட்சி என்று இரண்டு பிரிவாக அமர்ந்து காமனை எரிக்க முடியுமா? இல்லையா? என்பதைப் பற்றிப் பாடுவார்கள்.

எஸ். ராமகிருஷ்ணன்

லாவணி பாடுபவர்களின் அருமையான குரல்வளம் கேட்க ரம்மியமாக இருக்கும்.

காமனுக்குக் கரும்புவில்லை உருவாக்கியது கற்பனையின் உச்சம். காமம் எப்போதுமே கரும்புடன் ஒப்பிடப்படுகிறது. அவனது அம்புகள் மலர்கள், ரதியோ கிளியில் ஏறி அமர்ந்தவள். இச்சையை உருவாக்குவது அவளது வேலையாம்.

தாமரை, அசோகம், மா, முல்லை மற்றும் குவளை ஆகிய ஐந்து மலர்களையே மன்மதன் தனது அம்பாக எய்கிறானாம், அதுவும் உடலின் எந்தப் பாகங்களில் அம்பு எய்த வேண்டும் என்றும் குறிப்பிருக்கிறது.

தாமரை மலரை வைத்துத் தாக்கும்போது அது மார்பில் பட வேண்டும். அப்போதுதான் உன்மத்தமேறும். உதடுகளைத் தாக்குதவற்கு அசோகமரத்தின் பூக்கள் பயன்படுத்தப்பட வேண்டும். அதனால் ஏக்கம் உருவாகும்.

முல்லையால் கண்களைத் தாக்க வேண்டும். அப்போதுதான் அது உறங்க விடாமல் ஆசையை அதிகரிக்கும்.

மாமரத்தின் பூவைத் தலையில் எய்ய வேண்டும். அது காமத்தைத் தலையில் கொப்பளிக்கச் செய்யும். அதனால் மோகக்கிறுக்கு ஏறும்.

குவளை மலர்களைக் கடைசியாக நாபியை நோக்கி எய்ய வேண்டும். அது விரகதாபத்தை உருவாக்கி ஆசையின் உச்சத்தை ஏற்படுத்தும் என்கிறார்கள்.

ரதி—மன்மதச் சிற்பங்களைச் செய்தவர் யார்? என்று தெரியவில்லை. ஆனால் அந்தச் சிற்பி காமத்தின் நுட்பம் அனைத்தையும் அறிந்து கல்லில் வடித்திருக்கிறான். ஒவ்வொரு சிலையும் ஓர் உன்னதம்.

திருக்கோகர்ணம் போகின்றவர்கள் அங்குள்ள புதுக்கோட்டை தொல்பொருள்துறை மியூசியத்தை அவசியம் பார்க்கவும். தமிழகத்தில் உள்ள மிக முக்கியமான மியூசியங்களில் ஒன்று.

போர்ஹேயின் வகுப்பறை

அமெரிக்கப் பயணத்தைத் திட்டமிடும் போதே மிஷிகன் மாநிலத்தில் உள்ள கிழக்கு லான்சிங் பல்கலைக்கழகத்தை ஒரு முறை பார்வையிட வேண்டும் என்று முடிவு செய்திருந்தேன், அங்கே தான் எனது விருப்பத்திற்குரிய எழுத்து ஆளுமை ஜோர்ஜ் லூயி போர்ஹே (Jorge Luis Borges) 1975இல் கௌரவ டாக்டர் பட்டம் பெற்றார். கவிதை குறித்து அப்பல்கலைக்கழகத்தில் நிறையச் சொற்பொழிவு ஆற்றியிருக்கிறார்.

லத்தீன் அமெரிக்க இலக்கியத்தின் தனிப்பெரும் கவிஞர், புனைகதையாசிரியர் என்று கொண்டாடப்படும் ஜோர்ஜ் லூயி போர்ஹே பார்வையற்றவர், ஆனால் அதை ஒரு தடையாகக் கொள்ளாமல் தொடர்ந்து எழுத்து, இலக்கியம் எனத் தீவிரமாக இயங்கியவர். லான்சிங் பல்கலைக்கழகத்திற்கு வந்து தங்கி அங்கேயுள்ள நூலகத்தைப் போர்ஹே பயன்படுத்தியுள்ளதைப் பற்றிய குறிப்புகளை வாசித்திருக்கிறேன். அவர் சொற்பொழிவு ஆற்றிய அறையை, அவர் பயன்படுத்திய நூலகத்தை, அவரது கையெழுத்துப் பிரதியைக் காண வேண்டும் என்று ஆசை கொண்டிருந்தேன்.

லான்சிங் பல்கலைக்கழகத்தின் ஆங்கிலத் துறையில் எனது நண்பர் சொர்ணவேல் பேராசிரியராகப் பணியாற்றிக் கொண்டிருக்கிறார். ஆகவே அவரது வீட்டிற்குப் போய் இரண்டு நாள் தங்கியிருந்து போர்ஹே நடமாடிய பல்கலைக்கழக வெளிக்குள் சுற்றியலைவது என முடிவு செய்தேன்.

சொர்ணவேல், பூனா திரைப்படக் கல்லூரியில் பயின்றவர். அயோவா பல்கலைக்கழகத்தில் திரைப்படத்துறையில் டாக்டர் பட்டம் பெற்றவர். தேர்ந்த ஆவணப்பட இயக்குநர். அவரது

எஸ்.ராமகிருஷ்ணன்

'தங்கம்' திரைப்படம் தமிழகக் கிராமம் ஒன்றின் வாழ்வினை அசலாகச் சித்தரிக்கும் சிறந்த படம். 'ஐ.என்.ஏ', 'வில்லு' போல நிறைய ஆவணப் படங்களை இயக்கியிருக்கிறார். தற்போது மாணவர்களுக்கு இந்திய சினிமா மற்றும் ஆவணப்படங்கள் குறித்து கற்றுத் தருகிறார். அவரது வீடு பல்கலைக்கழகத்தின் அருகேதானிருந்தது.

லான்சிங் பல்கலைக்கழகத்தை மையமாகக்கொண்ட ஊர். எங்கு திரும்பினாலும் மாணவர்கள், அமைதியான, இயற்கையோடு இணைந்த சூழல். தற்போது கோடை என்பதால் வகுப்புகள் நடைபெறவில்லை.

டெட்ராய்ட்டில் இருந்து சொர்ணவேலைக் காண்பதற்காக காலையில் கிளம்பினேன். அமெரிக்காவின் நகரங்களை விட புறநகரங்கள் அழகானவை, அமைதியானவை. சிறிய பண்ணை வீடுகள் கொண்ட சிறிய கிராமங்களும் ஊடே தென்படுகின்றன. கிராமங்களில் மக்கள் சந்திக்கும் ஒரு பொதுவெளி எல்லா ஊர்களிலும் காணப்படுகிறது. அங்கேதான் மக்கள் கூடுகிறார்கள்.

எனது அமெரிக்கப் பயணம் முழுவதையும் காரிலே சென்று கழித்தேன். அது விசித்திரமான அனுபவமாக அமைந்தது. பல மணி நேரங்கள் தொடர்ச்சியாக காரில் செல்லும்போது நிறைய சாலைக் காட்சிகளை, சிறிய ஊர்களை, வழிப்பயணிகளை, அடர்ந்த காடுகளைக் காணமுடிந்தது. மான்கள் குறுக்கே வரக்கூடும் என்ற அறிவிப்புப் பலகை பல இடங்களில் காணப்பட்டது.

பருத்தமரங்கள் அடர்ந்த சாலையில் இளவெயிலோடு பயணம் சென்றுகொண்டிருந்தேன். காற்று அதிகமாகவே இருந்தது. அமெரிக்க வெயில் அதிக உஷ்ணம் கொண்டது. புறஊதாக் கதிர்வீச்சு காரணமாக கைகள், உடல் எரியும்படியாக இருக்கிறது.

டெட்ராய்ட் மாநிலச் சாலைகள் சென்னையைப் போன்றவை. அங்கும் குழியும் மேடுகளும் காணப்படுகின்ற, அந்த மாநிலம் பொருளாதார வீழ்ச்சியில் சிக்கியிருக்கிறது. நகரமே கடனில் மூழ்கியுள்ளது என்றார்கள். முன்பு இருந்த மக்கள் தொகையில் கால்வாசி வேறு ஊர்களுக்குப் போய்விட்டார்கள் என்றார்கள்.

சொர்ணவேலின் வீடு ஓர் அடுக்குமாடிக் குடியிருப்பு, அமைதியான சூழல் கொண்டது. வீடு நிறையத் திரைப்படம் தொடர்பான புத்தகங்கள், ஆவணப்படங்கள், உலகத் திரைப்படங்கள். அவரது துணைவியார் அற்புதமாக சமைக்கக்கூடியவர். பயணத்தின் நடுவே வீட்டுச் சாப்பாடு கிடைக்கும்போதுதான் அதன் மகத்துவம் புரிகிறது.

நானும் சொர்ணவேலும் இரவெல்லாம் பேசிக்கொண்டிருந்தோம். பல வருடங்களுக்கு முன்பாக அவரது சொந்தக் கிராமத்திற்குப் போய் நானும் அவரும் தங்கியிருந்த நினைவுகள் பீறிட்டன. இரவு அவரும் போர்ஹே தனது பல்கலைக்கழகத்தில் ஆற்றிய சொற்பொழிவுகளைப் பற்றி உணர்ச்சிமயமாகப் பேசிக்கொண்டிருந்தார். அத்துடன் தனக்கு போர்ஹேயுடன் நேரடியாகப் பழகிய ஸ்பானியத் துறையின் பேராசிரியர் யேட்ஸ் அறிமுகமானவர் என்று சொல்லி அவர் போர்ஹே குறித்து ஆற்றிய தனியுரை பற்றி விரிவாகச் சொல்லிக் கொண்டிருந்தார்.

லான்சிங் பல்கலைக்கழகத்தில், எடுக்கப்பட்ட போர்ஹேயின் நேர்காணல் ஒன்றினை முன்னதாக வாசித்திருக்கிறேன். அதில் தத்துவவாதிகளுக்கும் இலக்கியத்திற்குமான ஒப்புமைகளைப் பற்றி போர்ஹே அழகாகச் சொல்லியிருப்பார். அதை நினைவுகூர்ந்தேன். பின்னிரவு உறங்கச் சென்றபோதும் மனம் விழித்துக்கொண்டேயிருந்தது.

போர்ஹே சொற்பொழிவாற்றிய அறையைப் பற்றி நானாக ஏதேதோ கற்பனைகள் செய்துகொண்டிருந்தேன். எனது கல்லூரி வயதில் போர்ஹேயைத் தேடித்தேடிப் படித்திருக்கிறேன். அவரைப்பற்றி 'என்றார் போர்ஹே' என 200 பக்கங்களுக்குத் தனி நூல் ஒன்றினை எழுதியிருக்கிறேன். முன்னதாக அதே நூல் 'ஜோர்ஜ் லூயி போர்ஹே' என்ற தலைப்பில் சிறியதாக வெளியானது.

இந்தியாவைப் பற்றி அதிகம் எழுதிய ஸ்பானிய எழுத்தாளர் போர்ஹே. அவரது எழுத்தின் அடிநாதமாக ஒலிப்பவை தத்துவம், மெய்தேடல் மற்றும் கவிதையுணர்வு. கலைக்களஞ்சியங்களை வாசித்து வளர்ந்த போர்ஹே பௌத்தம் குறித்து ஆழ்ந்து அறிந்திருக்கிறார். 'மணல் புத்தகம்', 'கனவுப்புலிகள்' என்ற அவரது படிமங்கள் அபாரமானவை. அவரது சிறுகதைகள் கவிஞர் பிரம்மராஜன் அவர்களால் தமிழில் மொழியாக்கம் செய்யப்பட்டிருக்கின்றன.

லான்சிங் பல்கலைக்கழகம் மிகப்பெரியது. பசுமையான தனித்தனி வளாகங்கள். அதன் ஊடாக நடந்து போவது மயக்கமூட்டும் அனுபவம். காலை பத்து மணிக்கு போர்ஹே சொற்பொழிவு ஆற்றிய அறையைக் காண்பதற்காக அழைத்துப் போனார் சொர்ணவேல்.

அது ஒரு வகுப்பறையைப் போலவே இருந்தது. அகலமான ஜன்னல்கள். நின்று பேச வசதியான ஒரு போடியம். பழமையான

கட்டிடம், அறை நிசப்தமாக இருந்தது. போர்ஹே எந்த இடத்தில் நின்று பேசியிருப்பார்? என்று நானாகக் கற்பனை செய்து கொண்டேன். அந்த அறையில் உள்ள காற்றில் போர்ஹே பேசிய சொற்கள் கரைந்து போயிருக்கும்தானே. இது போல காலை வெளிச்சம் அவர்மீதும் பட்டிருக்குமில்லையா. இதே மரங்களின் காற்று அவரையும் தொட்டுத் தானே போயிருக்கும். வார்த்தைகளால் சொல்லமுடியாத ஆனந்தமாக இருந்தது.

அந்த வெற்று அறையை, அந்த நிமிசம் நான் முழு மனத்தோடு நேசித்தேன். ஓர் ஆசானைப் போல நான் நேசிக்கும் படைப்பாளி நின்ற இடமது. அதை விட்டு வெளியே வர மனமில்லை. சொர்ணவேல் என்னையே பார்த்துக்கொண்டிருந்தார். பிறகு புன்னகையோடு போர்ஹே பயன்படுத்திய நூலகத்தைப் பார்வையிடுவோம் என்று அழைத்துக்கொண்டு போனார்.

லான்சிங் பல்கலைக்கழக நூலகத்தில் போர்ஹே குறித்து வெளியான அத்தனை புத்தகங்களும் இடம்பெற்றிருக்கின்றன. அவரது கையெழுத்துப் பிரதி ஒன்றும் அங்கே பாதுகாப்பாக வைக்கப்பட்டிருக்கிறது. போர்ஹே பார்வையற்றவராக இருந்த போதும் தினமும் நாலு மணிநேரம் புத்தகம் வாசிக்கச் சொல்லி தொடர்ச்சியாகக் கேட்கக் கூடியவர். அதற்காக ஒதுக்கப்பட்ட அறை ஒன்றும் அங்கேயுள்ளது.

போர்ஹேயின் புகழ்பெற்ற சீனப்பெருஞ்சுவர் பற்றிய The Wall and the Books எனும் கையெழுத்துப் பிரதி அங்கே பாதுகாப்பாக வைக்கப்பட்டிருக்கிறது. பேராசிரியர் யேட்ஸ்தான் போர்ஹேயின் சிறுகதைகளை ஆங்கிலத்தில் முதன் முதலாக மொழியாக்கம் செய்தவர். அந்த நட்பு காரணமாகவே அவர் போர்ஹேயைத் தனது பல்கலைக்கழகத்திற்கு அழைத்து உறவாடியிருக்கிறார்.

நான் நீண்ட காலமாகத் தேடிக் கொண்டிருந்த போர்ஹேயின் அரிய நூலான Atlas என்ற புத்தகத்தினை அங்கே பார்க்க நேர்ந்தது. அதை உடனே ஒரு நகல் பிரதி எடுத்து வைத்துக்கொண்டேன்.

போர்ஹேயின் நேர்காணல்கள் அடங்கிய தொகுப்பு இரண்டினை நூலகத்தில் இருந்து வாசிக்க எடுத்து வந்தேன். மதியம் முழுவதும் போர்ஹேயை வாசித்தபடியே இருந்தேன். போர்ஹேயின் ஒவ்வொரு வரியும் பற்றி எரியக்கூடிய தீவிரம் கொண்டது.

மாலையில் பல்கலைக்கழக உணவகத்தில் அமர்ந்தபடியே போர்ஹேயின் கவிதைகள், கட்டுரைகள், புனைகதைகள் என நீண்ட நேரம் பேசிக்கொண்டிருந்தோம்.

இலக்கியவாதிகளை அழைத்து வந்து மாணவர்களுக்குச் சிறப்புச் சொற்பொழிவு ஆற்றச் சொல்லி, சில மாத காலம் தங்கும்படி வசதி செய்து தந்து, போதுமான பொருளாதார உதவிகள் செய்து கொடுத்து அவர்களது கையெழுத்துப் பிரதிகளைப் பொக்கிஷம் போல பாதுகாக்கின்றன அமெரிக்கப் பல்கலைக்கழகங்கள். தமிழகத்தில் இவையெல்லாம் எட்டாக்கனவுகள்.

பல்கலைக்கழக வளாகத்தினுள் மரங்களின் ஊடாக நடப்பதற்கு வசதியாக அழகான சாலை அமைக்கப்பட்டிருக்கிறது. அதன் ஊடே பேசியபடியே நானும் சொர்ணவேலும் நடந்தோம். ஒரு குட்டி நாய்க் குட்டியுடன் வயதான பெண்மணி கடந்து போனார். அந்த நாய் என்னை ஏறிட்டுப் பார்த்தபடியே போனது.

எனது அமெரிக்கப் பயணத்தில் போர்ஹே வருகை தந்த இடத்தைப் பார்த்ததே போதுமானது என்று நெகிழ்வோடு சொல்லிக் கொண்டிருந்தேன். சொர்ணவேல் சிரித்துக் கொண்டபடியே உங்களையும் இதே துறையில் பேச அழைக்க வைக்கிறேன். விரைவில் நடக்கும் பாருங்கள் எனறார்.

அதன்பிறகு ஆங்கிலத்துறைக்குச் சென்றோம். வகுப்பறை முழுவதும் மாணவர்கள் தங்களுக்குப் பிடித்தமான கவிதைகளை எழுதியிருக்கிறார்கள். சுவரில் அதிகம் ஷேக்ஸ்பியரே தென்பட்டார். போர்ஹே குறித்து வெளியிட்ட சிறப்பு மலரின் பிரதி ஒன்றினை எனக்குத் தந்தார் சொர்ணவேல். வலது பக்கச் சுவரில் போர்ஹேயின் மேற்கோள் ஒன்று காணப்பட்டது.

Any life is made up of a single moment, the moment in which a man finds out, once and for all, who he is.

அப்படியான ஒரு நிமிடம் என் முன்னே மலர்ந்து என்னை உள்வாங்கிக் கொண்டு மூடியதுபோலவே அன்று நான் உணர்ந்தேன்.

லான்சிங் பல்கலைக்கழகத்தில் காமிக்ஸ் புத்தகங்களுக்கு என்று மிகப்பெரிய சேமிப்பு நூலகம் உள்ளது. உலகமெங்கும் வெளியான அத்தனை காமிக்ஸ் புத்தகங்களும் அதற்குள் இருக்கின்றன. முழுமையாக அதைப் பார்த்து முடிக்க பல ஆண்டுகள் தேவைப்படும் என்றார்கள். பருந்துப் பார்வையாக அதைச் சுற்றியபோது தமிழ் காமிக்ஸ் இருக்கிறதா? என்று தேடினேன். ஒன்று கூட இல்லை. நூலகப் பொறுப்பாளரிடம் தமிழ் காமிக்ஸ்களை நானே அனுப்பி வைப்பதாக உறுதி அளித்து வந்தேன்.

பல்கலைக்கழகத்தினை விட்டு வெளியே வந்தபோது மாலை ஆறரை மணியாக இருந்தது. அமெரிக்காவில் இரவு ஒன்பது மணி வரை பகல்வெளிச்சம் இருப்பதால் எனக்கு இரவு பகல் குழப்பமாக இருந்தது. வீடு வந்து சேர்ந்து இரவிலும் போர்ஹேயைப் பற்றியே பேசிக்கொண்டிருந்தேன்.

'I cannot sleep unless I am surrounded by books' என்ற போர்ஹேயின் வரியை நினைவுகொண்டபடியே அவரது நூலைத் தலைமாட்டில் வைத்துப் படித்தபடியே என்னை அறியாமல் உறங்கிப்போயிருந்தேன்.

கனவில் போர்ஹே உற்சாகமாக என்னோடு பேசியபடியே புல்வெளியில் நடந்து வந்துகொண்டிருந்தார். அவர் தமிழில் பேசியது எனக்கு ஆச்சரியமாக இருக்கவில்லை.

ஷேக்ஸ்பியரின் முன்னால்

டொரன்டோவில் இருந்து மூன்று மணி நேரப் பயணத்தில் உள்ளது ஸ்ட்ராட் போர்ட். பிரிட்டிஷ்காரர்கள் அதிகம் வசிக்கும் அழகிய சிறிய நகரம். இங்கே ஆண்டு முழுவதும் ஷேக்ஸ்பியர் நாடகங்கள் நடத்தப்பட்டு வருகின்றன. இதற்காக ஷேக்ஸ்பியரின் காலத்தில் இருந்தது போலவே பிரத்யேகமான குளோப் தியேட்டர் எனும் விசேஷ அரங்கினை உருவாக்கியிருக்கிறார்கள். இந்தக் கோளவடிவ அரங்கில் ஒரே நேரத்தில் 1800 பேர் உட்கார்ந்து நாடகம் பார்க்க முடியும்.

இங்கே ஷேக்ஸ்பியரின் நாடகப்பிரதிகள் நவீனகால ஆங்கிலத்திற்கு மாற்றம் செய்யப்படாமல் மூலவடிவத்திலேயே நிகழ்த்தப்படுகின்றன. ஒரு நாடகம் மூன்று மணி நேரம் நடை பெறக்கூடியது. ஷேக்ஸ்பியரின் நாடகங்களை மரபான தயாரிப்பில் காண்பது ஒரு தனித்துவமான அனுபவம்.

ஸ்ட்ராட்போர்ட்டில் ஆண்டு முழுவதும் ஷேக்ஸ்பியரின் பல்வேறு நாடகங்கள் நிகழ்த்தப்பட்டுக் கொண்டிருந்தபோதும் நாடகத்திற்கான டிக்கெட் கிடைப்பது எளிதானதில்லை. குறைந்த பட்ச டிக்கெட்டின் விலை 50 டாலர். இதற்கு ஒரு மாதகாலத்திற்கு முன்பாகவே பதிவு செய்துகொள்ள வேண்டும்.

அப்படி எனது கனடா பயணம் உறுதியானதும் எழுத்தாளர் முத்துலிங்கம் ஷேக்ஸ்பியரின் “Henry V” பார்ப்பதற்காக, சட்டத்தரணி யேசுதாசன் உதவியால் டிக்கெட் முன்பதிவு செய்திருந்தார். மூவருமாக நாடகம் பார்க்க காரில் பயணம் செய்தோம்.

டொரன்டோவில் இருந்து ஸ்ட்ராட்போர்ட் செல்லும் சாலை மிகவும் அழகானது. வழி முழுவதும் நிலத்தில் ஆங்காங்கே

பெரிய வைக்கோல் பிரிகள் சுற்றி வைக்கப்பட்டிருப்பதைக் காணமுடிந்தது. இங்கிலாந்தின் பண்ணை வீடுகள் போல சிறிய குளம் ஒன்றுடன் கூடிய அழகிய மாளிகைகள், அதன் முகப்பில் விளையாடும் வளர்ப்பு நாய்கள் மற்றும் வாத்துகள், வீட்டின் முன்னால் தொங்கும் மரத் தாலான தபால்பெட்டி அடர்த்தியாக பழமரங்கள் அடர்ந்த பண்ணை, முன்பு குதிரைகள் நின்றிருந்த இடத்தில் தற்போது நவீன ரக கார். மற்றபடி இங்கிலாந்தின் கிராமப்புறத்தின் ஊடே பயணம் செய்வதுபோலவே இருந்தது.

பிரிட்டிஷ் காலனியாக இருந்த நாடுகள் எல்லாவற்றிலும் பிரிட்டனைச் சேர்ந்த ஊர்பெயர்கள் இடம்பெற்றிருக்கின்றன. குறிப்பாக, அமெரிக்காவிலும் கனடாவிலும் ஆஸ்திரேலியாவிலும் பிரிட்டிஷ் பெயர் கொண்ட நகரங்கள் நிறைய இருக்கின்றன.

அமெரிக்கா, பிரிட்டிஷ் காலனிய எதிர்ப்பை வெளிப்படுத்துவது போல சாலைவிதிகள், ஆங்கிலச் சொற்கள், பேச்சுமுறை எனப் பல விஷயங்களிலும் பிரிட்டிஷ் நடைமுறைக்கு எதிராகத் தன்னை மாற்றிக்கொண்டிருந்தபோதும் பெரும்பான்மை அமெரிக்க நகரங்களின் பெயர்கள் பிரிட்டிஷ் பெயர்களே.

ஸ்ட்ராட்போர்ட், ஷேக்ஸ்பியர் பிறந்த ஊர். இது இங்கிலாந்தில் உள்ளது. ஆனால் பிரிட்டீஷ்காரர்கள் தாங்கள் குடியேறிய நாடுகள் எல்லாவற்றிலும் ஒரு ஸ்ட்ராட்போர்டை உருவாக்கியிருக்கிறார்கள். கனடா, ஆஸ்திரேலியா, நியூசிலாந்து, அமெரிக்கா எனப் பல தேசங்களிலும் இதே பெயரில் ஊர்களிருக்கின்றன.

கனடாவின் ஸ்டராட்போர்ட் பசுமை படர்ந்த குளுமையான ஊர். சாலைகளில் ஈரம் ததும்புகிறது. சிறியதும் பெரியதுமான புத்தகக் கடைகள், காபி ஷாப், வீடியோ சென்டர், கலைப்பொருள் விற்பனையகம் என ஊரில் எங்குப் பார்த்தாலும் ஷேக்ஸ்பியர்தான். எழுத்தாளனைக் கொண்டாடுவதற்காகவே உருவாக்கப்பட்ட ஊராக இருப்பது மனமகிழ்ச்சி தந்தது.

பிரதான சாலையை விட்டு விலகி நாடக அரங்கு அமைந்துள்ள உட்புறச் சாலையில் பிரவேசிக்கும் போது ஆள் நடமாட்டமே இல்லை. மேபிள் மர இலைகள் பழுத்து உதிர்ந்து கிடந்தன. அமைதி பொங்கி வழிந்தது. அழகான விக்டோரியா ஏரி, அதில் நீந்தும் வாத்துகள், பெயரறியாத இளமஞ்சள் நிறப் பூக்கள் உதிர்ந்து கிடந்த கல்பாவிய நடைபாதையைக் கடந்து அரங்கினை நோக்கிச் சென்றேன்.

ஆள் உயர ஷேக்ஸ்பியர் சிலை வரவேற்றது. அதன் அருகில் கூடாரம் அமைப்பது போன்ற பணியில் உள்ள

ஆட்களின் சிலைகள், ஷேக்ஸ்பியரின் உருவம் பதித்த கொடி பறந்துகொண்டிருந்தது.

மிகப்பெரிய நாடக அரங்கு. அதை ஒட்டிய பூங்கா, ஷேக்ஸ்பியர் பற்றி அரிய நூல்கள் மற்றும் கலைப்பொருட்கள் விற்பனை செய்யும் கடை, காபி ஷாப் மற்றும் நீருற்றுகள். நான் போயிருந்த மதியக்காட்சி துவங்க ஒரு மணி நேரமிருந்தது. நாடகம் பார்ப்பதற்காக நிறைய முதியவர்கள் வந்திருப்பதைக் காண முடிந்தது.

விசாரித்தபோது முதியவர்கள் நாடகம் பார்ப்பதற்கு கட்டணச் சலுகை உண்டு என்றும், குறிப்பிட்ட இந்தக் காட்சி அதுபோன்ற ஒன்று என்பதால் நிறைய முதியவர்கள் தம்பதிகளாக வந்திருக்கிறார்கள் என்றும் அறிய முடிந்தது.

கிறிஸ்தோபர் பிளம்பர் என்ற புகழ்பெற்ற ஷேக்ஸ்பியர் நடிகர் இங்கே நிறைய நாடகங்களை நிகழ்த்தியிருக்கிறார். அவர் பல ஹாலிவுட் திரைப்படங்களிலும் நடித்திருக்கிறார். அவர் நடித்த ஷேக்ஸ்பியர் நாடகங்கள் பற்றிய கண்காட்சி, அரங்கின் ஒரு பகுதியில் நடைபெற்றுக்கொண்டிருந்தது.

சாலைப்பயணம் முழுவதும் ஷேக்ஸ்பியரைப்பற்றியே பேசிக் கொண்டு வந்தோம். அ. முத்துலிங்கத்துடன் பேசிக்கொண்டிருப்பது ஓர் அற்புதமான அனுபவம். அவர் மற்றவர் பேசுவதை ஆழ்ந்து ரசிப்பவர். அவர் கேட்கும் கேள்விகள் எவரையும் மனம் விட்டு பேச வைத்துவிடும். முத்துலிங்கத்தின் தனித்துவம் அவரது பிரத்யேகச் சிரிப்பு. பாதரசம் சிந்தியது போல மினுமினுக்கும் வசீகரம் கொண்ட சிரிப்பது. உலக இலக்கியங்களைத் தேடித்தேடிப் படித்திருக்கிறார். ஆப்பிரிக்காவின் பல்வேறு பகுதிகளிலும் பணியாற்றி உலக அனுபவம் பெற்றிருக்கிறார். ஆனாலும் நாமாகக் கேட்காமல் அவர் தன்னைப் பற்றிய எதையும் பகிர்ந்துகொள்வதில்லை. தனது எழுத்து பற்றி அதிகம் பேசுவதில்லை. அதை அடக்கம் என்று மட்டும் சொல்ல முடியாது, எழுத்தின் வல்லமையை உணர்ந்தவர்கள் தன்னைப் பற்றிப் பேச வேண்டிய அவசியமில்லை என்று தான் தோன்றுகிறது.

சட்டத்தரணி யேசுதாசனும் நிறைய வாசிக்கக் கூடியவர் என்பதால் பேச்சு ஷேக்ஸ்பியரின் முக்கியக் கதாபாத்திரங்களைப் பற்றியதாக நீண்டுகொண்டிருந்தது. தமிழில் ஷேக்ஸ்பியரின் முக்கிய நாடகங்கள் யாவும் மொழியாக்கம் செய்யப்பட்டுள்ளதை நினைவு கூர்ந்தேன். அத்துடன் காரைக்குடியைச் சேர்ந்த அரு. சோமசுந்தரம் தனது ‘பொன்முடி பதிப்பகம்’ வழியாக 15க்கும்

மேற்பட்ட நாடகங்களை மொழியாக்கம் செய்து ஷேக்ஸ்பியர் வரிசை என வெளியிட்டுள்ளதைச் சொன்னேன்.

கனடாவில் இயங்கி வரும் ஆங்கில நாடகச்சூழல் குறித்து நிறையத் தகவல்களை முத்துலிங்கம் பகிர்ந்துகொண்டார். டொரன்டோவில் நடைபெற்று வரும் தமிழ்நாடக முயற்சிகள் மிகுந்த உத்வேகம் அளிக்கின்றன. நவீன தமிழ் நாடகத்தின் எதிர்காலம் கனேடியத் தமிழர்கள் கையில் இருப்பதாக உணர்கிறேன் என்று குறிப்பிட்டேன்.

'ஜன்னலைத் தட்டாதே அஷ்ரப்' என்ற எனது சிறுகதையை மனவெளிக் கலையாற்றுக் குழுவினர் சிறப்பாக மேடை யேற்றினார்கள். அது பற்றிய சந்தோஷத்தையும் பகிர்ந்து கொண்டேன். நாடகத் துறையைச் சார்ந்த நண்பர்கள் செல்வன், நவம் மாஸ்டர், செழியன், புராந்தகன், ஜெயகரன், ரஞ்சனி, துஷி எனப் பலரையும் சந்தித்து உரையாடியது மனநிறைவாக இருந்தது என்று பகிர்ந்துகொண்டேன்.

கார் ஸ்ட்ராட்போர்ட்டினுள் நுழைந்தவுடன் ஒரு புத்தகக் கடையில் நிறுத்தச் சொன்னேன். கால்மணி நேரத்தேடுதலில் முக்கியமான புத்தகம் ஒன்றும் அகப்படவில்லை. வெளியே வரும்போது சாலையோரம் தற்செயலாக ஓர் அணிலைப் பார்த்தேன். சாம்பல் நிறத்தில் கீரியளவு பெரியதாக இருந்தது. கனடாவில் பார்த்த முதல் அணில் இதுதான் என்றேன். எப்படியிருக்கிறது? என்று யேசுதாசன் கேட்டார்.

கனடா மக்களைப் போலவே சுதந்திரத்தை முழுமையாக அனுபவிக்கிறது. தமிழ்நாடாக இருந்தால் இந்த நேரம் அடித்துக் கொன்று சாப்பிட்டிருப்பார்கள் என்று சொல்லிச் சிரித்தேன்.

ஐந்தாம் ஹென்றி ஒரு வரலாற்று நாடகம். ஷேக்ஸ்பியரின் வரலாற்று நாடகங்களைப் புரிந்துகொள்ள இங்கிலாந்தின் வரலாற்றை அவசியம் தெரிந்திருக்க வேண்டும். ஷேக்ஸ்பியரின் பெரும்பான்மை நாடகங்கள் அரச சபையில் நிகழ்த்தப்பட்டவை என்பதால் எந்த அரசன் முன்பாக நாடகம் நிகழ்த்தப்பட்டதோ அதற்கு ஏற்ப அதற்குள் உள்அரசியல் இருக்கும். ஐந்தாம் ஹென்றி நாடகம் 1599இல் எழுதப்பட்டது. பிரான்சின் மீதான இங்கிலாந்தின் வெற்றி குறித்த பெருமிதத்தைச் சொல்லும் நாடகமது.

ஆயிரம் பேருக்கும் மேலாக நாடகம் துவங்குவதற்கு முன்பாகவே வந்து காத்திருந்தார்கள். அதில் நாங்கள் மூவர் மட்டுமே தமிழ் பேசுகின்றவர்கள். இந்தியர்கள் என ஒருவரைக்கூட

காணமுடியவில்லை. காபியும் ரொட்டித்துண்டுகளும் சாப்பிட்டுவிட்டு நாடக அரங்கில் போய் அமர்ந்தோம்.

மரத்தாலான பெரிய மேடை, விசேச ஒளியமைப்பிற்காக அரங்கின் வெவ்வேறு இடங்களில் பிரகாசமான விளக்குகளைப் பொருத்தியிருந்தார்கள். மேடையின் முன்பாக உள்ள மூன்றாவது வரிசையில் அமர்ந்திருந்தோம். நாடகத்தில் எழுபதிற்கும் மேற்பட்ட கலைஞர்கள் கலந்துகொண்டார்கள். அதில் ஐம்பதுக்கும் மேற்பட்டவர்கள் நடிகர்கள். கோரஸ் மூலமாக நாடகம் துவங்கியது.

அறுபது ஆண்டுகாலமாக இங்கே ஷேக்ஸ்பியரின் நாடகங்கள் தொடர்ச்சியாக நடத்தப்படுவதாக அறிவித்தார்கள். ஆரம்பக்காட்சியில், இந்த நாடகத்தை இதற்கு முன்பாக எத்தனை பேர் பார்த்திருக்கிறார்கள்? என்று நாடக இயக்குனர் அறிமுகமாகிக் கேட்டபோது, பலரும் கைகளை உயர்த்தினார்கள். முதன் முறையாக நாடகம் பார்க்க இருக்கின்றவர்களுக்கு வாழ்த்துத் தெரிவித்துவிட்டு இயக்குனர் மேடையினுள் மறைந்து போனார்.

எக்காளம் முழங்கியது. முரசு அடிக்கப்பட்டது. காலம் பின்னோக்கிப் புரண்டு படுத்துக்கொண்டது போல அரங்கில் இருள் சூழ, இங்கிலாந்து அரசனின் வருகையும் படையெடுப்பிற்கான முகாந்திரமும் துவங்கியது. தலையைத் திருப்பி அரங்கினைச் சுற்றிப் பார்த்தேன். இருக்கைகள் யாவும் நிரம்பியிருந்தன. ஆழ்ந்து ரசித்துக்கொண்டிருந்தார்கள்.

நாடகம் பார்க்க ஐம்பது பேர்கூட வராமல் போய்விட்ட இன்றைய தமிழகச் சூழல் நினைவிற்கு வந்து மனதை வருத்தமடையச் செய்தது. கனடாவிலும் தொலைக்காட்சி இருக்கிறது. நிறைய சேனல்கள் ஒளிபரப்பாகின்றன. அதற்கான பார்வையாளர்கள் இருக்கிறார்கள். ஆனால் அவர்களுக்கு மரபான ஒரு நாடகத்தைப் பார்க்க விருப்பமிருக்கிறதே. அந்த மனதை நாம் ஏன் இழந்து போனோம்?

இன்று தமிழகத்தில் சினிமா, தொலைக்காட்சி தவிர மற்ற அத்தனை கலைகளும் கொஞ்சம் கொஞ்சமாக அழிந்துகொண்டே வருகின்றன. எத்தனையோ கிராமியக் கலைகள் நிகழ்த்த சந்தர்ப்பமின்றி முற்றிலும் கைவிடப்பட்டுவிட்டன. மகத்தான கிராமியக் கலைஞர்கள் வீதிகளில் பலூன் விற்கப் போய்விட்டார்கள். நமது நாடக மரபை, கிராமியக் கலைகளைக் காப்பாற்ற வேண்டிய நாமே அதைக் குழி தோண்டிப் புதைத்து வருகிறோம்.

இங்கிலாந்து பிரெஞ்சு தேசத்தின்மீது படையெடுத்துச் சென்ற யுத்த நிகழ்வே கதைக்களம் என்பதால் போரும் படைமுகாமும் போர்வீரர்களை உற்சாகப்படுத்த ஹென்றி நிகழ்த்தும் வீர உரைகளும் பிரெஞ்சு தேசத்தின் அரச சபையும் போரில் தோற்ற பிரெஞ்சு தேசத்தின் இளவரசியை ஹென்றி காதலிப்பதும் முடிவில் ஹென்றிக்கே அவளை மணமுடித்து, இங்கிலாந்து, பிரான்ஸ் ஆகிய இரண்டு தேசங்களும் நேசநாடுகளாவதுதான் நாடகத்தின் முக்கிய நிகழ்வுகள்.

ஹென்றியாக நடித்தவர் Aaron Krohn என்ற இளம் நடிகர். நாடகமாக வாசிக்கையில் மனதில் உருவாகியிருந்த ஹென்றியின் பிம்பத்திற்கும் இவருக்கும் இடையில் நிறைய வேறுபாடுகள். இவரது தோற்றம் ஹென்றியின் பிம்பத்தோடு பொருந்தவில்லை. ஆனால் ஆரோன் தேர்ந்த நடிகர் என்பதை அவரது உடல்மொழியாலும், வசனங்களைத் தெளிவாக, உணர்ச்சிமயமாக வெளிப்படுத்தும் முறையிலும் நிரூபித்தார்.

நாடக மேடையினை எளிய அரங்கப் பொருள்களைக் கொண்டே பிரம்மாண்டமானதாக உருமாற்றிக் காட்டினார்கள். ராஜா, ராணி போன்றோரின் உடைகளைத் தவிர மற்ற உடைகள் எளிய முறையில் உருவாக்கப்பட்டிருந்தன. அதிக ஒப்பனைகள் இல்லை. போர்வீரர்களின் கவசங்கள், உடைவாள்கள், பீரங்கிகள் அந்தக் காலத்தைய அதே வடிவமைப்பில் மேற்கொள்ளப்பட்டிருந்தன.

மேடையில் குளியல் காட்சி ஒன்று நடைபெற்றது. குளித்துவிட்டு இளவரசி கேதரின் ஆடைகள் இல்லாமல் நிர்வாணமாக எழுந்து நின்று மாற்று உடைகளைச் சுற்றிக்கொண்டாள். அரங்கில் யாரோ எச்சிலை விழுங்கும் சப்தம் துல்லியமாகக் கேட்டது.

மேடையில் பால்ஸ்டாப்பைத் தூக்கிலிடும் காட்சியில் உயரமான தூக்குக் கம்பத்தில் உடல் தொங்குவது சர்க்கஸ் போலிருந்தது. மரக்குதிரைகளை மேஜையோடு இணைத்துப் பொருத்திப் பயன்படுத்தினார்கள். யுத்தமே நாடகத்தின் பிரதான நிகழ்வு. அதற்காகப் பீரங்கி முழங்கியது. வெடி வெடித்தது, வீரர்கள் மோதிக் கொண்டார்கள். இரவில் காயம்பட்ட வீரர்கள் குளிர்காயும் காட்சி நாடகத்தின் முக்கியத் தருணம். அந்த நிமிடத்தில் யுத்தக் களத்தின் வலியும் வேதனையும் சொற்களின்றிக் காட்சியின் வழியாகவே புரியும்படியாக உருவாக்கப்பட்டிருந்தது.

மேடையின் தளமானது பல்வேறு சிறிய ரகசியத் திறப்புகளைக் கொண்டிருந்தது. ஆகவே அதற்குள்ளிருந்து நாற்காலிகளும், மேடைப் பொருள்களும் மேலே வருவதும் திடீரென

மறைந்து போவதுமாக இருந்தன. நாடகத்தில் நடித்தவர்களில் பெரும்பான்மை பிரிட்டிஷ் மற்றும் பிரெஞ்சு வம்சாவழிகள், ஆசியர்களும் கறுப்பினத்தவரும் குறைவே. ஒளி மற்றும் இசை இரண்டும் பார்வையாளர்களை ஒரு மேஜிக் நிகழ்ச்சி பார்ப்பது போல தன்னை மறக்கச் செய்திருந்தன.

பார்வையாளர்கள் சில நகைச்சுவையான வசனங்களின்போது மில்லிமீட்டர் அளவில் சிரித்தார்கள். பலத்த சிரிப்பு பிரிட்டிஷ் சம்பிரதாயத்திற்கு உரியதில்லை என்பது இன்றும் நடைமுறையில் இருக்கிறது.

மூன்று மணிநேரம் நாடகம் முடிந்து வெளியே வந்தபோது அடுத்த காட்சிக்காக அதே அளவு ஆயிரம் பேர் காத்துக் கொண்டிருந்தார்கள். இங்கேயே வந்து ஹோட்டலில் தங்கி நாடகம் பார்த்துப் போகிறவர்கள் அதிகம் என்றார் முத்துலிங்கம்.

நீண்ட பகல் கொண்ட நாட்கள் என்பதால் நல்ல பகல் வெளிச்சத்துடன் இரவு எட்டு மணிக்கு டொரன்டோ வந்து சேர்ந்து அங்குள்ள சரவண பவன் உணவகத்தில் சாப்பிட்டோம்.

டொரன்டோவில் உள்ள தமிழக உணவகங்கள் யாவிலும் சென்னையில் கிடைக்கின்ற அதே உணவுகள் கிடைக்கின்றன. ஒரே வித்தியாசம், உணவின் பெயர் மட்டும் ஒன்றாக இருக்கிறது. மற்றபடி சுவை ஒரு சம்பந்தமில்லாதது. தோசை சாப்பிடுவது சூயிங்கத்தைத் தின்பது போலச் சவைக்க வேண்டியிருந்தது. இதுவாவது கிடைக்கிறதே என்ற ஆசையில் அதைச் சாப்பிட்டு முடித்து இரவு அறைக்குத் திரும்பி ஷேக்ஸ்பியர் நாடகத்தின் ஈபுக்கை இன்டெர்நெட்டில் தேடி வாசித்தேன்.

We few, we happy few, we band of brothers.

என்ற ஷேக்ஸ்பியரின் புகழ்பெற்ற வரி இந்த நாடகத்தில்தான் இடம்பெற்றிருக்கிறது. ஹென்றியின் வீர உரையில் இடம்பெற்றுள்ள இந்த வரி நாடகம் பார்க்கும்போது காதில் விழவேயில்லை.

ஷேக்ஸ்பியரை வாசிப்பது ஒரு தனித்த அனுபவம். நாடகமாகப் பார்ப்பது இன்னோர் அனுபவம். இரண்டையும் ஒருசேர மேற்கொள்ளும்போதுதான் நாடகத்தைப் புரிந்து கொள்ள முடியும். ஒரு வரி படித்தாலும் முழுநாடகம் படித்தாலும் ஷேக்ஸ்பியர் தேனைப் போல ருசிக்கக் கூடியவர். அவரது மேதமையின் வீச்சைப் புரிந்துகொள்ள திரும்பத் திரும்ப வாசித்துக்கொண்டேயிருக்க வேண்டும்.

அந்த இரவு முழுவதும் ஷேக்ஸ்பியரில் ஆழ்ந்திருந்தேன்.

தியேட்டர் லேப் நாடகக் குழுவினை நடத்தி வரும் நண்பர் ஜெயராவ் ஷேக்ஸ்பியரின் மெக்பெத் நாடகத்தை சென்னையில் நிகழ்த்த இருக்கிறார். அதற்கான ஒத்திகைகள் தற்போது நடைபெற்று வருகின்றன. பிரம்மாண்டமான நிகழ்வாக அமைய உள்ள அந்த நாடகத்தைக் காண வேண்டும் என்ற ஆசை அந்த இரவில் மேலோங்கியது.

ஆனால் தமிழ் சூழலில் நாடகத்திற்கான வரவேற்பைப் பற்றி யோசிக்கும் போது மனம் சோர்வடைந்து போனது.

When we are born we cry that we are come to this great stage of fools என்ற ஷேக்ஸ்பியரின் வரி நினைவில் எழுந்து அடங்கியது.

அன்று உறங்குவதற்கு முன்பாக, ஒரு நாள் முழுவதும் ஷேக்ஸ்பியரோடு சேர்ந்து இருக்க காரணமாக அமைந்த அ.முத்துலிங்கத்திற்கும் யேசுதாசனுக்கும் மனதிற்குள்ளாக நன்றி சொல்லிக்கொண்டேன்.

ஹரித்துவாரில் பெய்யும் மழை

என் இருபத்தி நான்காவது வயதில் ஹரித்துவாரில் இறங்கி நடக்கத் துவங்கிய போது மழை பெய்து கொண்டிருந்தது. சில வாரங்களுக்கு முன்புதான் மழைக்காலம் துவங்கியிருந்தது. எனது பயண வழியெங்கும் மழையின் தடங்கள். ஈரமேறிய கற்கள், மரங்கள், ரயில்நிலையங்கள், சிமெண்ட் பெஞ்சுகளைக் கடந்தே ஹரித்துவாருக்கு வந்திருந்தேன்.

மழைக்காலத்தில் பயணம் செய்வது அலாதியானது. பழகிப்பிரிந்த நண்பருடன் மீண்டும் சேர்ந்து பயணம் செய்வது போன்றது. அடர்த்தியான மழை. ஷ்ராவன மாதத்து மழை எளிதில் அடங்காது என்பார்கள். அன்றாடம் கங்கையைப் பார்த்துக் களிக்கும் சூரியனை அன்றைய பகலில் காணவில்லை. மேகங்கள் இருண்டு அடர்ந்திருந்தன. வானிலிருந்து கங்கை பூமிக்கு இறங்கியது போன்ற அதே வேகம்தான் மழையிலும்.

யாரும் மழையைப் பொருட்படுத்தியதாகவே தெரியவில்லை. சுழித்தோடும் கங்கையில் குளிப்பதற்காகப் படித்துறையெங்கும் ஆட்கள் வருவதும் போவதுமாக இருந்தார்கள். நீருக்குள் நின்றபடியே ஒரு குடும்பம் ஆகாசத்தை நோக்கி கைதூக்கி மழையை வணங்கிக்கொண்டது. அவர்கள் நெற்றியில் பட்டு ஆசிர்வதித்தது மழை.

இது கோடையில் பார்த்த கங்கையில்லை. கோடைகாலத்து கங்கை ஒடுங்கியது. உரிந்து கிடக்கும் பாம்புச்சட்டை போன்றது. ஆனால் மழைக்காலத்தின் கங்கை ஆவேசமிக்கது. துடிக்கும் ஆயிரம் நாவுகள் கொண்டது. கற்களைக் கூடக் கரைத்துக் கொண்டு போய்விடும் என்பது போன்ற வேகம். ஓநாயின் சீற்றம் போல உக்கிரம்.

எஸ்.ராமகிருஷ்ணன்

கங்கையைக் கண்ணிலிருந்து மறைத்துவிடப் பார்ப்பதுபோல மழை வேகமெடுத்தது. ஆற்றின் தடுப்புப் பாலத்திலிருந்து ஒரு சிறுவன் உற்சாகமாகக் குதித்து நீரில் மறைந்தான். படித்துறையெங்கும் ஈரம் வழியும் மனிதர்கள். பொதுவாக மழையைக் கண்டதும் உயரும் குடைகளை அங்கே காணமுடியவில்லை. ஒரு வயதானவர் மழைக்குத் தன்னை ஒப்புக்கொடுத்துக் கொண்டவரைப் போல கல்லில் அமர்ந்தபடியே ஆற்றைப் பார்த்துக்கொண்டிருந்தார்.

அவரது உதடுகளில் மழை பட்டு எதையோ பேசுவதுபோலக் கரைந்து ஓடியது. அவரிடம் மௌனம், மகாமௌனம், மழை கரைக்க முடியாத மௌனம் உறைந்து போயிருந்தது. பலநூறு சூரிய உதயங்களை, மழையைக் கண்டு பழகிய முதிய கண்கள் அவை. முன்பு இல்லாத சந்தோஷத்தை முதன்முறையாகக் காண்பதுபோல அந்தக் கண்களில் உற்சாகம் பெருகி வழிகிறது. அவர் முன்பாக மழை தத்திக்கொண்டிருந்தது.

தன் உடலில் பட்டு ஓடிவிடுவதைத் தவிர மழையால் வேறு ஒன்றும் செய்யமுடியாது என்பதைப் போல அவர் அமர்ந்திருந்தார். இந்தத் தோல்வியைத் தாங்க முடியாமல்தானோ என்னவோ? மழை காற்றையும் துணைக்கு அழைத்துக் கொண்டது. ஓங்காரமான வேகம். அவரிடம் அசைவேயில்லை. பசுமாடு ஒன்று மழைக்குள்ளாகவே நடந்து வந்தது. மழை அதையும் விடவில்லை. சற்று எரிச்சலானது போல பசு அதன் வாலால் மழையை விசிறி அடித்துத் துரத்தியது. மழைத்துளிகள் பசுவோடு விளையாடுவதுபோல பாவனை காட்டித் துரத்தின.

பசு வேகம் கொள்ளவில்லை. அது திரும்பி மழையைப் பார்த்தது. பின்பு அதைச் சட்டை செய்யாமல் மழைக்குள்ளாகவே நடந்து யாரோ தூக்கி எறிந்துபோன பூமாலை ஒன்றை முகர்ந்து பார்த்து தலை அசைத்தது. அதன் நாக்கு நெற்றியிலிருது மூக்கு நோக்கி வழியும் மழையைத் தடவி ருசித்தது. பின்பு நாவால் மழையைத் தொட்டுவிட முயல்வதைப் போல சுழற்றியது. மழை பசுவின் மீது போக்குகாட்டிப் பெய்தது. யாரோ மாட்டை விரட்டினார்கள்.

மழையை வேடிக்கைப் பார்ப்பவர்கள் இங்கே குறைவு. கங்கையில் பெய்யும் மழையைக் களிப்போடு பார்த்துக்கொண்டேயிருந்தேன். ஒரு துளிக்கும் இன்னொரு துளிக்கும் எவ்வளவு இடைவெளியிருக்கும். மழையில் எது முதல் துளி? மழை ஏன் துளியாகப் பெய்கிறது? என்ற எண்ணங்கள், தானே உருவாகி மறைந்தன. ஆற்றில் மிதந்துசெல்லும் ஆரத்திப்பூக்கிண்ணம் மீது

மழை பெய்து அதைக் கவிழ்த்தது. பூக்கள் நீரில் மிதக்கின்றன. ஒவ்வொரு பூவின் மீதும் ஒரு துளி மழை உட்கார்ந்திருக்கிறது.

மழை பெய்கிறது என்பது எவ்வளவு சிறிய வார்த்தை. ஒவ்வொரு முறை இதன் போதாமையை முழுமையாக உணர்கிறேன்.

மழைக்காலத்தில் கங்கையைப் பார்ப்பது பேரனுபவம். ஆற்றை மழைக்காலத்தில்தான் பார்க்க வேண்டும். அப்போது தான் அதன் விஸ்வரூபத்தை அறிய முடியும். மனிதர்களுடனான தனது ஸ்நேகத்தை முறித்துக்கொண்டுவிட்டதுபோல ஆறு சீறுகிறது. மனிதர்கள் அதைச் சமாதானப்படுத்துவது போல வணங்குகிறார்கள். பூக்களால் ஆராதனை செய்கிறார்கள், வணங்கிப் பாடுகிறார்கள்.

ஆறு, சிறகுகள் கொண்டது என்பதை மழைக்காலமே நமக்கு உணர்த்துகிறது. மிதமிஞ்சிய வேகத்தில் ஆறு பறப்பதை மழை நாளில் மட்டுமே காணமுடியும். மனிதர்கள் உருவாக்கிய அத்தனை தடைகளையும் ஆறு மழைக்காலத்தில் தாண்டிச் செல்கிறது. மனிதர்கள் ஒதுங்கிக்கொள்கிறார்கள். தானே அடங்கும்வரை விட்டுப்பிடிக்கிறார்கள்.

ஜல்லிக்கட்டில் சீறிவரும் காளையிடம் தென்படும் அதே ஆவேசம். அடக்கமுடியாத திமிர். ஆனால் மனிதர்கள் தந்திரம் அறிந்தவர்கள். அவர்கள் ஆற்றை எங்கே தடுக்கவேண்டும்? எப்படி ஒடுக்க வேண்டும்? என்று அறிந்திருக்கிறார்கள். ஆறு மழைக்காலத்தில் பகலிரவாகப் பேசி ஓய்கிறது, கூச்சலிடுகிறது, வெறியேறிய மனிதனைப் போல கடந்தகாலத்தின் அத்தனை கசடுகளையும் அள்ளி வீசிப் போகிறது.

ஒரு சிறுவன் ஓடும் ஆற்றில் சிறிய வெண்கலக் குவளையில் தண்ணீர் அள்ளுகிறான். அவன் கங்கையைச் சுமக்க ஆசைப்படுகிறான். தன் கூடவே ஊருக்குக் கொண்டு போய்விட எத்தனிக்கிறான். அவன் கைக்குள் ஒடுங்கிய ஆறு அவனோடு சேர்ந்து பயணித்து அவன் ஊரைத் தேடிப் போகிறது. குவளையில் அள்ளிய தண்ணீரில் வேகமில்லை. உதிர்ந்த இலை போல அது தன் இயல்பை மாற்றிக் கொண்டுவிட்டது.

வெண்கலக் குவளையில் ஒடுங்கிய ஆறு எவ்வளவு நாட்கள் அந்த சிறுவன் வீட்டில் தங்கியிருக்கக்கூடும்? என்று தெரியவில்லை. மரணத்தறுவாயில் உள்ள யாரோ ஒரு முதியவனின் கடைசிச் சொட்டு தாகத்தினைப் போக்குவதற்காக அது காத்திருக்கக்கூடும். உதிர்ந்த பூக்கள் மரத்தை மறந்துவிடுவதைப் போல வெண்கலக் கிண்ணியில் அள்ளிய நீரும் தன் பூர்வத்தை மறந்துவிடுமா?

எஸ்.ராமகிருஷ்ணன்

அதுதான் கங்கை என்று கிராமத்துச் சிறுவன் எவனோ கண்டால் அதற்கு வெட்கமாக இராதா? ஓடாத கங்கையைக் காண்பது எவ்வளவு வேடிக்கையானது. அது சித்திரத்தில் தென்படும் ஆற்றைப் போன்றதுதானே.

மழையைப் பார்த்தபடியே இருக்கிறேன். ஆற்றில் குளிக்கும் உடல்கள் வசீகரமாக இருக்கின்றன. ஆடைகள் நழுவிய உடல்கள் ஏன் இத்தனை வசீகரம் கொள்கின்றன? தண்ணீரைத் தவிர வேறு எங்கும் உடல்கள் இத்தனை வனப்புக் கொள்வதேயில்லை. தண்ணீருக்குள் இறங்கியதும் உடல் உருமாறத் துவங்கிவிடுகிறது. ஆரஞ்சுப் பழத்தின் தோல் உரிந்து போவதுபோல நமக்குள் இருந்து ஏதோ ஒன்று ஆற்றில் உரிந்து போய்விடுகிறது. ஓர் இளம்பெண் கங்கையில் நனைந்த புடவையுடன் இறங்கிக் குளித்து கரையேறி நடந்தாள். அந்த உடல் துடுப்பைப் போல விசையேறியிருந்தது. கண்கள் விரிந்து மலர்ந்திருக்கின்றன. அடர்ந்த கூந்தல், நீண்ட விரல்கள், உதட்டில் அடங்க மறுக்கும் சிரிப்பு, அவளது நடையில் மழையை தான் மதிக்கப் போவதில்லை என்ற உறுதி தெரிகிறது.

படியோரம் அமர்ந்து ஒரு நாவிதர் ஆற்றைப் பார்த்துக் கொண்டிருந்தார். பழகிய ஆறு என்றாலும் மழையில் புதிதாகவே இருக்கிறது. அவரது காலடியில் எவரது தலையிலிருந்தோ நீக்கப்பட்ட ரோமங்கள் நனைந்து ஒட்டியிருந்தன. உதிர்ந்த ரோமங்களைக் கொண்டு எவரது தலையில் அது இருந்தது என்று அறியமுடியுமா என்ன?

பகல் பொழுதுதான் என்றாலும் மாலை நேரத்தைப் போல வெயில் மூடிக்கொண்டிருக்கிறது. மங்கிய வெளிச்சம். மழை உலகின் இயல்பைப் பெரிதாக மாற்றிவிடுகிறது. அதிலும் இதுபோன்ற ஆற்றுப் பகுதிகளை உடனே உருமாற்றிவிடுகிறது.

பிளாஸ்டிக் பொருள்களை விற்பவன் தலையில் துணியைப் போர்த்திக்கொண்டு உட்கார்ந்திருக்கிறான். அவனது கண்கள் மழையைத் திட்டுகின்றன. அவனது பீடிகூட நனைந்து போயிருக்கிறது.

ஹரித்துவார் மிகப் பழமையான நகரம். கங்கை இமயமலையில் இருந்து தரையிறங்கும் இடமது. பகீரதன் கங்கையை அங்கே வணங்கியதாகச் சொல்கிறது புராணம். படித்துறைகளில் இரும்புச் சங்கிலிகள் தொங்குகின்றன. அதைக் கையில் பிடித்து கொண்டுதான் நீரில் இறங்க வேண்டும். அப்படியும் ஆற்றின் வேகம் இழுத்துக் கொண்டு போய்விடும். மழையில் அந்த இரும்பு சங்கிலிகள் இளகிப்போயிருப்பது போன்று தெரிகிறது.

முன்னொரு காலத்தில் இந்த இடம் பெரும்வனமாக இருந்திருக்கிறது. அந்த வனத்தில் ஆற்றின் கரையில் மான்கள் துள்ளியலைந்திருக்கின்றன. யாரோ ஒரு முனி தவக்கோலத்தில் அமர்ந்திருக்கக்கூடும். மிருங்கங்கள் நிலாவெளிச்சத்தில் நடந்து அலைந்திருக்கும். மீன்கள் துள்ளி காட்டை வேடிக்கை பார்த்திருக்கும். அன்றிருந்த அதே சூரியன், அதே ஆகாசம், அதே நிலவு, அதே பூமி. மனிதர்கள் மாறிக் கொண்டேயிருக்கிறார்கள். ஹரித்துவார் அதை ஏதோவொரு வகையில் நினைவுபடுத்துகிறது. குறிப்பாக மழைக்குப் பிந்திய ஊரின் நிறமும் வீதிகளின் இயல்பும் நூற்றாண்டுகளைக் கடந்து பின்னால் போய்விட்டது போன்றேயிருக்கிறது.

இறந்தவர்களுக்கான நீத்தார்நினைவுச் சடங்குகள் மழையிலும் நடக்கின்றன. நினைவுகளைக் கரைத்துவிட முடியுமா என்ன? எண்ணிக்கையற்ற மனிதர்களின் நினைவுகள் கங்கையோடு சேர்ந்து கரைந்திருக்கின்றன. இதே கங்கையின் முன்பாக யுவான் சுவாங் நின்றிருந்ததைப் பற்றி குறிப்புகள் எழுதியிருக்கிறான். அவன் கண்ட கங்கை என்பதன் சிறு சுவடுகூட இன்றில்லை.

இந்திய இலக்கியங்கள் கங்கையைக் கொண்டாடுகின்றன. மகா பாரதத்தில் குருஷேத்ர யுத்தத்தின் முடிவில் இறந்து போன சொந்த பந்தங்களை மீண்டும் ஒரு முறை பார்க்க முடியாதா? என்று கெளரவர்களும் பாண்டவர்களும் இரண்டு பக்கம் உள்ள வீரர்களின் பெண்டு பிள்ளைகளும் அழுது மாய்கிறார்கள். அவர்களைச் சமாதானம் செய்வதற்காக கிருஷ்ணன் ஓர் இரவை உருவாக்குகிறான்.

அந்த இரவில் இதே கங்கையிலிருந்து போரில் இறந்துபோன அத்தனை பேரும் எழுந்து வருகிறார்கள். இனிப் பார்க்கவே முடியாதோ என்று கலங்கிப்போன குடும்பம் கதறி அழுகிறது. தத்தமது மனைவி, பிள்ளைகளை இறந்தவர்கள் கட்டிக் கொள்கிறார்கள். பிரிவின் வலி தாங்காமல் அவர்களிடம் பெண்கள் ஏதேதோ பேசுகிறார்கள். ஆனால் இறந்து மறு உயிர்ப்பு பெற்றவர்களால் பேசமுடியாது. கட்டிக் கொள்ளவும் கண்ணீர்விடவும் மட்டுமே முடியும். சாவின் துக்கம் பெருகிய பெண்கள் ஆற்றிலிருந்து எழுந்துவரும் கணவனை, சகோதரனைக் கட்டிக்கொண்டு அழுது மாய்கிறார்கள்.

ஆற்றின் கரையெங்கும் துயரம் பீறிடுகிறது. விடியும் வரை இந்த மறுசந்திப்பு நடைபெறுகிறது. விடிவதற்கு முன்பாக இறந்தவர்கள் மறுபடியும் ஆற்றிற்குள் போய்விடுகிறார்கள். அந்த வெறுமை ஆற்றின் மீது நிரம்புகிறது. தங்களை மீறி ஆண்களும்

பெண்களும் ஆற்றில் விழுந்து தங்கள் துயரத்தைக் கலக்கிறார்கள். மஹாபிரஸ்தானிகம் என்னும் பர்வதத்தில் இந்தச் சம்பவம் விவரிக்கப்படுகிறது.

யோசிக்கையில், இது எவ்வளவு பெரிய விந்தை! எவ்வளவு பெரிய ஆறுதல்! கங்கையின் முன்னால் எல்லா விந்தைகளும் எளிய இயல்பே என்று தோன்றுகிறது. மகாபாரதத்தைக் கங்கையே வழிநடத்துகிறது. கங்கையின் மகன்தானே பீஷ்மர்.

மழை அடங்கவில்லை. மகுடிக்குக் கட்டுப்பட்ட பாம்பைப் போல ஆட்கள் மழையில் மயங்கி நின்றபடியே இருக்கிறார்கள். சாலையோரக் கடைகளில்கூட இரைச்சல் இல்லை. சைக்கிள் ரிக்‌ஷா ஒன்று மழைக்குள்ளாக வருகிறது. பருத்த உடல் கொண்ட ஓர் ஆள் இறங்கி ஆற்றை நோக்கி நடந்து போகிறார். மழை அவரைக் கேலி செய்வது போல முதுகில் அடிக்கிறது, அவர் கண்டுகொள்ளாமல் நடந்து போகிறார்.

ஹரித்துவாரின் மழை பின்மதியம் வரை பெய்தே அடங்கியது. மழைக்குப் பிந்திய ஆற்றின் நிறமும் வேகமும் மாறியிருந்தன. கங்கா ஆரத்தி நிகழ்விற்காக அகல்விளக்குகள் ஏற்றப்படுகின்றன. ஆற்றை வழிபடுவதற்காக ஆயிரக்கணக்கில் காத்திருக்கிறார்கள். மாலை மெல்ல அடங்குகிறது. மழையின் விம்மல் எங்கோ கேட்டபடியே இருக்கிறது. ஆற்றின் மீது விளக்கு வெளிச்சம் ஊர்ந்து போகிறது. ஆறு கரையடங்காமல் திமிறிக்கொண்டிருக்கிறது. சேர்ந்திசை போல குரல்கள் பாடுகின்றன. கங்கை பாதி இருளும் பாதி ஒளியுமாக மின்னுகிறது. இருட்டிற்குள்ளாகவும் சிலர் ஆற்றில் இறங்கிக் குளித்தபடியே இருக்கிறார்கள்.

திரும்பவும் இரவில் மழை வரும் என்றார்கள். அறையை நோக்கி நடக்க ஆரம்பித்தேன். மழையின் கைகள் துடைத்த வீதிகள் மறுபடியும் கசடுகளாலும் குப்பைகளாலும் நிறைந்து போயிருந்தன. ஊர் மாறாத இயல்புக்கு வந்திருந்தது. கிழக்கில் எங்கோ மின்னல் வெட்டியது. காற்றில் மழையின் ஈரம். அடுத்த மழை எப்போது துவங்கும் என்ற யோசனையுடன் நடந்து செல்ல ஆரம்பித்தேன்.

நனைந்த பஞ்சைப் போல மனமெங்கும் கங்கை நிரம்பிட துவண்டு போயிருந்தேன். ஆற்றைக் கூடவே சுமந்து கொண்டுசெல்வது உள்ளூர மிகச் சந்தோஷமாக இருந்தது.

எல்வினின் காலடிகள்

பழங்குடி மக்கள் அதிகம் வாழும் ஒரிசாவின் கோரபுட்டின் அருகில் உள்ள பழங்குடியினரின் வாரச்சந்தையில் சுற்றிக் கொண்டிருந்தேன். அந்த இடத்திற்கு வந்ததில் இருந்து வெரியர் எல்வினே (Verrier Elwin) நினைவில் வந்துகொண்டிருந்தார். எல்வின் அந்தச் சந்தையைப் பற்றி எழுதியிருக்கிறார்.

பழங்குடி மக்கள் ஒன்று கூடும் கிராமச் சந்தையது. ஒரு பக்கம் கூடைக் கூடையாகக் குவித்து வைக்கப்பட்டுள்ள விதவிதமான கருவாடுகள், குச்சியில் குத்தி வைக்கப்பட்டுள்ள உலர்ந்த மாமிசம், மலிவான உடைகள், காய்கறிகள், பழங்கள், பலசரக்கு பொருட்கள், நகரங்களில் இருந்து விற்பனைக்கு வந்து குவிந்துள்ள பிளாஸ்டிக் சாமான்கள், சோப்பு, பவுடர், பாசிமணிகள், ஸ்டிக்கர் பொட்டுகள், ரப்பர் செருப்புகள், அலுமினியப் பாத்திரங்கள். இன்னொரு பக்கம் போதை தரும் சுண்டக்கஞ்சி போன்ற ரைஸ் பியர் விற்கும் பெண்கள், தமுக்கு செய்து விற்கும் ஒரு குடும்பம். மாடுகளுக்கு லாடம் அடிக்கும் ஆள், குடை, டார்ச் லைட் விற்பவர்கள் என நிறையக் கடைகள். நமது சந்தைகளைப் போல உரத்த சப்தம், கூக்குரல் எதுவுமில்லை, தள்ளுமுள்ளு கிடையாது.

இரண்டு மாறுபட்ட உலகின் நடுவில் இருப்பது போலவே உணர்ந்தேன். நகரில் இருந்து கொண்டுவரப்பட்ட எல்லா பொருட்களும் டூப்ளிகேட், அதே நேரம் பழங்குடி மக்கள் விற்பனைக்காக வைத்திருப்பவை அத்தனையும் இயற்கையாக விளைந்தவை. தங்களின் உழைப்பால் உருவான அந்தப் பொருட்களை விற்று டூப்ளிகேட் பொருள்களைப் பழங்குடிகள் வாங்கிப்போகின்ற காட்சியைப் பார்த்துக்கொண்டேயிருந்தேன்.

மலிவான பிளாஸ்டிக் கலாச்சாரத்தைப் பழங்குடிவரை கொண்டு சேர்த்திருப்பது வருத்தமாக இருந்தது.

நிறைய மரங்கள் அடர்ந்த சாலையை ஒட்டிய மேட்டுநிலத்தில் சந்தை நடந்துகொண்டிருந்தது. அதிகமும் பெண்களே ஓடியாடி விற்பனை செய்துகொண்டிருந்தார்கள். இதுபோன்ற வாரச்சந்தைகள் தான் பல்வேறு விதமான பழங்குடி மக்கள் ஒன்று கூடுமிடம். இங்கேதான் அவர்கள் சந்தித்துக் கொள்வதும் பொதுப்பிரச்சினைகள் பற்றிப் பேசிக்கொள்வதும் நடக்கிறது.

அருகாமையில் உள்ள தேநீர்க்கடை ஒன்றின் வாசலில் அது போன்ற சிறிய கூட்டம் ஒன்று நடந்துகொண்டிருந்தது. அமெரிக்கப் பல்கலைக்கழகம் ஒன்றில் மானுடவியல் ஆய்வு செய்யும் வெள்ளைக்காரர், அவர்களைத் தனது நிக்கான் கேமிராவில் படம் எடுத்துக் கொண்டிருந்தார். அவரோடு துணைக்கு வந்திருந்த இன்னொரு வெள்ளைக்காரர் தனது பைக்கில் ஒரு காட்டுக்கோழியை வாங்கிக் கட்டி வைத்திருப்பது தெரிந்தது.

வெரியர் எல்வின் பழங்குடி மக்களோடு இணைந்து வாழ்ந்தவர். பழங்குடி மக்கள் குறித்து பொதுப்புத்தியில் உருவான எண்ணங்களை அகற்றி, பழங்குடிப் பண்பாடு குறித்த மாற்றுமதிப்பீட்டினை உருவாக்கியவர். வெரியர் எல்வினை 'உலகம் குழந்தையாக இருந்தபோது' என்ற அவரது புத்தகத்தின் வழியாகவே அறிந்து கொண்டேன். பதினைந்து வருடங்களுக்கு முன்னால் அந்தப் புத்தகத்தை ஒரு நூலகத்தில் இருந்து எடுத்து வந்து படித்தேன். பழங்குடி மக்களின் தொன்மங்களையும், கதைகளையும் கொண்ட தொகுப்பது. நேஷனல் புக் டிரஸ்ட் வெளியிட்டிருந்தார்கள். எல்வின் அந்தக் கதைகளைச் சுவைபட எழுதியிருந்தார். அழகான சித்திரங்களும் அதிலிருந்தன.

அதன்பிறகு வெரியர் எல்வின் புத்தகம் ஏதாவது தமிழில் வந்திருக்கிறதா? என்று தேடிக் கொண்டிருந்தேன். ஆங்கிலத்தில் அவரது The Muria and their ghotul, Myths of Middle India ஆகிய இரண்டு நூல்களும் கிடைத்தன. அதை வாசித்தபோதே எல்வின் தனித்துவமான மானுடவியல் ஆய்வாளர் என்பதைக் கண்டு கொண்டுவிட்டேன். அதன்பிறகு எல்வினைத் தேடி வாசிக்க ஆரம்பித்தேன்.

சத்தீஷ்கர் பகுதியில் உள்ள கோண்டுப் பழங்குடி மக்களின் மேம்பாட்டிற்காக இருபது வருசங்களுக்கும் மேலாகப் பாடுபட்டவர் எல்வின், இங்கிலாந்தின் டோவரில் 1902இல்

பிறந்த இவரது முழுப்பெயர் ஹேரி வெரியர் ஹோல்மன் எல்வின். ஆக்ஸ்போர்டில் ஆங்கில இலக்கியத்தில் பட்டம் பெற்ற இவர் சமயத்துறைப் படிப்பில் தேர்ச்சி பெற்று கத்தோலிக்கச் சமயப் பரப்பாளராகப் பணியாற்றுவதற்கு இந்தியா வந்து சேர்ந்தார்.

பூனாவில் உள்ள கத்தோலிக்கச் சமயநிறுவனத்தில் சில மாதங்கள் சேவை செய்த இவர், காந்தியக் கோட்பாடுகளால் கவரப்பட்டு காந்தியைச் சந்தித்து உரையாடி சபர்மதி ஆசிரமத்திலே தங்கிக் கொள்ள ஆரம்பித்தார். காந்தியக் கோட்பாடுகளின்படி வாழவேண்டும் என்று காலில் செருப்பு அணியாமல் வெறும்தரையில் படுத்து உறங்கினார். எளிமையான தினசரி வாழ்க்கையைக் கைக்கொண்டார்.

1932இல் காந்தி கைது செய்யப்பட்ட நேரத்தில் எல்வின் உடனிருந்தார். காலனிய ஆட்சியை எல்வின் எதிர்க்கிறார் என்பதால் அவரை மதச்சபை விசாரணைக்கு உட்படுத்தியது. இந்தியா சுதந்திரம் அடைய வேண்டும் என்ற எண்ணம் தனக்கு உள்ளது என்று கூறிய எல்வினை மதச்சங்கம் விலக்கி வைக்க முடிவு செய்தது. அவராகவே அதிலிருந்து விலகி வெளியே வந்து பழங்குடி மக்களோடு வாழ்ந்து சேவை செய்வது என முடிவு செய்துகொண்டு கோண்டு இனமக்கள் வாழும் கரான்ஜியா என்ற மலைக்கிராமத்தில் சிறிய குடில் அமைத்து சேவை செய்ய ஆரம்பித்தார். பின்பு அதே மாவட்டத்தில் சான்ரவாச்சாபர், பஸ்தர் பழங்குடி மக்கள் வாழும் சித்ரகோட் போன்ற இடங்களில் வாழ்ந்து பழங்குடி மக்களோடு ஒன்று கலந்தார்.

1940ஆம் ஆண்டு தனது 37ஆம் வயதில் கோண்டுப் பழங்குடி இனப் பெண்ணான கோசியைத் திருமணம் செய்துகொண்டு கோண்டு மக்களில் தானும் ஒருவராகிப் போனார் எல்வின். அவருக்கு இரண்டு பிள்ளைகள், முதல் பையனுக்கு ஜவர்கர்லால் என்று பெயரிட்டார். காரணம், கோண்டுகளின் மன்னன் ஜவகர்சிங்கின் நினைவாகவும் தனது நெருக்கமான நண்பர் ஜவஹர்லால் நேருவின் நினைவாகவும் இணைத்துப் பெயரிட்டதாகக் குறிப்பிடுகிறார். இவரோடு இறுதிவரை களப்பணியில் உடனிருந்தவர் ஷாம்ராவ் ஹிவாலே. இவரும் காந்தியவாதியே. ஒன்பது வருடங்களுக்குப் பிறகு கோசியை விட்டு விலகி லீலா என்ற பர்தான் இனப்பெண்ணை இரண்டாவது திருமணம் செய்து கொண்டார் எல்வின்.

பழங்குடி மக்கள் வாழ்க்கை குறித்து நாற்பதுக்கும் மேற்பட்ட புத்தகங்களை எழுதியிருக்கிறார். மத்தியப்பிரதேசம், ஒரிசா, பீகார் என்று சுற்றியலைந்து பழங்குடியினருக்கான நலத்திட்டங்களை

உருவாக்கியிருக்கிறார். ஆதிவாசிகளின் பண்பாட்டினைப் புரிந்து கொள்ளாமல் காட்டிலாகா அவர்களைக் கட்டாய இடமாற்றம் செய்த போதும், இலை ஆடைகளுக்குப் பதிலாக துணி ஆடைகளை உடுத்தும்படி கட்டாயப்படுத்தியபோதும், காரணமில்லாமல் பழங்குடிகளைக் குற்றவாளிகளாகக் கைது செய்துகொண்டு போவதையும் கண்டித்து எதிரான போராட்டங்களை மேற்கொண்டிருக்கிறார் எல்வின். இந்திய மானுடவியல் நிறுவனத்தின் துணை இயக்குனராக சில ஆண்டுகாலம் பணியாற்றியிருக்கிறார். இவர் துவங்கிய கோண்டு சேவா மண்டலம் இன்றும் செயல்பட்டு வருகிறது.

எல்வின் பழங்குடிகளை மேற்கத்திய மனநிலையில் இருந்து ஒருபோதும் அணுகுவதில்லை. அவர்களைப் புரிந்துகொள்ள பழங்குடிப் பண்பாட்டின் வேர்களை அறிந்துகொள்ள வேண்டும் என்று கருதினார். அதற்காக அவர்களின் தொன்மங்கள், நம்பிக்கைகள், வழிபாடுகளை அறியத்துவங்கினார். பூமி பிளந்து உருவானவர்கள் என்று நம்பும் பழங்குடிகள், தங்களுக்குப் பூமியின் மீதுள்ள உரிமை பிறப்பிலே உருவானது, அதை எவராலும் பறிக்கமுடியாது என்ற எண்ணம் இருப்பதை அடையாளம் காட்டுகிறார்.

இன்று ஒரிசா மற்றும் மத்தியப் பிரதேசத்திலுள்ள பழங்குடியினரின் நிலப்பகுதியில் அலுமினிய சுரங்கம் அமைக்க தனியார் நிறுவனங்கள் அவர்களைக் கட்டாய வெளியேற்றம் செய்து கொண்டிருக்கின்றன. பழங்குடிப் பகுதியில் பயணம் செய்யும் போது அவர்கள் அதிகாரத்தால் எவ்வளவு புறக்கணிக்கப் பட்டிருக்கிறார்கள், ஒடுக்கப்பட்டிருக்கிறார்கள் என்பதை நன்றாக உணர முடிகிறது. அந்தப் புறக்கணிப்பின் அரசியல் வடிவமே தற்போதுள்ள பழங்குடிகளின் எழுச்சி.

பிரபஞ்சம் உருவான விதம், மற்றும் மனிதனுக்கு உடல் உறுப்புகள் எப்படி உருவானது, முதன்முறையாக ஆடை நெய்வது எப்படி அறிமுகமானது? நெல் விளைந்தது எவ்வாறு? பறவைகள் ஏன் சப்தமிடுகின்றன? என்று பல்வேறு தளங்களைச் சார்ந்த நம்பிக்கைகளை, கதைகளைத் தொகுத்திருக்கிறார் எல்வின். இந்தக் கதைகளின் ஊடாகப் பழங்குடி மக்களின் இயற்கை குறித்த விசேசமான புரிதல்களை அறிந்துகொள்ளமுடிகிறது.

குறிப்பாக, போண்டா இனமக்கள் பெயர்களுக்குத் தனியே ஆன்மா இருப்பதாகக் கருதுகிறார்கள். ஒருவருக்குப் பெயரிடுவது என்பதன் வழியே அந்த ஆன்மா தனக்கான உடலைத் தேர்வு

செய்து கொள்கிறது என நம்புகிறார்கள். இதுபோலவே பழங்குடிகளின் பயிரிடும் பழக்கம் மேம்பாடு கொண்ட ஒரு விவசாய முறை. தாங்கள் பூமியில் இருந்து உண்டானவர்கள் என்பதால் பூமியை ஏர் கொண்டு உழுவது என்பது தாயின் மார்பை அறுப்பது போன்றது. ஆகவே பூமியை உழுது விதைப்பதில்லை என்கிறார்கள் பைகாப் பழங்குடிகள்.

காற்றுக்குக் கண் இல்லை என்பதால்தான் அது எதன்மீதும் மோதுகிறது. குயிலுக்கு நிறையப் பாடல்களைப் பாட வேண்டும் என்ற பேராசை. அதனால்தான் சின்னஞ்சிறு பாடல்களாக எப்போதும் பாடிக்கொண்டிருக்கிறது என்பது போன்ற பழங்குடியினரின் எண்ணங்கள் மிகுந்த கவித்துவமானவை.

பழங்குடிகள் என்றாலே நாகரிகமற்றவர்கள் என்று ஐரோப்பியர்கள் உருவாக்கி வைத்த சித்திரத்தை மாற்றி அவர்கள் நாகரிகத்தில் மிகவும் உயர்ந்தவர்கள், அவர்களின் பண்பாட்டுக் கூறுகள் வளர்ச்சியடைந்த சமூகத்தில் கூட கிடையாது என்று எல்வின் நிறைய உதாரணங்களைக் காட்டுகிறார்.

குறிப்பாக, பழங்குடி மக்கள் காசு கிடைக்கும் என்பதற்காக எந்த வேலையும் செய்யமாட்டார்கள், ஒருவனைக் காசு கொடுத்து மீன்பிடித்து வரச்சொல்வது மிகவும் கடினமான செயல். எந்தப் பழங்குடியும் இதற்குச் சம்மதிக்க மாட்டார்கள். அது போலவே முரியா பழங்குடி இனத்தில் கோட்டுல் என்ற சமுதாயக்கூடம் உள்ளது. இது பதின்வயதினருக்கான சமுதாயக்கூடம். இங்கே ஆண்பெண் அனைவரும் ஒரே கூரையில் தனித்து வாழ அனுமதிக்கப்படுகிறார்கள். விளையாட்டு, பாலின்பம், சேர்ந்து வேலை செய்தல் யாவும் இங்கே அனுமதிக்கப்படுகின்றன. இதனால் பதின்வயதில் ஆண் — பெண் உடல் பற்றி நன்றாக அறிந்துகொண்டுவிடுகிறார்கள். பாலுறவு குறித்த மனத்தடைகள், தவறான புரிதல்கள் கிடையாது என்று குறிப்பிடுகிறார்.

பழங்குடி மக்களை நகரவாசிகளே அதிகம் ஏமாற்றுகிறார்கள் என்று கூறும் எல்வின் நீதிமன்ற வழக்குகளாக வரும் ஆதிவாசி மக்களிடம் நீதிமன்ற எழுத்தர்கள் நான்கு விதமான பேனாக்களைக் காட்டி எந்த பேனாவில் எழுத வேண்டும்? என்று கேட்பார்கள். ஒவ்வொரு பேனாவில் எழுதுவதற்கும் ஒரு ரேட் இப்படி பழங்குடியினரின் அறியாமையைப் பயன்படுத்திக்கொண்டு அதிகம் ஏமாற்றியது நகரவாசிகளே.

பழங்குடியினரின் கேளிக்கைகளில் அடிப்படையானது கூட்டு நடனம். நடனமாடும் பெண் தன்னைக் காற்றில் அசைந்தாடும்

செடியைப் போல நினைத்துக்கொள்வாள். ஆகவே அவர்களது நடனத்தில் காற்று செடியை அசைப்பது போல முன்பின்னாக உடல் வளைந்து குனிந்து திரும்பும். அழகான மரத்தில் ஒரு பறவையிருக்கிறது. மரத்தை அசைத்தால் பறவை விழிப்பு அடைந்துவிடும் என்றொரு விடுகதையிருக்கிறது. அதன் அர்த்தம் பெண்ணின் காலில் உள்ள சலங்கை சப்தமிடுவதேயாகும்.

எல்வின் தன் வாழ்க்கை வரலாற்றை The Tribal World of Verrier Elwin: An Autobiography எனமீஹ் தனியான நூலாக எழுதியிருக்கிறார். இதை Oxford University Press வெளியிட்டிருக்கிறது. "எல்வின் கண்ட பழங்குடி மக்கள்" என்று இந்த நூலின் தமிழாக்கத்தை சிட்டி செய்திருக்கிறார். 2003இல் 'விழுதுகள் பதிப்பகம்' இதை வெளியிட்டுள்ளது. இந்த நூலிற்காக எல்வின் சாகித்ய அகாதமி விருதுபெற்றிருக்கிறார்.

பழங்குடியினரின் பாலியல் வழக்குகளைப் பற்றி தனியாக ஒரு நூல் எழுதித் தரும்படி ஒரு பதிப்பகம் கேட்டுக்கொண்டபோது, அதை மறுத்த எல்வின், பழங்குடிகளைப் பற்றிய மிகைக் கதைகளையும், மோசமான சித்தரிப்புகளையும் நாம் பொது ஊடகங்களில் அனுமதிக்கவே கூடாது. பழங்குடிகளை நாம் புரிந்துகொள்ளத் தவறும்போது இயற்கையின் ஒரு பகுதியைத் தவறாக அடையாளப்படுத்துகிறோம் என்றுதான் பொருள் என்கிறார்.

எல்வின் தொகுத்த புத்தகங்களில் உள்ள மரபுக்கதைகள், உலகம் பற்றிய பழங்குடி மக்களின் கற்பனைத்திறனுக்கும் உலகப்பார்வைக்கும் சாட்சியாக இருக்கின்றன. இந்தத் தொன்மங்களின் வழியே மனிதனின் கதை சொல்லும் ஆற்றல் எவ்வளவு ஆண்டுகாலமாக மேம்படுத்தப்பட்டு வருகிறது என்பதையும் அறிந்துகொள்ள முடிகிறது.

பழங்குடி மக்களின் நிலம் அவர்களிடமிருந்து ஒருபோதும் பறிக்கப்படக்கூடாது. காட்டில் அவர்களது உரிமை பாதுகாக்கப்பட வேண்டும். காட்டிலாகா அதிகாரிகள் அவர்களைத் தங்களது வேலையாட்கள் போல நடத்தக்கூடாது. பழங்குடியினர்களின் பொருளாதாரம் மற்றும் கல்வி குறித்து சிறப்புத் திட்டங்கள் உருவாக்கப்பட வேண்டும், பணம்படைத்த வணிகர்கள் பழங்குடியினரை ஏமாற்றி வணிகம் செய்வதை அனுமதிக்கக்கூடாது. நகரவாசிகள் அவர்களைக் காட்சிப் பொருள் போலக் கருதும் மனநிலை அகற்றப்பட வேண்டும் என்பது போன்ற எல்வின்

முன்வைத்த பழங்குடி மேம்பாட்டிற்கான திட்டங்கள் இன்றளவும் நடைமுறைப்படுத்தபடவேயில்லை.

எல்வினின் மற்ற நூல்கள் தமிழில் வெளியாகி உள்ளதா? எனத் தெரியவில்லை. அவர் தொகுத்த பழங்குடி மக்களின் கதைகள் ஒரே தொகுதியாக தமிழில் மொழியாக்கம் செய்யப்பட வேண்டியது மிகவும் அவசியம்.

எல்வின் வாழ்க்கை வரலாற்றை அவரது கடிதங்கள் மற்றும் குறிப்புகள் வழியே ராமச்சந்திர குகா விரிவாக ஆராய்ந்து எழுதியிருக்கிறார். அது மிகச் சுவாரஸ்யமான புத்தகம்.

கொற்கையில் கடல் இல்லை

கொற்கைக்குப் போய்க்கொண்டிருந்தோம், என்னுடன் வந்துகொண்டிருந்த நண்பர் துளசிதாசன் கேட்டார்,

'கொற்கையை நெருங்கிவிட்டோம். ஆனால் கடல் சப்தம் கேட்கவேயில்லையே?'

'அங்கே கடல் இல்லையே' என்றேன்.

'அது எப்படி? கொற்கை முத்துக்குப் பேர்போன கடல் துறைமுகம். அங்கே கடல் எப்படி இல்லாமல் போய் விட்டது?' என்று கேட்டார்.

'கடல் பின்வாங்கிவிட்டதாகச் சொல்கிறார்கள்' என்று சொன்னேன்.

கொற்கை என்ற பெயரைக் கேட்டவுடன் நம்மில் பலருக்கும் பழமையான துறைமுகமும் கடலும்தான் நினைவிற்கு வருகின்றன. ஆனால் இன்றுள்ள கொற்கையில் கடல் கிடையாது.

'மறப்போர் பாண்டியன் அறத்தின் காக்கும் கொற்கையம் பெருந்துறை' என்கிறது அகநானூறு. 'நற்றிறம் படராக் கொற்கை வேந்தே' என்கிறது சிலப்பதிகாரம். பாண்டிய மன்னர்களின் வளமைக்குக் காரணம், கொற்கைத் துறைமுகம் அவர்கள் வசம் இருந்ததே என்பதையே கண்ணகி சிலப்பதிகாரத்தில் சுட்டிக்காட்டுகிறாள்.

சங்க இலக்கியங்கள் கொற்கையின் சிறப்பைப் பாடுகின்றன. ஒரு காலத்தில் பெரிய துறைமுக நகரமாக இருந்த கொற்கை இன்று ஒரு சிற்றூராகச் சுருங்கியிருக்கிறது. இதற்கு நேர் எதிராக ஒரு காலத்தில் சிறிய கிராமமாக இருந்த சென்னை

இன்று பெருநகரமாக வளர்ந்து விஸ்வரூபமெடுத்து நிற்கிறது. காலமாற்றத்தின் விநோதம் இதுதான் போலும். இப்படிக் காலச் சூறாவளியில் சிக்கி எத்தனையோ நகரங்கள் காணாமல் போய்விட்டன. சில ஊர்கள் கடந்தகால நினைவின் மிச்சத்துடன் அடையாளமற்றுப் போயிருக்கின்றன.

பதினைந்து ஆண்டுகளுக்கு முன்பு கொற்கைக்குப் போயிருக்கிறேன். சென்ற வாரம் மறுமுறை போகையில் ஒரு நூற்றாண்டு இடைவெளி ஏற்பட்டது போல ஊரே மாறியிருந்தது.

கொற்கை, இன்று கடலில் இருந்து ஆறு கிலோமீட்டர் தூரம் தள்ளியிருக்கிறது. கடல் உள்வாங்கிப் போய் விட்டதே காரணம் என்கிறார்கள். பழைய கொற்கை, கடலின் அருகில் இருந்திருக்கக் கூடும். இன்றுள்ள கொற்கைதான் பழைய கொற்கையா? என்பது குறித்து முழுமையான ஆய்வுகள் இன்னமும் நடத்தப்படவில்லை. கொற்கையின் பதினைந்து கிலோ மீட்டர் தூரத்தில்தான் ஆதிச்ச நல்லூர் உள்ளது. அது மிகவும் புராதனமான புதைமேடு.

கால்டுவெல் பாதிரியார் இந்தப் பகுதியில் சமயத் தொண்டு ஆற்றிய காலத்தில் கொற்கையை ஆய்வு செய்து அங்குக் கிடைத்த பழமையான முதுமக்கள் தாழியைக் கண்டறிந்திருக்கிறார். வானில் வெளிறிய மேகங்களுடன் சூரியன் தணிந்திருந்தது. சிறிய மண்சாலையில் சென்றுகொண்டிருந்தோம்.

'கொற்கைதான் கபாடபுரமா?' என்று கேட்டேன்.

'சங்க இலக்கியம் குறிப்பிடும் கபாடபுரம் இதுவன்று என்றே தோன்றுகிறது' என்றார் சிந்துச்சமவெளி ஆய்வாளரும் நண்பருமான பாலகிருஷ்ணன்.

இந்த ஊரைக் கபாடபுரம் என்று சில அறிஞர்கள் குறிப்பிடுகிறார்கள், ஆனால் நான் இதைக் கபாடபுரம் என்று ஏற்றுக்கொள்ள மாட்டேன். பாகிஸ்தானில் கொற்கை என்ற பெயரில் ஓர் ஊர் இருக்கிறது. கொற்கை என்பது முக்கியமான தமிழ் அடையாளம். நாம் இணைந்து ஒரு பயணம் மேற்கொண்டு பாகிஸ்தான் வரை சென்று அந்தக் கொற்கையைப் பார்த்து வருவோம் என்று கூறினார்.

இன்றைய கொற்கையில் பழமையான வரலாற்றுச் சின்னங்கள் எதுவுமில்லை, அங்கேயிருப்பது ஒரேயொரு வன்னிமரம். இரண்டாயிரம் வருடப் பழமையான மரம் என்று சொல்கிறார்கள். முறிந்து தரையில் சாய்ந்த நிலையில் காணப்படுகிறது. அதன் முன்பாக நடுகல் சிற்பம் ஒன்று காணப்படுகிறது. அதையொட்டி

ஒரு சமணச் சிற்பம் ஒன்று இருந்ததாகக் கூறுகிறார்கள். அது சமணப்பிரதிமையில்லை, புத்தரின் சிற்பம் என்று ஒரு கட்டுரையில் படித்திருக்கிறேன். உண்மை எதுவெனத் தெரியவில்லை.

கொற்கைக்குப் போவதற்கு தூத்துக்குடியில் இருந்து திருச்செந்தூர் சாலையில் பயணிக்க வேண்டும். 25 கிலோமீட்டரில் ஏரலுக்கு முன்பாக ஒரு சிறிய சாலை வடக்கு நோக்கித் திரும்புகிறது. அந்தச் சாலையில் பயணித்தால் வாழவல்லான் என்ற கிராமத்திற்கு மூன்று கிலோ மீட்டர் கிழக்கிலும், உமரிக்காடு கிராமத்திற்கு நான்கு கிலோ மீட்டர் வடக்கிலும் கொற்கை அமைந்துள்ளது. குண்டும் குழியுமான சிறிய சாலை, பள்ளி செல்லும் சிறுமிகள் சாலையில் மெதுவாக நடந்து சென்றுகொண்டிருந்தார்கள். வெளியாட்களைக் கண்டவுடன் ஆசையுடன் கையசைத்து சிரிக்கிறார்கள். கொற்கை அமைதியான ஊர். அருகில் உள்ள புன்னக்காயலில் கடல் உள்ளது. புன்னக்காயலில் இருந்து கொற்கை வரும் சாலை மிகவும் அழகான ஒன்று.

வளர்ச்சியடையாத சிறிய கிராமத்தின் இயல்பு அப்படியே கொற்கையில் உள்ளது. ஊரின் நுழைவாயிலில் காணப்பட்ட வன்னி மரத்தைப் பார்வையிட்டேன். என்னுடன் நண்பர்கள் துளசிதாசன் மற்றும் பாலகிருஷ்ணன் இருவரும் வந்திருந்தார்கள். மூவருமாக இறங்கி அந்த மரத்தின் அருகே சென்றோம். மரங்களைப் பாதுகாக்க அதைப் புனிதமாக்கிவிடுவது எளிய வழி. இங்கேயும் அதுதான் நடந்திருக்கிறது. வன்னிமரத்தைக் கடவுளாக்கி வழிபடுகிறார்கள். செருப்பு போட்டுக்கொண்டு அருகில் போகக்கூடாது என்று ஒரு பெண்மணி சொன்னார்.

நாங்கள் மரத்தின் அருகில் சென்று அதைத் தொட்டுப் பார்த்தோம். மிகப்பழமையான மரம். கொற்கையில் நடந்த சகல மாற்றங்களுக்கும் அந்த ஒற்றை மரம்தான் சாட்சி. எவ்வளவோ மனிதர்களை, வாழ்க்கை மாற்றங்களை அந்த மரம் கண்டிருக்கக்கூடும். மரத்தின் பட்டைகளை உடைக்கமுடியவில்லை. அவ்வளவு கடினமேறியிருக்கிறது. 'இந்த மரம் எங்களுக்குச் சாமி சார், அங்கே பாருங்க, ஐந்து தலை நாகம் போல ஓர் உருவம் இருக்கிறது' என்று ஒரு பெண் சுட்டிக்காட்டினார்.

உண்மையில் பட்டுப்போன மரம் துளிர்க்கத் துவங்கி இயற்கையில் நாகப்படம் போன்ற அமைப்பு உருவாகியிருக்கிறது. மரத்தின் முன்னால் ஒரு பலிச்சிற்பம் காணப்படுகிறது. கல்லால் ஆன சிறிய விளக்குமாடம் ஒன்றுள்ளது.

கொற்கையில் எங்கே தோண்டினாலும் கடற்சிப்பிகள், சங்குகள் கிடைக்கின்றன. ஒரு காலத்தில் இங்கே சங்கில் அலங்காரப் பொருட்கள் செய்யும் தொழிற்சாலை இருந்திருக்கக்கூடும் என்கிறார்கள். அக்கசாலை எனப்படும் பண்டைய நாணயச்சாலை, அங்கேயிருந்திருக்கிறது, அக்கசாலை ஈசுவரமுடையார் என்றொரு கோவில் வாழைத்தோப்பு ஒன்றினுள் இடிபாடுகளுடன் காணப்படுகிறது.

முன்பு நான் போயிருந்தபோது முகப்பில் ஒரு ஆர்ச் இருந்தது, அதில் “பழமையான கொற்கை அக்கசாலை ஸ்ரீஈஸ்வரமுடையார் திருக்கோவில் விநாயகர் ஆலயம்” என்று எழுதப்பட்டிருந்தது. தற்போது அந்த ஆர்ச் உடைந்து போய் வாழைத் தோப்பினுள் விழுந்துகிடக்கிறது. இக்கோவிலின் சுற்றுச்சுவர்களில் கல்வெட்டுகள் காணப்படுகின்றன. இந்தக் கல்வெட்டுகள் கோவிலுக்கு அளிக்கப்பட்ட தானத்தைப் பற்றிக் கூறுகின்றன.

கொற்கை கடற்கரை அருகே இருந்த போதும் வளமையான பூமியாகவே உள்ளது. இங்கே நெல், வாழை, வெற்றிலை ஆகியவை பயிரிடப்படுகின்றன. கொற்கையை நோக்கி வரும் வழியில் சேந்த மங்கலம், மாறமங்கலம், மங்கலக்குறிச்சி என்று பாண்டிய மன்னர்கள் தானம் வழங்கிய மங்களக் கிராமங்கள் வரிசையாக உள்ளன.

பாண்டிய மன்னர்களின் நினைவுகளைச் சுமந்த ஊர்கள் கொற்கையைச் சுற்றிலும் காணப்படுகின்றன. அக்காலத்தில் சேர, சோழ, பாண்டியர்கள் மூவருக்கும் இரண்டு தலைநகரங்கள் இருந்தன. சேரருக்கு வஞ்சி மற்றும் முசிறி. சோழருக்கு உறையூர் மற்றும் பூம்புகார். பாண்டியர்களுக்கு கொற்கை மற்றும் மதுரை. இந்த இரண்டு தலைநகர்களில் ஒன்று நிர்வாகத்திற்கும் மற்றொன்று வணிக மையமாகவும் இருந்திருக்கின்றன. கொற்கை பாண்டியர்களுக்கு அதிக வருவாய் ஈட்டித்தந்த துறைமுகமாகும். இங்கே நாணயங்கள் அடிக்கப்பட்டிருக்கின்றன. நாணயம் அடிக்குமிடம்தான் அக்கசாலை எனப்படுகிறது. இன்றும் கொல்லர்கள் அதிகம் இப்பகுதியில் வாழ்கிறார்கள். இந்தப் பகுதியில் கண்டெடுக்கப்பட்ட செப்புக்காசுகளில் வெற்றிவேல் செழியன் என்ற வட்டெழுத்துகள் காணப்படுகின்றன.

கொற்கையில் பழமையான கோவில் ஒன்று காணப்படுகிறது. அது கண்ணகிக் கோவில் என்று கருதப்படுகிறது. கொற்கையைச் சுற்றிய ஊர்களில் கண்ணகி என்று பெயரிடப்படுவதும் அதிகம் காணப்படுகிறது. இந்தக் கோவிலில் பூஜை வைப்பவரை சந்தித்துப்

பேசிக்கொண்டிருந்தபோது, இது வெற்றிவேல் அம்மன் என்றும் பாண்டியர் காலத்துக் கோவில் என்றும் அவர் நினைவுகூர்ந்தார். சிலப்பதிகாரத்தில் கூறப்படும் வெற்றிச்செழியன் எனும் பாண்டியன் இக்கோவிலைக் கட்டியிருக்கலாம் என்றும் அவர் கூறினார்.

தனது பாண்டிய இனத்திற்கு அவப்பெயர் தேடித்தந்த கொல்லர்கள் இனத்தைக் கொல்ல முடிவு செய்த வெற்றிச்செழியன் ஆயிரம் கொல்லர்களைத் தேடி கண்ணகிக் கோவிலின் முன்பு கழுவேற்றம் செய்தான் என்றொரு கர்ண பரம்பரைக் கதையொன்றும் இந்தப் பகுதியில் கூறப்பட்டுவருகிறது. கொற்கையில் கன்னிமார் குட்டம் எனப்படும் சிறிய நீர்த்தேக்கம் ஒன்றும் காணப்படுகிறது. அது மன்னர்கள் குளிக்கப் பயன்படுத்தியது என்று கூறினார் உள்ளூர் விவசாயி.

கொற்கையில் கண்டெடுக்கபட்ட வெண்சங்குகள் பலரது வீடு களிலும் காணப்படுகின்றன. அகழ்வாய்வு மேற்கொண்டவர்களும் சங்குவளையல்களை நிறைய சேகரித்திருக்கிறார்கள். இந்தப் பகுதியில் காணப்படும் உறைகிணறுகள் இது ஒரு துறைமுக நகரமாக இருந்ததற்கு சாட்சியாக உள்ளது. கொற்கை முத்துகள் கிரேக்கத்திலும் யவனத்திலும் மிகுந்த புகழ்பெற்றிருந்தன. இப்போதுள்ள குளம் முந்தைய காலத்தில் பெரிய இடுகாடாக இருந்திருக்கிறது என்றும் அங்கே தோண்டுகையில் முதுமக்கள் தாழிகள் கிடைக்கின்றன என்றும் உள்ளூர்வாசிகள் கூறினார்கள்.

முந்தைய காலங்களில் தாமிரபரணி ஆறு வடக்கே ஓடியுள்ளது. இப்போது அது திசைமாறி ஏரலுக்குத் தெற்கே ஓடுகிறது. ஏரலுக்கு வடக்கே நட்டாத்தியம்மன் கோவில் என்றொரு பழமையான கோவில் காணப்படுகிறது. நடு ஆற்றுக்குள் அமைந்த கோவிலே நட்டாத்தியம்மன் கோவில். ஆகவே ஆற்றின் ஓட்டம் திசைமாறியிருப்பதை இது தெளிவுபடுத்துகிறது.

பாண்டியர் துறைமுகங்கள் சங்க காலம் தொட்டே முத்துக் குளித்தலுக்கும் முத்து வணிகத்திற்கும் பெயர் பெற்றிருந்தது. அவற்றில் கொற்கைத் துறைமுகத்தின் முத்து வணிகச்சிறப்பை தாலமி, பெரிபிள்ஸ், பிளினி போன்ற பயணிகளின் குறிப்புகளில் அறியமுடிகிறது. திசையாயிரத்து ஐநூற்றுவர் என்ற வணிகக்குழுவினர் முத்துவணிகத்தில் சிறப்பு பெற்றிருந்திருக்கிறார்கள். முன்பு கொற்கையில் ஓர் அகழ் வாய்வுக் காப்பகம் ஒன்று செயல்பட்டுவந்தது. அதைத் தற்போது திருநெல்வேலிக்கு மாற்றியிருக்கிறார்கள். திருநெல்வேலி பாளையங்கோட்டையில் உள்ள அரசு மியூசியம் அரிய

சிற்பங்களும் அகழ்வாய்வுப் பொருட்களும் கொண்டது. அது அவசியம் பார்க்க வேண்டிய ஒன்று.

கொற்கையின் பழமையை அறிந்து கொள்வதற்காக, தொல்பொருள் ஆய்வுத்துறையினர் பனிரெண்டு இடங்களில் அகழ்வாய்வுப் பணியை மேற்கொண்டிருக்கிறார்கள். இங்கே கண்டறியப்பட்ட பானையோட்டில் காணப்படும் தமிழ் பிராமி எழுத்துக்கள் கி.மு. 785 முதல் 95 ஆண்டுகள் கூடவோ குறைவாகவோ இருக்கக்கூடும் எனக் கணிக்கப்பட்டுள்ளது. இது மிகவும் அரிய கண்டுபிடிப்பாகும். இன்றைய கொற்கையில் கடல் இல்லை. ஆனால் அதன் நினைவுகளில் அலைகள் புரண்டுகொண்டுதானிருக்கின்றன. அதன் வெளிப்பாடோ என்னவோ, கடற்பறவைகள் இன்றும் கொற்கை மரங்களுக்கு வந்து நின்று கடந்துபோகின்றன. இன்றளவும் இயற்கை, கொற்கையின் மகத்துவத்தைப் பசுமையாக நினைவில் வைத்திருக்கிறது போலும்.

*

பயணவழியில் சங்க இலக்கியங்களில் ஒன்றான சிறு பாணாற்றுப் படையைப் படித்துக்கொண்டு வந்தேன். நத்தத்தனார் என்னும் கவிஞரால் இயற்றப்பட்டது சிறுபாணாற்றுப்படை. இது 269 அடிகளால் அமைந்தது. ஒய்மான் நாட்டு மன்னன் நல்லியக்கோடனின் புகழ் பாடுகின்றன இக்கவிதைகள். நல்லியக்கோடனைக் கண்டு பரிசு பெற்ற ஒரு பாணன் இன்னொரு பாணனுக்குச் சொல்வது போல பாடல் அமைக்கப்பட்டுள்ளது.

இப்பாடலில் வறுமையில் வாடிய ஒரு பாணன், வள்ளல் நல்லியக்கோடனைக் காணச்செல்கிறான், அந்த வறுமை எப்படியிருந்தது என்பதைச் சுட்டிக்காட்டி எழுதப்பட்ட கவிதை வரிகள் மனதைச் சுடுவனவாக அமைந்துள்ளன.

நல்லியக்கோடனைக் காணுமுன் இருந்த வறுமைநிலை எப்படியிருந்தது என்பதைக் கூறும் கவிதை வரிகளைப் பாருங்கள்.

. . . இந்நாள்
திறவாக் கண்ண சாய் செவிக் குருளை
கறவாப் பால் முலை கவர்தல் நோனாது
புனிற்று நாய் குரைக்கும் புல்லென் அட்டில் (130-132)

அதாவது இப்போதுதான் பிறந்து இன்னமும் கண்விழிக்காத வளைந்த காதுகளை உடைய நாய்க்குட்டி, பால் அருந்துவதற்காகத் தாயின் மடியில் முட்டும்போது குட்டிக்குப் பால் புகட்டுவதற்குக்

கூட பால் இல்லாமல் வற்றிப்போன முலையுடையதாக அடுக்களையில் படுத்துக்கிடக்கிறது குட்டியை ஈன்ற தாய் நாய் என்ற காட்சி முன்வைக்கப்படுகிறது.

வறுமை மனிதர்களை மட்டுமில்லை, அவர்களுடன் இணைந்து வாழும் நாயினையும் பட்டினியாகவே போட்டிருக்கிறது. பட்டினியிலும் நாய் குட்டிகளை ஈன்றுகிறது. ஆனால் குட்டிக்குப் பால் தர தன்னிடம் பால் இல்லை என்ற வலியில் அது குரைக்கிறது. அந்தக் குரைப்பொலி வறுமையின் சூடு நிரம்பியது. நாயே இந்த நிலையில் இருக்கிறது என்றால் வீட்டில் வாழும் மனிதர்கள் எப்படியிருந்திருப்பார்கள்? அந்த வரிகளைப் படிக்கையில் மனது துவண்டுவிடுகிறது.

> காழ்சோர் முதுசுவர்க் கணச்சிதல் அரித்த
> பூமி பூத்த புழல் காளாம்பி
> ஒல்கு பசி உழந்த ஒடுங்கு நுண் மருங்குல்
> வளைக்கை கினை மகள் வள் உகிர்க் குறைந்த
> குப்பை வேளை உப்பிலி வெந்ததை
> மடவோர் காட்சி நாணிக் கடையடைத்து
> இரும்பேர் ஒக்கலொடு ஒருங்கு உடன் மிசையும்
> அழி பசி வருத்தம் வீட. (133-140)

அதாவது அடுப்படியின் கூரை இற்று வீழ்ந்து கிடக்கின்றன. கரையான் பற்றிய சுவர்களில் காளான் முளைத்திருக்கின்றன. பசியால் வருந்தி ஒடுங்கிய வயிறு கொண்ட பாணனின் மனைவி மெலிந்த கைகளைக் கொண்டிருக்கிறாள். அவள் பிறர் அறியாமல் தனது கூர்மையான நகத்தினால் கிள்ளிய குப்பைக்கீரையை உப்பின்றி வேகவைத்து அதை ஊரார் பார்த்துவிட்டால் அவமானமாகிவிடுமே என்று நினைத்து வாசற்கதவை அடைத்து தனது சுற்றத்துடன் சேர்ந்து உண்ணும் கொடிய பசித் துன்பம் அந்த வீட்டில் நிலவியது என்கிறது இப்பாடல்.

வான்கோ The Potato Eaters என்றொரு ஓவியம் தீட்டியிருக்கிறார். சுரங்கத் தொழிலாளர்கள் வீட்டில் உருளைக்கிழங்கைச் சாப்பிடும் காட்சியது. அந்த ஓவியம் மிகவும் பிரபலமான ஒன்று. அந்த ஓவியத்தினைக் காண்கையில் ஏற்படும் அதிர்ச்சி, மனக்கொந்தளிப்பு போல பத்து மடங்கு இந்தக் கவிதையை வாசிக்கையில் ஏற்படுகிறது.

கடந்தகாலத் தமிழகம் இனிமையும் வளமையும் மட்டும் கொண்டதில்லை. ஒரு பகுதியில் செழுமை இருந்தால் இன்னொரு

பகுதியில் இப்படி மடிவற்றிப்போன நாய் குரைக்கும் வறுமையும் காணப்பட்டிருக்கிறது.

இந்தக் கவிதையில் வரும் அந்த நாயின் படிமம் ஒருபோதும் மறக்கமுடியாதது. ஒருகணம் உங்கள் கண்களை மூடி நினைத்துப் பாருங்கள். அந்த நாயின் தோற்றம் நெருப்பின் சுடர்போல மினுங்குகிறது. தனது மடியில் பால் தேடி முட்டும் கண்விழிக்காத நாய்க் குட்டியைப் பார்த்தபடி வேதனையில் குரைக்கும் நாயின் குரைப்பொலி நம் மனசாட்சியை உலுக்கக் கூடியது. அது நாயின் குரல் மட்டுமில்லை, என்றென்றும் தொடரும் மானுட அவலத்தின் குரல்.

கொடும்பாளூரும் ஒற்றை மயிலும்

சிலப்பதிகாரத்தின் மீதான தீராத விருப்பத்தின் காரணமாக கண்ணகி நடந்து சென்ற பாதையை மீளாய்வு செய்து அதிலேயே ஒருமுறை பயணம் செய்ய வேண்டும் என்று பனிரெண்டு ஆண்டுகளுக்கு முன்பாக ஒரு நெடும்பயணம் மேற்கொண்டேன். துவங்கியபோது அது எளிதான காரியம் போலத் தோன்றியது. ஆனால் பயணம் செல்லச் செல்ல அது முடிவில்லாத தேடுதல்களும் புதிர்களும் வியப்பும் கொண்ட வாழ்நாள் தேடுதல் என்பதைப் புரிந்துகொள்ள முடிந்தது.

ஒரு முறை போய்வரலாமே என்று துவங்கிய பயணம் இன்றுவரை முடிவடையவேயில்லை. பூம்புகாரில் துவங்கி சேர மன்னர்கள் ஆண்ட கொடுங்கலூர் எனும் பழைய வஞ்சி நகரம் வரையானதூரத்தை இதுவரை ஏழுமுறை பயணம் மேற்கொண்டிருக்கிறேன். ஒவ்வொரு பயணமும் ஒரு தனி அனுபவம். ஒன்று, கண்ணகியைப் புரிந்துகொள்ளச் செய்தது, மற்றொன்று, சிலப்பதிகாரம் காட்டும் நிலக்காட்சிகளை, பழமையான தமிழகத்தை அறிய வைத்தது. மற்றொரு பயணம் சிலப்பதிகாரம் காட்டும் பறவைகள், விலங்குகள், தாவரங்கள் பற்றியதாக நீண்டது. இன்னொரு பயணம் சிலப்பதிகாரத்தில் கண்ணகி வழியில் சந்திக்கும் மனிதர்கள், அவர்களின் வாழ்விடங்கள் பற்றியதாக நீண்டது. அடுத்தபயணம் சமண, பௌத்தங்களின் தாக்கம் தமிழகத்தில் இருந்தது எப்படி என்பதைப் பற்றியது. அதுபோலவே மற்றொரு பயணம் அகழ்வாய்வுகள், வரலாற்றுச் சுவடுகளைத் தேடியது. இன்னொரு பயணம் சிலப்பதிகாரம் பதிப்பிக்கப்பட்ட கதை, அதை ஆழ்ந்து கற்ற அறிஞர்கள் ஆய்வாளர்களைத் தேடிச்சென்று அவர்கள் மதிப்பீடுகளை அறிந்துகொண்டது என ஒவ்வொரு சிலப்பதிகாரப்

பயணமும் என்னை மேலும் மேலும் தமிழகத்தின் பண்டைய சிறப்புகளை அறிந்துகொள்ளச் செய்தது. கண்ணகியோடு நடந்த அந்தப் பயணம் குறித்து விரிவான நூல் ஒன்றினை எழுதிக்கொண்டிருக்கிறேன். விரைவில் அது வெளியாகக் கூடும்.

அப்படியொரு பயணத்தின்போதுதான் கொடும்பாளூருக்கு முதன்முறையாகப் போயிருந்தேன். சிலப்பதிகாரத்தின் காடுகாண் காதையில் மதுரைக்குச் செல்லும் வழியைப் பற்றி விவரிக்கும்போது கொடும்பாளூர், நெடுங்குளம் ஆகிய இரண்டு ஊர்களும் விவரிக்கப்படுகின்றன.

> கொடும்பை நெடுங்குளக் கோட்டகம் புக்கால்
> பிறைமுடிக் கண்ணிப் பெரியோன் ஏந்திய
> அறைவாய்ச் சூலத் தருநெறி கவர்க்கும்

(காடு காண் காதை, 71—73)

என்ற பாடலில் மதுரைக்குச் செல்ல சூலம் போன்று மூன்று வழிகள் இருப்பதாக மாங்காட்டு மறையவன் கூறுகிறார். இன்றைக்கும் புதுக்கோட்டை மாவட்டத்தில் உள்ள கொடும்பாளூரில் இருந்து மதுரை செல்வதற்கு அதே மூன்று வழிகளும் இருக்கின்றன.

சிலப்பதிகாரக் காலம் எழுதப்பட்டு ஆயிரமாண்டுகளுக்கு மேலாக ஆனபோதும் அது சுட்டிக்காட்டும் நில வழிகளில் பெரிய மாற்றங்கள் உருவாகிவிடவில்லை. மதுரைக்குச் செல்லும் முதல் வழியானது வலப்புற வழி என்கிறது சிலப்பதிகாரம். இது சிறுமலை வழியாக மதுரைக்குப் போகும் பாதை. இரண்டாவது பாதை, அழகர் கோவில் வழியாக மதுரைக்குச் செல்லும் வழி. இந்த இரண்டினையும் தவிர, காடு வழியாகச் செல்லும் இடை வழி ஒன்றும் இருக்கிறது. இந்த வழியில் சென்றால் பரம்பு மலை வருகிறது. இங்கே ஓர் அணங்கை எதிர்கொள்ள வேண்டும் என்று சிலப்பதிகாரம் சுட்டிக்காட்டுகிறது.

இந்தப் பாதைகள் எப்படியிருந்தன? என்பதைச் சிலப்பதிகாரம் தெளிவாக, துல்லியமாக நமக்கு அடையாளம் காட்டுகின்றது. குறிப்பாக, வலப்புற வழியில் ஓமை, வெண்கடம்பு, மூங்கில் போன்ற நீரற்றுச் சுருங்கிக்கிடக்கும் தாவரங்கள் கொண்ட நிலவெளி காணப்படுகிறது. இது தண்ணீர் வற்றிய பிரதேசம். இங்கே எயினர் என்பர் குடியிருக்கிறார்கள். இதைக் கடந்து சென்றால் சிறுமலை தோன்றும், அது வாழை, மா, பலா என மலைப்பழங்கள் செழித்து வளரக்கூடியது என்று சிலப்பதிகாரம் அடையாளம் காட்டுகிறது.

இன்றைக்கும் சிறுமலை செழிப்பான மலைப்பழங்கள் விளையக் கூடியதாக உள்ளது. திண்டுக்கல் பகுதியில் சிறுமலைப் பழம் என்ற வாழைப்பழம் தனிச்சிறப்புடன் விற்கப்படுகிறது.

இதுபோலவே இடப்புறவழியாக திருமாலிருஞ்சோலை ஊடாகச் செல்லும் பாதையானது மருத நிலம் சார்ந்த பல பகுதிகளை உடையது. இவ்வழியில் செல்லும்போது புண்ணிய சரவணம், பவகாரணி, இட்டசித்தி என்னும் மூன்று நீர்ப்பொய்கைகள் காணப்பெறும். இவை ஒவ்வொன்றிலும் மூழ்கினால் ஒவ்வொரு பலன் கிட்டும். பின் சிலம்பாறு தோன்றும். இந்த ஆற்றைத் தொடர்ந்தால் இயக்கி தோன்றுவாள், அவளின் வினாக்களுக்குப் பதில் தந்து பின்னர் திருமாலிருஞ்சோலை அடையலாம் என்கிறது சிலப்பதிகாரம்.

இன்றும் சிலம்பாறு என்ற பெயர் அழகர்கோயில் தீர்த்தங்களில் ஒன்றாகக் குறிக்கப்படுகிறது. அதாவது இன்று நூபுர கங்கை எனப்படும் தீர்த்தம் சிலம்பாறு என்று அழைக்கப்படுகிறது.

சூலாயுதம் போன்ற இந்த வழியின் நடுவில் உள்ள இடைவழியானது இன்றுள்ள பாரி ஆண்ட பரம்பு வழியாகக் கடந்து செல்லக் கூடியது. கொடும்பாளூர், நெடுங்குளம் என்னும் இரண்டு ஊர்களுக்கும் பொதுவாகிய ஏரிக்கரை அமைந்திருப்பதை சிலப்பதிகாரம் சுட்டிக் காட்டுகிறது. இந்தப் பரம்பு மலையில் உள்ள வனதெய்வம் இன்றும் கொண்டாடப்படுகிறது. இதைக் கானுறை தெய்வம் என்று சிலப்பதிகாரம் கூறுகிறது.

சிலப்பதிகாரம் படித்தபடியே ஒவ்வொரு ஊராகக் கடந்து சென்ற நான் திருச்சி ஸ்ரீரங்கத்தை அடுத்து துறையூரைக் கடந்து புதுக்கோட்டை மாவட்டத்தில் கண்ணகி நடந்த பாதையைப் பின்தொடர்ந்தபோது கொடும்பாளூரைச் சென்று அடைந்தேன்.

புதுக்கோட்டையிலிருந்து 35 கிலோ மீட்டர் தொலைவில் குடுமியான்மலை—மணப்பாறை சாலையில் அமைந்துள்ளது கொடும்பாளூர், பயண வழி வறண்டு போன நிலக்காட்சிகளைக் கொண்டிருந்தது கருவேலமரங்களும், வறண்ட நிலமுமாக கண்ணில்பட்டு மறைந்து போயின. கோடையில் நான் பயணம் செய்தேன் என்பதால் வெயில் கானல்போல எதிரில் ஓடிக்கொண்டிருந்தது. அறுவடை முடிந்த வயல்கள் காய்ந்து போயிருந்தன. கொக்குகளையோ, குருவிகளையோ கூடக் காணமுடியவில்லை. சாலை வளைந்து திரும்பியதும், தொலைவில் இரண்டு சிறிய கோவில்கள் கண்ணுக்குத் தெரியத்துவங்கின. அருகில் சென்றதும் ஒரு காலத்தில் சுற்றிலும் மண்டபங்கள் இருந்ததற்கான அறிகுறிகள் தெரிகின்றன.

ஆறாம் நூற்றாண்டில் இருந்து ஒன்பதாம் நூற்றாண்டுவரை இந்த ஊர் இருக்கு வேளிர்களின் ஆதிக்கத்தில் இருந்திருக்கிறது. பின்பு சோழர்கள் இதைக் கைப்பற்றி ஆட்சி செய்திருக்கிறார்கள்.

சிவன், விஷ்ணு, பிரம்மா ஆகிய மூவருக்கும் கட்டப்பட்ட கோவில்கள் என்பதால் இந்தக் கோவில் வளாகத்தை மூவர் கோவில் என்று கூறுவதாகச் சொல்கிறார்கள். மூவர் கோவிலைக் கட்டியது பூதி விக்கிரமக் கேசரி என்ற மன்னராவார். புதுக்கோட்டை மாவட்டத்தில்தான் தமிழகத்தில் அதிகமான புராதனச் சின்னங்கள் காணப்படுகின்றன. குறிப்பாக, திருமயம் கோட்டை, குடுமியான்மலை. நார்த்தா மலை சமணப் படுகைகள், சித்தன்னவாசல் குகை ஓவியங்கள், சோழர் கால கோவில்களான திருக்கட்டளை, கலியப்பட்டி, குன்னாந்தார் கோவில், ஆதனக்கோட்டை, கீழாநிலை, மலையடிப்பட்டி, திருவரங்குளம், சமணர்களைக் கழுவேற்றம் செய்த ஓவியங்கள் உள்ள ஆவுடையார் கோவில் என்று காலத்தின் அரிய காட்சிக் கூடமாக கண்முன்னே நிற்கின்றன.

நாயன்மார்களில் ஒருவரான இடங்கழிநாயனார் கொடும்பாளூரைச் சேர்ந்தவரே. கல்கியின் பொன்னியின் செல்வன் நாவலில் வரும் வானதி கொடும்பாளூரைச் சேர்ந்தவள். கல்கி காட்டும் கொடும்பாளூரும் வறண்ட நிலப்பகுதியே. குறுநில மன்னர்களாக அறியப்பட்ட வேளிர் மரபினரைப் பற்றி அதிகமான சரித்திரக் குறிப்புகள் இல்லை. சோழர்களுடன் மண உறவு கொண்டிருந்தனர். பாண்டியர்களுடன் சண்டையிட்டுள்ளனர் என்பது போன்ற வெளிப்படையான சரித்திரச் சான்றுகளைத் தவிர அவர்களின் நுண்கலைகள் பற்றியோ, வேளிர் மரபின் தனித்துவம் பற்றியோ அதிகம் இன்றும் அறியப்படவில்லை.

பொதுவாக, குறுநில மன்னர்கள் என்று வகைப்படுத்தப்பட்டுவிடும் இவர்கள் ஒரு பக்கம் சோழ நாடு, மறுபக்கம் பாண்டி நாடு என்று இருபெரும் அரசுகளின் இடையில் வாழ்ந்து மறைந்திருக்கிறார்கள். இவர்கள் கர்நாடகத்திலிருந்து வந்தவர்கள் என்றும், யாதவர்கள் என்று பட்டம் கொண்டவர்கள் எனவும் அறியப்படுகிறார்கள்.

பூதி இருக்குவேளிர் என்ற மன்னரால் கட்டப்பட்ட மூவர் கோவில் தனித்துவமான அழகுடையது. இருக்கு வேளிர் மன்னர்கள் பற்றிய கல்வெட்டுகள் இங்கே காணப்படுகின்றன. தன்னுடைய இரண்டு மனைவிகளான வரகுணவதி மற்றும் கற்றலைப்பிராட்டியார் விருப்பத்திற்கு ஏற்ப இந்தக் கோவில்களை உருவாக்கியதாகக் கல்வெட்டுகள் கூறுகின்றன.

இருக்குவேளிர் மன்னர் சுந்தரச் சோழனின் காலத்தைச் சேர்ந்தவர் என்று சில வரலாற்று அறிஞர்கள் கணிக்கிறார்கள். சிலர் முதலாம் ஆதித்யச் சோழன் காலத்தைச் சேர்ந்தவர் என்றும் குறிப்பிடுகிறார்கள். இவர்களின் கட்டிடக்கலை மரபானது சோழர்களின் ஆரம்ப கால கற்றளிகளின் வடிவத்தையே நெருக்கமாகக் கொண்டிருக்கிறது.

மூன்று கோவில்கள் ஒன்றிணைந்து ஒரே மகாமண்டபம் காணப்படுகிறது. மகரத்தோரணம், முப்பது அடிக்கும் மேற்பட்ட உயரத்தில் உள்ள கோபுரம், அதில் காணப்படும் சிவன் உமையின் திருவுருவங்கள், கூத்தாடும் தேவகணங்கள். இன்று இடிபாடுகளாகக் காணப்படும் இந்தக் கோவிலைச் சுற்றிலும் பதினைந்து சிறிய கோவில்கள் இருந்திருக்கின்றன. ஒவ்வொன்றும் ஒரு துணைத்தெய்வத்திற்கானது.

குறிப்பாக, இக்கோவிலில் உள்ள பிட்சாடனகோலம் மற்றும் அர்த்தநாரீஸ்வரக் கோலம், கஜசம்ஹார மூர்த்தி, காலாரி, சவுரி வீசும் பெண் மற்றும் இந்திரன் சிற்பங்கள் ஆகச் சிறப்பானவை. தற்போது அகழ்வாய்வுத் துறையின்கீழ் உள்ள இந்தக் கோவில் அருகிலே இடிந்தும் சிதைந்தும் போன பழங்காலச் சிற்பங்கள் பாதுகாப்பதற்கான காப்பகம் ஒன்றும் காணப்படுகின்றது. அந்தக் காப்பகத்தில் தலையற்றுப் போன சிற்பங்களையும் புத்த பிரதிமைகளையும் காணும்போது சிற்பக்கலையின் உன்னத சாட்சிகள் அவை என்று தோன்றியது.

இந்தக் கோவிலுக்குச் செல்லும் வழியில் சாலையோரம் மிகப்பெரிய நந்தி ஒன்று காணப்படுகிறது. அதன் அருகில் கோவில்கள் எதுவுமில்லை. எதற்காக நந்தி வெட்டவெளியில் இருக்கிறது என்று தெரியவில்லை. விசாரித்தபோது அந்தச் சிவ ஆலயம் ஒன்றிற்காகக் கொண்டு செல்லப்படுவதற்காக எடுத்து வரப்பட்டு வழியில் நந்தி வைக்கப்பட்டுவிட்டது என்கிறார்கள்.

ஆனால் இந்த நந்தி உள்ள இடத்திலிருந்து ஒரு கிலோ மீட்டர் தொலைவில் முசுகுந்தீஸ்வரர் ஆலயம் காணப்படுகிறது. அதற்கும் இந்த நந்திக்கும் என்ன உறவு என்று தெரியவில்லை. ஆனால் தஞ்சைப் பெரிய கோவிலின் நந்தியைப் போல மிக அழகாகவும் திருத்தமாகவும் உள்ளது இங்குள்ள நந்தியுருவம்.

மூவர் கோவிலின் பின்னால் இடிபாடுகள் காணப்படுகின்றன. அதை ஐவர் கோவில் என்கிறார்கள். இதுவும் வேளிர் மரபைச் சேர்ந்ததே. ஆனால் முழுமையான கோவிலாக இவை காணப்படவில்லை. புதையுண்ட சுற்றுச்சுவர்களும் இடிபாடுகளுமே காணப்படுகின்றன. நான் சென்றிருந்த

பகல்வேளையில் மூவர் கோவிலைப் பார்ப்பதற்காக வந்திருந்தவர்கள் மூன்று பேர் மட்டுமே. அவர்களும் இங்கே பார்ப்பதற்கு என்ன இருக்கிறது? என்பது போல அவசர அவசரமாகப் புகைப்படம் எடுத்துக்கொண்டு பக்கத்தில் ஏதாவது ரெசார்ட் இருக்கிறதா? என்று விசாரித்துக்கொண்டிருந்தார்கள் பழங்காலத்தில் கொடும்பாளூர் ‘இருக்குவேளூர்’ என்ற பெயர் கொண்டிருந்திருக்கிறது. “கோனாட்டுக் கொடிநகரம்’ என்று பெரிய புராணத்திலும் பெயர் பெற்றிருக்கிறது. சங்க இலக்கியமான புறநானூற்றில், மாங்குடிக் கிழார் பாடிய பாடலொன்றில் கடற்கரையோரத்திலிருந்த நல்லூர் என்ற ஊரைத் தலைமையிடமாகக் கொண்டு மாவேள் எவ்வி என்ற வேளிர்குலச் சிற்றரசன் ஆட்சி செய்து வந்த செய்தி குறிப்பிடப்படுகிறது. மாவேள் எவ்வியின் ஆட்சிப் பகுதிகளில் புனலம் புதவு, மிழலை, முத்தூறு ஆகிய ஊர்கள் அடங்கியிருந்தனவாகவும் பாண்டிய மன்னன் நெடுஞ்செழியன் இப்பகுதிகளை வென்றதாகவும் மாங்குடிக் கிழார் குறிப்பிடுகிறார்.

இருக்குவேளிர்களுக்கும் கர்நாடகாவில் ஆட்சி செய்த ஹொய்சாலர்களுக்கும் நிறைய ஒப்புமைகள் இருப்பதாக வரலாற்று ஆய்வாளர்கள் கருதுகிறார்கள். குறிப்பாக இருவருமே தாங்கள், யாதவக் குலத்தைச் சேர்ந்தவர்கள், வடபுலத்தில் இருந்து வந்ததாகக் கூறுகிறார்கள். புலியை எதிர்கொண்டு கொன்ற கதை இரண்டு மன்னர்கள் பற்றியும் கூறப்படுகிறது.

கொடும்பாளூரின் ஐவர் கோவில் பக்கம் பார்த்துக் கொண்டிருந்த போது எங்கிருந்தோ மயிலின் அகவல் கேட்டது. எங்கே மயில் என்று தேடியபோது தொலைவில் ஒரு மயில் நின்றுகொண்டிருந்தது. அது வெயிலை ஏறிட்டுப் பார்த்துவிட்டுத் தலையை குனிந்து எதையோ தேடுவதைப் போல நடந்துகொண்டிருந்தது.

மயிலின் நடையைப் பார்த்துக்கொண்டேயிருந்தேன். அதில்தான் என்னவொரு ஒயில், எவ்வளவு வசீகரம், அந்த மயில் சட்டென பறந்து வான் உயர்ந்து மேலோங்கி சட்டெனத் தரை இறங்கியது.

முற்றிய வெயிலில் ஏதோவொரு பித்து பிடித்துக்கொண்டது போல் மயில் விளையாட்டு காட்டிக் கொண்டிருந்தது. எனக்கு ஐங்குறுநூறு பாடலில் ஒரு பெண் ஓடையில் நீந்திக் குளிக்கப் பாயும்போது அவளது கூந்தல் விரிந்து பரவ மயில் ஒன்று வானில் இருந்து தோகையை விரித்தபடியே பறந்து தரையிறங்குவது போல இருப்பதாகக் குறிப்பிடும் பாடல் நினைவிற்கு வந்தது.

ஓரம்போகியார் எழுதிய பாடலது. ஐங்குறுநூறின் 74ஆவது பாடலாக இடம்பெற்றுள்ளது. தலைவன் தான் கண்ட தலைவியின் அழகினைப் பற்றி எடுத்துச் சொல்கிறான்,

விசும்பிழி தோகைச் சீர் போன்றிசினே
பசும் பொன் அவிர் இழை பைய நிழற்றக்
கரை சேர் மருதம் ஏறிப்
பண்ணை பாய்வோள் தண் நறும் அம் கதுப்பே.

அந்தப் பெண் அணிந்திருந்த அழகிய பொன் நகைகள் ஒளியைப் பரப்ப, கரையில் உள்ள மருத மரத்தில் ஏறி, ஓடையில் பாய்ந்து நீராடினாள். பாய்ந்தபொழுது அவளுடைய நறுமணம் மிகுந்த அழகிய கூந்தல், வானத்திலிருந்து இறங்கும் மயிலின் தோகையைப் போன்று காட்சி அளித்தது என்கிறது பாடல்.

இதில் மருதமரத்தில் ஏறி நின்று குதித்து நீச்சல் ஆடும் பெண்ணின் விளையாட்டுத்தனம் காட்சிப்படுத்தப்படுகிறது. கூடவே பறக்கும் பெண்ணின் கூந்தல் வானில் இருந்து பறந்து இறங்கும் மயிலை நினைவுபடுத்துகிறது. மிகுந்த வசீகரமும் கவித்துவ அழகும் கொண்ட காட்சிப்படிமமாகிறது இக்கவிதை.

கொடும்பாளூரில் இருந்து திரும்பி வந்து கொண்டிருந்த போது மனதில் தோன்றியது, தமிழகத்தின் தொன்மை முற்றிலும் அழிந்துவிடவில்லை. அவை கவனிப்பாரற்று, சீரழிந்த நிலையில் கிடக்கின்றன. கண்முன்னே அழிந்துவரும் அந்த வரலாற்று ஆவணங்களை, கலைச் செல்வங்களை, அரிய தாவர, மிருக இனங்களை நாம் பாதுகாக்கத் தவறுகிறோம்.

இந்த அலட்சியம், அக்கறையின்மை, எதிர்காலத் தலைமுறைக்கு நாம் இழைக்கும் துரோகம். நண்பர்களே, நுண்கலைகளை, சிற்பங்களை, குகைத்தளங்களை, புராதன வரலாற்றுச் சின்னங்களைப் பார்க்க விரும்புகின்றவர்கள், புதுக்கோட்டை மாவட்டத்தில் ஒரு மாதகாலம் தங்கி, ஊர் ஊராகப் போய் பார்த்துவர வேண்டும். அவ்வளவு இருக்கிறது பார்ப்பதற்கும் ரசிப்பதற்கும். நம் கண்முன்னே உள்ள தமிழகத்தின் ஊடே நாம் கண்டறியாத தமிழகம் ஒன்றிருக்கிறது. அது பழமையானது, புராதன நினைவுகள் பீடித்தது, அரிய கலைச் செல்வங்களைக் கொண்டது, அவற்றைக் கண்டறியவும், கவனப்படுத்தவும் வேண்டியது நம் அனைவரின் கடமை என்றே தோன்றுகிறது.

கபிலரும் மருதனும் காற்றில் வாழ்கிறார்கள்

சங்க காலத் தடயங்கள் எனத் தமிழகத்தில் நூற்றுக்கும் மேலான ஊர்களைக் குறிப்பிடுகிறார்கள். அவற்றில் இன்றும் அகழ்வாய்வு மேற்கொள்கையில் அணிகலன்களும், முதுமக்கள் தாழியும், சங்கினால் பொருட்கள் செய்யும் தொழிலகங்களும் இருந்த மிச்சங்களைக் காண முடிகிறது.

நான் சங்கக் கவிஞர்கள் வாழ்ந்த சுவடுகளைத் தேடிக்காண்பதில் விருப்பமுள்ளவன். வெள்ளிவீதியாரைப் படித்துவிட்டு மதுரையில் எந்த வீதி வெள்ளி வீதி, எங்கே வெள்ளிவீதியார் நடமாடியிருப்பார் என்று தேடி அலைந்திருக்கிறேன். ஆண்டாளின் திருப்பாவையை ஆண்டாள் கோவில் பிராகாரத்தில் உட்கார்ந்து வாசித்துவிட்டு அந்தவீதிகளில் சுற்றியலைவதில் சுகம் காண்கிறவன் நான்.

சங்கப்பாடல்களில் இடம் பெற்றுள்ள ஊர்களைத் தேடிப்போய் காணும்போது மனதில் இனம் புரியாத ஏதோவொரு சந்தோஷம் உண்டாகிறது. சங்க இலக்கியத்தின் கபிலர் தனிப்பெரும் ஆளுமை கொண்ட கவி. அவர் பாடிய பறம்பு மலைக்கு நண்பர்களுடன் போயிருந்தேன். பறம்பு மலை, வள்ளல் பாரி வாழ்ந்த மலையாகும். சங்க காலத்தில் பறம்பு மலை, திருநெலக்குன்றம், திருக்கொடுங்குன்றம் என இரண்டு விதமான பெயர்களில் குறிப்பிடப்படுகிறது. தற்போது அதன் பெயர் பிரான்மலை. புதுக்கோட்டையிலிருந்து தென்மேற்கே நாற்பத்தைந்து கிலோமீட்டர். தொலைவில் உள்ளது. 2450 அடி உயரத்துடன் கம்பீரமாக உள்ளது பிரான் மலை. பிரான்மலையைத் தொலைவில் இருந்து பார்க்கையில் ஓர் அனுபவமாகவும் நெருங்கி

எஸ்.ராமகிருஷ்ணன்

மேலேறிப் பார்க்கையில் இன்னொரு விதமான அனுபவமாகவும் இருக்கிறது.

முந்திய நாள் அந்த மலையினை அருகாமை கிராமம் ஒன்றில் இருந்து பார்த்துக்கொண்டேயிருந்தேன். என்னுடன் இருந்த நண்பர் முரளி சொன்னார்,

"மலையினைப் பார்க்கப் பார்க்க பாரியின் நினைவு வருகிறது. எவ்வளவு பெரிய வள்ளல்!"

"எனக்குக் கபிலரின் நினைவுதான் மேலோங்குகிறது. எவ்வளவு மகத்தான கவி கபிலர். அவரது கவிதைகளுக்கு நிகரில்லை" என்றேன். இருவரும் மலையைப் பார்த்தபடியே மௌனமாக இருந்தோம். இதமான காற்று கடந்து போனது. அந்தக் காற்றில் கபிலரின் குரல் புதையுண்டிருக்கிறது என என் மனதில் தோன்றியது.

இந்த மலை, காலத்தின் ஒரு சாட்சி. கபிலர் நடமாடி அலைந்த சுவடுகள் இம்மலையினுள் உள்ளன. காலம் அவற்றினை நம் கண்ணில் இருந்து அழித்து மறைத்திருந்தாலும் மனது அதைக் கற்பனை செய்துகொள்ளத்தானே செய்கிறது.

கவிதைகளின் வழியே கபிலர் இந்த மலையை விட மிக உயரமானவராக எனக்குள் பதிந்து போயிருக்கிறார். கிரேக்கக் கவிதைகளை உலகின் சிறந்த கவிதைகள் என வாசித்து வியக்கும் நாம் அதே கால கட்டத்தில் கிரேக்கக் கவிதைகளை விடவும் உன்னதமான கவிதைகளைத் தந்த கபிலரை வியந்து கொண்டாடுவதில்லை.

கபிலர் பறம்பு மலையின் வளம் குறித்துப் புகழ்ந்து பாடியிருக்கிறார். இங்கே பல்வேறுவிதமான பூக்கள், பழங்கள், அரிசி கிடைத்தன என்ற நீண்ட பட்டியலை கபிலர் தருகிறார். அத்துடன் பறம்புமலையில் சுரக்கும் நீரின் ருசி அலாதியானது என்ற குறிப்பும் காணப்படுகிறது.

பறம்பு நாடு என்பது பறம்பு மலையைத் தலைமையிடமாகக் கொண்ட நிலவெளி. இது பாண்டிய நாட்டின் ஒரு பகுதியாகவே இருந்து வந்திருக்கிறது. வள்ளல் பாரி இதனைச் சிறப்பாக ஆட்சி செய்திருக்கிறான். பாரியை ஔவையார், கபிலர், மிளைக்கந்தனார், நக்கீரர், புறத்திணை நன்னாகனார், பெருஞ்சித்திரனார், நல்லூர் நத்தத்தனார் ஆகியோர் பாடியிருக்கிறார்கள்.

மலையின் அடிவாரத்தில் அருள்மிகு குயிலமுதநாயகி உடனுறை கொடுங்குன்றீசர் கோவில் ஒன்று காணப்படுகிறது. இது குன்றக்குடி ஆதீனத்தால் பராமரிக்கப்பட்டு வருகிறது. இந்தக்

கோவிலில் சுந்தர பாண்டியன் மண்டபம், ஆறுகால் மண்டபம், லட்சுமி மண்டபம் என மூன்று மண்டபங்கள் காணப்படுகின்றன.

இங்கு குலசேகரப் பாண்டியன் காலத்துக் கல்வெட்டுகள் காணப்படுகின்றன. 80 கல்வெட்டுகள் படி எடுக்கப்பட்டுள்ளன என்கிறார்கள். கல்வெட்டுகள் முறையாகப் பராமரிக்கப்படாமல் கோடுகள் இழுத்தும் கரியால் பெயர்களை எழுதியும் அசிங்கப்படுத்தியிருக்கிறார்கள். இந்தக் கோவிலில் பெயரில்லாத விருட்சம் என்று ஒரு செடியைக் குறிப்பிடுகிறார்கள், சித்திரை மாதம் இங்கே நடைபெறும் "பாரி உற்சவம்" அன்று, முல்லைக்குத் தேர் கொடுத்த வைபவம் ஒரு நிகழ்ச்சியாக நடக்கும் என்றார்கள். இம்மலையில் சிவன் பாதாளம், பூலோகம், கைலாயம் என மூன்று அடுக்குகளில் இருந்து காட்சி தருகிறார் என்ற ஐதீகம் உள்ளது.

குறிஞ்சி நிலத்தில் அமைந்த கோயில் என்பதால், இந்நிலத்திற்கு உரிய தேன், தினைமாவு மற்றும் பச்சரிசி மாவில் செய்த தோசையை நைவேத்யமாகப் படைக்கின்றனர். கைலாயம் எனப்படும் மேலடுக்கிலுள்ள கோயில் குடவறையாக அமைந்துள்ளது. இந்தச் சன்னதியின் முன்மண்டப மேற்சுவரில் கைலாயத்தில் சிவன், பார்வதி திருமணம் காணச்சென்ற தேவலோகவாசிகளின் சிற்பம் வடிக்கப்பட்டிருக்கிறது. சிவன், அகத்தியருக்குத் திருமணக் கோலத்தில் காட்சி கொடுத்தபோது, நந்தித்தேவர் மத்தளம் வாசித்துக் கொண்டிருந்தார். எனவே, சிவன் இங்கு நந்தித்தேவர் இல்லாமல் காட்சி தருகிறார் என்கிறார்கள். பறம்பு மலையில் தர்கா ஒன்று காணப்படுகிறது.

கபிலர் பாரியோடு கொண்டிருந்த நட்பு நெகிழ்ச்சியானது. கவிஞர், புரவலர் என்பதைத் தாண்டிய உறவது. பாரி கொல்லப்பட்ட துயரம் பற்றிய கபிலரின் பாடல்கள் நெஞ்சை உருக்குபவை. பாரிக்குப் பின் பாரியின் மகளிரான அங்கவை, சங்கவை இருவருக்கும் நல்வாழ்வு அமைக்க கபிலர் தீவிர முயற்சிகளை மேற்கொண்டார். பாரியின் மகளிரைத் தம் மகளிராகவே கருதி அவர்களைத் திருமணம் செய்து கொள்ளும்படி விச்சிகோன், இருங்கோவேள் என்ற இரண்டு அரசர்களை, கபிலர் வேண்டினார் என புறநானூறு தெரிவிக்கிறது.

இறுதியில், பாரி மகளிரைத் திருக்கோவிலூர் மலையமானுக்குத் திருமணம் செய்து வைத்துவிட்டு, தென் பெண்ணை ஆற்றில் உள்ள ஒரு குன்றில் வடக்கு நோக்கி அமர்ந்து உண்ணா நோன்பிருந்து உயிர் துறந்தார் என்கிறார்கள்.

கபிலர் வடக்கிருந்து உயிர் துறந்த இடம் கபிலர்க் குன்று என்று அழைக்கப்படுகிறது. இது விழுப்புரம் மாவட்டத்தில்

திருக்கோவிலூர் பேரூராட்சி அருகே உள்ள தென்பெண்ணை ஆற்றினுள் அமைந்துள்ளது.

இந்தக் கபிலக்கல்லையும் தேடிச்சென்று பார்த்தேன். தென்பெண்ணை ஆற்றினுள் உள்ளது இந்தக் கபிலர்க் குன்று. உள்ளூர் மக்கள் இதனை கபிலக்கல் என்றே குறிப்பிடுகிறார்கள். ஆற்றில் தண்ணீர் ஓடாத காலம் என்பதால் நான் சென்றபோது வறண்டு போயிருந்தது பாறை. ஆற்றில் தண்ணீர் ஓடும்போது அது மிகுந்த அழகுடையதாக இருக்கக்கூடும்.

பெரிய ஒற்றைப் பாறை. அதன் மீது சிறுகோவில் போன்ற அமைப்பு காணப்படுகிறது. கோவிலின் மேலே நான்கு பக்க மேல்பகுதிகளிலும் சிற்பங்கள் தெரிகின்றன. அச்சிலையின் மேல்பகுதியில் இரண்டு ஆண் உருவங்களும், இரண்டு பெண் உருவங்களும் தெரிகின்றன. இந்தப் பெண் உருவங்கள் அங்கவை, சங்கவையாகவும், ஆண் உருவம் அவர்களை மணந்தவர்களாகவும் உள்ளூர் மக்கள் கருதுகிறார்கள்.

என்னோடு வந்திருந்த தமிழ் ஆய்வாளர் கணேசன், திருக்கோவிலூர் வீரட்டானேசுவரர் கோயிலின் கருவறையின் வடப்புறச்சுவரில் உள்ள முதலாம் இராசராசசோழன் காலத்துக் கல்வெட்டில், “செஞ்சொற் கபிலன் மூரிவண் தடக்கைப் பாரிதன்னடைக்கலப் பெண்ணை மலை யர்க்குதவி மினல்புகும் விசும்பின் வீடுபேறெண்ணி அந்தரிக்ஷம் செல கனல்புகும் பெண்ணை அலைபுனல் அமுவத்து கபிலக் கல்லது” என்ற குறிப்பு காணப்படுகிறது. ஆகவே தென் பெண்ணையாற்றில் உள்ள கபிலக்கல்லில் தான் கபிலர் உயிர்நீத்தார் என்பது வரலாற்று சாட்சி என்றார்.

இருட்டும் வரை அங்கேயே இருந்தேன். உலர்ந்த காற்றும் மங்கிய மாலை வெளிச்சமும் அந்த இடத்தின் மீதான நினைவுகளைக் கொப்பளிக்கச் செய்துகொண்டிருந்தன.

கபிலர் குன்றினைத் தொல்லியல் துறை பராமரிக்கிறது என்றார்கள். முறையான பராமரிப்பு இல்லாமல் வழியில் பாதி குடித்து எறிந்த மதுப்புட்டிகளுடன் அந்த இடம் அசுத்தமாகவே இருந்தது. தொகை நூற்களில் நூறு பாடல்களுக்கு மேல் பாடியவர்கள் ஐவரே. கபிலர், அம்மூவனார், ஓரம்போகியார், பேயனார், ஓதலாந்தையார். இவர்களில் கபிலர் முதன்மையானவர். இவர் மொத்தம் 235 பாடல்களைப் பாடியிருக்கிறார் என்கிறார் தமிழ் அறிஞர் ம.ரா.போ. குருசாமி. இவர் கபிலரின் பாடல்களை மட்டுமே தனித்து தொகுத்து கடபிலம் என்றொரு நூலாக

வெளியிட்டிருக்கிறார். வாசிக்கப்பட வேண்டிய மிக முக்கியமான நூலிது.

> கார்ப் பெயல் தலைஇய காண்பு இன் காலைக்
> களிற்று முக வரியின் பெறுழ்வீ பூப்பச்
> செம் புற்று ஈயலின் இன் அளைப் புளித்து!
> மெந்தினை யாணர்த்து; நந்துங் கொல்லோ;
> நிழலில் நீளிடைத் தனிமரம் போலப்
> பணைகெழு வேந்தரை இறந்தும்
> இரவலர்க்கு ஈயும் வள்ளியோன் நாடே!

எனப் பாரி இல்லாமல் போனபிறகு பறம்புமலையின் வளம் கெட்டு அழிந்துவிடுமோ என்று பயந்து கபிலர் பாடுகிறார். இப்பாடலில் மழைபெய்து ஓய்ந்த பின்பு செந்நிறத்தெறுழம்பூ ஆங்காங்கே மலர்ந்து காட்சி தருவது யானையின் முகத்தில் உள்ள செம்புள்ளிகள் போல விளங்குகின்றன என்று மிகுந்த கவித்துவமான உவமையைக் கூறுகிறார். பாரியில்லாமல் போன துக்கம் இந்தப் பாடலில் ஆழமாக எதிரொலிக்கிறது.

பிரான்மலையும் கபிலர் குன்றும் பிரதான சாலையின் அருகாமையில் இருந்தபோதும் அவற்றைப் பொதுமக்கள் விருப்பத்துடன் தேடி வந்து காண்பதில்லை. தமிழ்ப் பெருமை பேசும் பல்லாயிரம் பேரில் பத்துப் பேர்கூட இந்த இடங்களை நேரில் சென்று பார்த்து அதன் பெருமையை உணரவில்லை என்பது வருத்தமான உண்மை.

கபிலரைப் போல இன்னொரு முக்கியக் கவியாளுமை மாங்குடி மருதனார். இவர் பத்துப்பாட்டில் ஒன்றாகிய மதுரைக் காஞ்சியை இயற்றியவர். பாண்டிய மன்னரான தலையாலங்கானத்துச் செரு வென்ற நெடுஞ்செழியன் அரசவையில் புலவராக இருந்தவர், புறநானூற்றில் இவரது பெயர் 'மாங்குடிக் கிழார்' என்று உள்ளது.

மதுரையை ஆண்ட பாண்டிய மன்னனுக்கு வாழ்வின் நிலை யாமை பொருளுணர்த்த மதுரைக் காஞ்சி எழுதப்பட்டது. இவரது பிறந்த ஊரான மாங்குடி, ராஜபாளையத்தில் இருந்து சங்கரன்கோவில் செல்லும் சாலையில் விருதுநகர் மாவட்ட எல்லை முடியும் இடத்திலிருந்து ஐந்து கிலோ மீட்டர் உள்ளே சென்றால் இருக்கிறது. மாங்குடி மருதனாரைச் சிறப்பிக்க மாங்குடியில் ஒரு நினைவுத்தூண் அமைக்கப்பட்டுள்ளது. அதைக் காண்பதற்காகச் சென்றிருந்தேன்.

வெயிலேறிய சாலைகள், கையில் நாயைப் பிடித்தபடியே முயல் வேட்டைக்கு அலையும் சிறுவர்கள், இரையெடுத்த பாம்பு போல வானில் மெதுவாக நகரும் சூரியன், மேற்கில் அடிவானம் தெரியும் வெட்டவெளி.

பிரதான சாலையை விலக்கிச் செல்லச் செல்ல ஊரே கண்ணில் படவில்லை. சிறிய தார்ச்சாலையில் சென்று திரும்பும்போது ஊர், சரிவில் வீழ்ந்து கிடக்கிறது. பெரிய கண்மாய் ஒன்றும் அதன்முன்னால் பேருந்து நிறுத்தமும் காணப்படுகிறது. ஆயிரம் பேர் வசிக்கும் சிறிய ஊர். ஒரு காலத்தில் நாட்டுச்சாராயத்திற்குப் பேர்போன ஊராக இருந்திருக்கிறது. இன்று ஊரெங்கும் ஆயத்த ஆடைகள். அதிலும் குறிப்பாக, நைட்டி தயாரிக்கும் தொழிற்சாலைகள் காணப்படுகின்றன.

சிறிய ஊர் ஆனாலும் பல்லாயிர வருசத் தொன்மை கொண்ட நிலம்.

மாங்குடியை ஒட்டிய பகுதிகளில் தொல்கற்காலத்திலே மனிதர்கள் வசித்த தடயங்கள் அகழ்வாய்வில் கிடைத்திருக்கின்றன. சங்ககாலத்தில் இந்தப் பகுதியில் நிறைய ஊர்கள் இருந்திருக்கின்றன. அவை கால மாற்றத்தில் அழிந்து போய்விட்டன என்கிறார்கள். இந்த ஊரில் நடைபெற்ற அகழ்வாய்வில் சங்ககால நாணயங்கள், பானைகள், கல் ஆயுதங்கள் கிடைத்திருக்கின்றன.

மாங்குடி மருதனாரின் நினைவுத்தூண் ஒரு வேப்பமரத்தை ஒட்டி அமைக்கப்பட்டிருக்கிறது. 1992ஆம் ஆண்டு அமைக்கப்பட்ட இந்தத் தூணின் இரண்டு பக்கமும் இரண்டு யானைகள், அடியில் ஒரு பீடம், அதில் புறநானூற்றுப் பாடல் பற்றிய குறிப்பு. தூணில் மாங்குடி மருதனார் பற்றிய கல்வெட்டு போன்றவை காணப்படுகின்றன. தமிழகத்தின் மூவேந்தர்களைக் குறிக்கும் புலி, மீன் மற்றும் வில் முத்திரை காணப்படுகின்றன. மற்றபடி முறையான பராமரிப்பின்றி குப்பைகளும் கழிவுநீரும் தேங்கிக் கிடக்க, நிழலுக்கு உறங்கும் நாயுமாக அந்த இடம் அதன் புராதனப் பெருமையை மறந்து கவனிப்பாரற்றுக் கிடக்கிறது. வருடம் ஒரு முறை பொங்கல் நாளில் இங்கே விழா எடுப்பதுண்டு என்கிறார்கள் உள்ளூர்வாசிகள்.

மதுரை மாநகரின் சிறப்புகளை ஓர் ஆவணப்படம் போல மிக நுட்பமாக விவரிக்கும் மதுரைக்காஞ்சி, பண்டைய மதுரையின் உன்னத சாட்சியாக உள்ளது. அதற்கு முக்கியக்காரணம் மாங்குடி மருதனாரின் கவித்துவமே.

> ஓங்கிய சிறப்பின் உயர்ந்த கேள்வி மாங்குடி மருதன் தலைவனாக
> உலகமொடு நிலைஇய பலர்புகழ் சிறப்பிற்

என்ற புறநானூற்றுப் பாடலால் மாங்குடி மருதனாரின் பெருமை நன்கு விளங்குகிறது.

குறுந்தொகையில் மூன்று பாடல்கள், நற்றிணையில் இரண்டு பாடல்கள், அகநானூற்றிலே ஒரு பாட்டு, புறநானூற்றிலே ஆறு பாடல்கள், திருவள்ளுவமாலையில் ஒன்று மாங்குடி மருதன் பெயரால் இடம் பெற்றுள்ளன. ஆசிரியப்பாவால் இயற்றப்பட்ட மதுரைக் காஞ்சி 782 வரிகளைக் கொண்டது.

> மழைகொளக் குறையாது, புனல்புக மிகாது
> கரைபொருது இரங்கும் முந்நீர் போல,
> கொளக்கொளக் குறையாது. தரத்தர மிகாது.

என்று மதுரை நகரில் நடைபெற்ற வணிகத்தைப் பற்றி மதுரைக்காஞ்சி விவரிக்கிறது. அதாவது பொருள்களைக் குவிக்கக் குவிக்க, மக்கள் வாங்கிப் போய்க்கொண்டிருப்பார்களாம். கடல்நீரை மேகம் கொள்ளுவதால் கடல் ஒருபோதும் அளவில் குறைவதில்லை; ஆறுகள் சேர்வதால் கடல் மிகுதியாவதும் இல்லை. அதே போல்தான், மதுரையின் கடை வீதிகளும்.

மக்கள் கூட்டமாக வந்து பொருள்களை வாங்குவதால் குறைந்து போனதாகவோ, பலர் விற்கக் கொண்டு வரும் பொருட்களால் அதிகமாகிப் போனதாகவோ இன்றி எப்போதும் போல் விரிந்து விளங்கியது என்கிறது மதுரைக்காஞ்சி. மதுரையில் ஓர் இரவு எப்படியிருக்கும்? என்று அறிந்துகொள்ள அவசியம் மதுரைக்காஞ்சியை ஒருமுறையாவது வாசிக்க வேண்டும். முதல் யாம, இரண்டாம் யாம நிகழ்ச்சிகள் எப்படி நடைபெறுகின்றன, கடைகள் எப்படி மூடப்படுகின்றன? என விரிவாக மாங்குடி மருதனார் விவரிக்கிறார்.

கள்வரையும், அவர்கள் வராது ஊர்க்காவல் செய்யும் காவலர்களையும் அவர் வர்ணிப்பது அற்புதமானது. பேய்களும், துஷ்ட தெய்வங்களும் கூடித்திரியும் மூன்றாம் சாமத்தில், பெண்யானையின் கருத்த தோலைப் போன்று அடர்ந்த கரிய இரவில் கள்வர் வருவார்கள். பயமற்ற கண்கள் கொண்ட அவர்கள் கையில் கல்லும், மரத்தையும் துண்டாக்கும் கூர்மையான வாளும் இருக்கும். காலில் செருப்பு அணிந்திருப்பார்கள். இடையில் உடைவாள். கருமையான மேலாடை, சுவரில் ஏற ஒரு நூலேணி கொண்டு வருவார்கள். ஊரைக்காவல் காக்கும் காவலர்கள் தூக்கம் அறியாதவர்கள், அஞ்சாத வீரம் கொண்டவர்கள், களவு சாஸ்திரம் கற்றுத் தேர்ந்தவர்கள். தப்பி ஓட முயலும் கள்வரை

அம்புகளால் அடித்து வீழ்த்துவார்கள். யானையைப் பிடிக்கச் செல்லும் புலிபோல் கள்வரை மடக்கிப் பிடிப்பார்கள் என்கிறார்.

மதுரை நகரில் விதவிதமான கொடிகள் பறந்ததை மருதனார் விவரிப்பது ஒலிம்பிக்ஸில் காண்பது போலவே இருக்கிறது. தச்சர், கொல்லர், பூ விற்போர், நெசவாளர், உழவர் உள்ளிட்ட தொழிலாளர்கள் மதுரை நகரில் வாழ்ந்தனர். அறுத்த சங்கைக் கொண்டு வளையல் போன்ற அணிகலன்களைச் செய்பவர்கள் தனியே இருந்தனர். இரத்தினக் கற்களிலே துளையிட்டு அவைகளை மாலையாகக் கோர்த்துக் கொடுப்போர் வசித்தனர்.

புடம்போட்டு எடுத்த பொன்னால் நகைகள் செய்பவர்களும் புடவைகளை விலை கூறி விற்கும் வியாபாரிகள், செம்பை நிறுத்து விலைக்கு வாங்கும் வணிகர்கள், மலர்கள், அகில், சந்தனம் ஆகியவற்றை விற்பனை செய்வோரும் எதனையும் உயிரோட்டமாக வரையும் ஓவியர்களும் இருந்தனர். இதனை,

போடுபோழ் கடைநரும்திருமணி குயினரும் சூடுறு
நன்பொன் சுடர்இழை புனைநரும்
பொன்உரை காண்மரும், கலிங்கம் பகர்நரும்
செம்புநிறை கொண்மரும் கலிங்கம் பகர்நரும் செம்புநிறை
கொண்மரும்,
வம்புநிறை முடிநரும் பூவம்புகையும் ஆயும் மாக்களும்,
எவ்வகைச் செய்தியும் உவமங்காட்டி நுண்ணிதின் உணர்ந்த
நுழைந்த நோக்கின் கண்ணுள் விளைஞரும்

என்ற மதுரைக்காஞ்சி வரிகள் தெளிவாக எடுத்துக் காட்டுகின்றன.

மதுரையில் சமணர்கள் வாழ்ந்த சமணப் பள்ளியின் சுவர்களில் அழகான இயற்கை வண்ண ஓவியங்கள் தீட்டப்பெற்றிருந்தமையை,

கயம்கண் டன்ன வயங்குடை நகரத்துச் செம்பியன் றன்ன
செஞ்சுவர் புனைந்து நோக்குவிசை தவிர்ப்ப
மேக்குயர்ந் தோங்க
இறும்பூது சான்ற நறும்பூண் சேக்கையும்

என்று மாங்குடி மருதனார் எடுத்துக் காட்டுகின்றார்.

இப்படித் தமிழ் மக்களின் வாழ்வைக் கொண்டாடிய ஒரு கவிஞரின் நினைவுத்தூண் கவனிப்பாரற்றுக் கிடக்கிறது. எப்போதாவது வெளியூரில் இருந்து ஒரு தமிழ் ஆய்வாளர் அல்லது வரலாற்று அறிஞர் வந்து இந்த நினைவுத்தூணைப்

பார்வையிடுவதோடு சரி, வேறு எந்தக் கவனமும் கிடையாது. எங்கள் ஊர் விருதுநகர், திருநெல்வேலி இரண்டு மாவட்டங்களுக்கும் எல்லையில் இருப்பதால் இருவருமே எங்களைக் கண்டுகொள்வதில்லை என்று குறைபடுகிறார்கள் உள்ளூர் மக்கள்.

செம்மொழி நிறுவனங்கள் கல்லூரிக் கல்லூரியாக ஆண்டிற்கு நூறு கூட்டங்கள் நடத்தி பல லட்சங்கள் செலவு செய்கின்றன. ஆனால் இதுபோன்ற நினைவகங்களைக் கண்டுகொள்வதேயில்லை. செம்மொழி மையமோ, தமிழக அரசோ, இதையும், கபிலர் குன்றினையும் முறையாகப் பராமரித்து மாங்குடி மருதனாருக்கும் கபிலருக்கும் விழா எடுத்துக் கௌரவிக்க வேண்டும். அதுதான் நம் மண்ணையும் மக்களையும் பாடிய கவிஞர்களுக்கு நாம் செய்யும் உண்மையான மரியாதை.

துறவின் அழகியல்

அரைமலை என்னும் பழம் பெயரைக் கொண்ட கழுகுமலை, கோவில்பட்டி அருகில் இருந்த காரணத்தால் பள்ளியிறுதி ஆண்டுகளின் போதே விடுமுறை நாட்களில் அங்கு போய்வரத் துவங்கினேன். கோவில்பட்டி, சங்கரன்கோவில் சாலையில் கழுகுமலை உள்ளது.

அப்போது அது ஒரு சமணமலை என்பதோ, அங்கே சமணதீர்த்தங்கரர்களின் உருவங்கள் செதுக்கப்பட்டிருப்பதன் முக்கியத்துவமோ எனக்குத் தெரியாது. ஆனால் சேவல் சண்டைக்கு கழுகுமலை பெயர் போனது. அதைக் காண்பதற்காகவே சென்று வருவேன். மலையை ஒட்டிய சிறிய மைதானம் ஒன்றில் சேவல் சண்டை நடக்கும். காலில் கத்தி கட்டி நடக்கும் சேவல் சண்டைகளுக்குப் போலீஸ் தடை விதித்திருந்த காரணத்தால் அதுபோன்ற சண்டைகள் ஊரை விலக்கிய தெப்பக்குளம் அருகில் உள்ள கல்மண்டபத்தின் அருகில் நடக்கும். கழுகுமலைச் சேவல்கள் நின்று விளையாடக்கூடியவை. அதன் சண்டையிடும் முறை அலாதியானதாகஇருக்கும். சேவற்கட்டு பார்த்துவிட்டு நாலைந்து பையன்கள் ஒன்றாக ஒரு முறை மலையின் மீது ஏறினோம். வெட்டுவான் கோவில் அருகில் நின்று ஊரைப்பார்க்க வியப்பாக இருந்தது.

கல்லூரி நாட்களில் தேவதச்சனைச் சந்தித்துப் பேசிப்பழகிய காலத்தில் அவர்தான் கழுகுமலையின் முக்கியத்துவங்களைப் பற்றி பேசத் துவங்கினார். அவரும் கவிஞர் ஆனந்த், இருவரும் அடிக்கடி கழுகுமலைக்குச் சென்று மலையின் மீது அமர்ந்து நீண்ட நேரம் இலக்கியம் பேசிக்கொண்டிருந்துவிட்டு வருவார்கள். அப்படி இலக்கியம் பேசுவதற்காகக் கழுகுமலைக்கு நானும் கோணங்கியும்

போயிருந்தோம். கோணங்கி பலரையும் கழுகுமலைக்கு அழைத்துக்கொண்டு போனவர் என்பதால் அங்குள்ள சமணச் சிற்பங்களைப் பற்றி நிறையச் சொல்லிக்கொண்டே வந்தார். பாண்டியர் காலத்து மலையில் அமர்ந்திருக்கிறோம். காலம் உறைந்து ஒரு பாறையாகி இருக்கிறது. இந்தக் கல்லின் அழகிற்கு நிகராக வேறு எதுவும் உலகில் இல்லை எனக் கடகடவென கோணங்கி பேசப் பேச மலையைப் பார்ப்பதற்காகப் புதிய சாளரம் ஒன்று எனக்குள் திறக்கத் துவங்கியது.

எல்லா மலைகளும் ஒன்று போலத் தோன்றினாலும் ஒவ்வொன்றையும் பார்ப்பதற்குத் தனியான அணுகு முறை வேண்டியிருக்கிறது. கண்பார்வையால் மட்டும் மலையை உள்வாங்கிவிட முடியாது. குறிப்பாக, இங்குள்ள சமணச்சிற்பங்களுடன் ஒன்றிப்போக அந்தச் சிற்பங்களின் மீதான தொடர் ஈடுபாடு மிகவும் முக்கியமானது.

பேரழகும், சாந்தமும், வசீகரமும் கொண்ட அந்தச் சிற்பங்கள் பார்க்கப் பார்க்க மனதைக் களிப்பூட்டுபவையாக இருந்தன. கழுகு மலையைப் பற்றிய புத்தகம் ஏதாவது கிடைக்கிறதா? என நூலகத்தில் தேடிக்கண்டு பிடித்து படித்துப் பார்க்கத் துவங்கினேன். படிக்கப் படிக்க கழுகுமலையின் மீதான ஈர்ப்பு மேலும் அதிகரிக்கத் துவங்கியது.

அந்த மலை ஒரு கழுகு, அது சமணர்களின் கழுகு, தன் சிறகுகளை ஒடுக்கி அமர்ந்திருக்கிறது. அது ஒரு தியானம். அந்த மலையின் தூரத்தில் இன்னொரு மலை இருக்கிறது. அது இதே கழுகின் இன்னொரு சிறகு. இப்படி அந்த மலையைப் பற்றிய கதைகள், நம்பிக்கைகளை அறிந்துகொள்ளத் துவங்கிய பிறகு தனியாக அதைக் காண்பதற்கு ஒரு விடிகாலையில் சென்றிருந்தேன். மலை யைக் காண்பதற்கு அதிகாலை நேரத்தினைப் போல உகந்தது வேறில்லை. மலை அப்போது தான் விழிக்கத் துவங்கியிருந்தது. தொல்பொருள் துறையின் பாதுகாப்பில் அந்த மலை இருக்கிறது என்றபோதும் முறையான காவலர்கள் இருக்கமாட்டார்கள். பராமரிப்பு நடைபெறாது. இந்த மலையினைப் பாதுகாப்பதற்கு அதிகம் செலவிடுபவர்கள் பல்வேறு நகரங்களில் வசிக்கும் சமண மத வணிகர்களே. கழுகுமலை அவர்களின் புனித ஸ்தலங்களில் ஒன்று. பலநேரங்களில் வடஇந்தியாவில் இருந்து அங்கே பயணம் வருபவர்களைக் கண்டிருக்கிறேன். ஒரு முறை இரண்டு நிர்வாணத் துறவிகள் வந்திருந்தார்கள். கழுகுமலை மக்களுக்குச் சமணம் பழகியிருக்கிறது.

மலையின் பின்பகுதியில் உள்ள படிக்கட்டுகளின் வழியாக மேலே ஏறிச் சென்றேன். இளங்காற்று இன்னமும் முழுமையாக விழித்து எழுந்துகொள்ளாத ஊர். சுற்றிலும் பேரமைதி. மெதுவாக ஏறி மலையின் மீது நின்ற போது இந்த உலகில் இருந்து பறந்து வேறு ஓர் உலகிற்கு வந்து சேர்ந்த அனுபவம் கிடைத்தது. காலையின் முதல்வெளிச்சம் பட்டு தீர்த்தங்கரர்களின் மீது படிந்திருந்த இருள் விலகி அவர்கள் துயில் கலைகிறார்கள்.

கழுகுமலையின் கிழக்கு பக்கம் வெட்டுவான் கோவிலும் அதன் அருகில் உள்ள தென்புற மலையில் வரிசையாக சமணத்தீர்த்தங்கரர் உருவங்களும் செதுக்கப்பட்டு உள்ளன. வெட்டுவான் கோவில் எல்லோராவிலுள்ள கைலாசநாதர் கோவிலைப்போன்றது என்கிறார்கள். கோவிலின் புறவடிவம் அப்படியே எல்லோராவின் குடைவரைக் கோவில் சாயலைக் கொண்டிருக்கிறது. அதே சிற்பிகள் இதை உருவாக்கினார்களா? அல்லது ஒரே சிற்பமரபை இங்கும் அங்கும் பின்பற்றினார்களா? எனத்தெரியவில்லை.

வெட்டுவான் கோவில் ஒரே கல்லில் செதுக்கப்பட்டுள்ளது. பெரிய மலைப்பாறையினைச் சதுரமாக வெட்டிஎடுத்து அதன் நடுப் புறத்தைக் கோவிலாகச் செதுக்கியுள்ளனர். இது பாண்டிய மன்னனால் தோற்றுவிக்கப்பட்ட ஒற்றைக் கோவிலாகும். கோவிற்பணி முழுவதுமாக முற்றுப்பெறவில்லை. சிகரம் மட்டும் முழுமையாக உருவாக்கப் பெற்றுள்ளது. இதில் கருவறையும் அர்த்த மண்டபமும் உள்ளன. அதன் சிற்ப வேலைப்பாடுகள் அற்புதமானவை.

கிறிஸ்துவுக்கு இரண்டு நூற்றாண்டுகளுக்கு முன்னர் தமிழகம் வந்த சமணர்கள் திகம்பரப் பிரிவைச் சேர்ந்தவர்கள். இவர்கள் மலைக் குகைகளில் தங்கத் துவங்கினார்கள். இதற்காக, குகைகளில் படுகை போன்ற சமதளம் உருவாக்கப்பட்டது. அங்கே தங்கும் துறவிகளுக்காக மழைத் தண்ணீரைச் சேமிக்கும் சிறிய குழி ஒன்றும் வெட்டப்பட்டது. சமணர்களே கல்வி நிலையங்களை உருவாக்கியதில் முன்னோடிகள். பள்ளி என்ற சொல் இவர்களின் கொடையே. சமணத்துறவிகள் அருகாமை ஊர்களில் யாசித்து அதில் கிடைக்கும் உணவைக் கொண்டு வாழ்ந்தார்கள். கல்வி, மருத்துவம் இரண்டிலும் தேர்ந்து விளங்கிய இவர்கள் அதை ஞானதானமாக அளித்தனர்.

தென் தமிழ்நாட்டில் ஐம்பதுக்கும் மேற்பட்ட சமணப் பள்ளிகள் இருந்தன என்கிறார் தமிழ் அறிஞர் தொ.பரமசிவம். கல்லூரி என்ற சொல் சீவக சிந்தாமணியில் உள்ள தொடரான கல்லூரி

நற்கொட்டிலா என்பதில் இருந்து பெறப்பட்டது என்பது அவரது கருத்து. சமணப் பள்ளிகளில் ஆண்களைப் போலவே பெண்களும் ஆசிரியர்களாக இருந்திருக்கிறார்கள். கனகவிரக்குரத்தியார் என்ற பெயர்கள் கல்வெட்டில் காணப்படுகின்றன. சமணத்தில் கல்விக்கு என்றே வாக் தேவி எனும் கடவுள் இருக்கிறது. தமிழ் இலக்கண வளர்ச்சியில் சமணர்களின் பங்கு மிகவும் முக்கியமானது. அவர்களே புலால் உண்ணாமையை ஓர் அறமாக முன்வைத்தனர்.

ஆகவே சமணத் துறவியலின் முக்கிய மையங்களில் ஒன்றாக கழுகுமலை இருந்திருக்கிறது. இங்குள்ள வெட்டுவான் கோவிலில் உள்ள உமாமகேசுவரர், தட்சிணாமூர்த்தி, திருமால், பிரம்மா ஆகியோரின் சிற்ப வடிவங்கள் அற்புதமானவை. விமானத்தின் மேற்பகுதியில் நரசிம்மரும், வடக்கில் பிரம்மனும் காட்சி தருகின்றனர். விமானத்தின் நான்கு மூலைகளிலும் நந்திச் சிலைகளும், இவற்றுக்குக் கீழ் யாளிவரியும், கபோதகமும் அமைந்துள்ளன.

கழுகுமலையின் ஒருபுறம் சமணத் தீர்த்தங்கரர்களின் சிற்பங்கள் செதுக்கப்பட்டுள்ளன. சமணர்கள் தங்கள் குரு, தாய், தந்தை, மகள் ஆகியோரின் நினைவாக இங்கு தீர்த்தங்கரர் சிற்பங்களை உருவாக்கியுள்ளனர். இதற்கு அடையாளமாக இங்குள்ள சிற்பங்களின் கீழே அவற்றை உருவாக்கியவரின் பெயர் வட்டெழுத்தில் பொறிக்கப்பட்டுள்ளது. மலையினுள் சிறுசிறு குகைகள் உள்ளன. இதை உள்ளூர் வாசிகள் கர்ப்பவாசல் என்கிறார்கள். உள்ளே போய்த் திரும்பி வரும் போது கர்ப்பத்தினுள் சென்று பிறந்து வெளியே வருவது போன்ற மனஉணர்ச்சியே கிடைக்கிறது.

பராந்தக நெடுஞ்சடையன் என்ற மன்னனின் காலத்தில், கழுகு மலையில் சிற்பங்களைச் செதுக்கி இருக்கிறார்கள். கழுகுமலையின் அடிவாரத்தில் கழுகாசலமூர்த்தி திருக்கோவில் உள்ளது. இதன் மூலவர் இருக்கின்ற இடமும் ஒரு குடைவரைதான். இங்கு நடைபெறும் கந்தசஷ்டி விழா சூரசம்ஹாரம் சிறப்பானது. அங்கே சேவலைக் கழுவில் ஏற்றுகின்ற சடங்கினைக் கண்டிருக்கிறேன். கழுகுமலை முருகன் கோவிலின் வசந்த மண்டபத்தில் பல்வேறு நிலைகளில் உள்ள விநாயக ஓவியங்கள் காணப்படுகின்றன. தன் மகன் தன்னை விட சிறந்த சிற்பியாக வந்துவிடுவான் என்று சொந்தமகனைக் கொன்ற பெருந்தச்சன் கதையின் இன்னொரு வடிவம் இந்த மலையில் உள்ள சிற்பங்களுக்கும் சொல்லப் படுகிறது. கழுகுமலையில் பின்னொரு பௌர்ணமி நாளில் நானும்

கோணங்கியும் நீண்ட நேரம் அமர்ந்து பேசிக்கொண்டிருந்தோம். பால்போல கசியும் நிலவொளியில் அந்த மலை தந்த அனுபவம் வாழ்வில் கிடைக்காத பேறு.

கழுகுமலையின் இன்னொரு சிறப்பு, காவடி சிந்து பாடிய அண்ணாமலை ரெட்டியார். சிந்து என்பது ஒருவகையான இசைப்பாட்டு. தாளக்கட்டும், எளிய துள்ளல் நடையும் இதன் உயிர். பெரும்பாலும் இவை நாட்டுப்புறப் பாடல்களை அடிப்படையாகக் கொண்டவை. அண்ணாமலை ரெட்டியார் பிறந்த சென்னிகுளம் கழுகுமலையின் அருகில் உள்ளது.

வேசையர் வாசலிலே சென்று - தம்பலங்களை
வெட்கமில் லாமல்வாங்கி மென்று, - தின்று
மெத்தப்பயித் தியம் கொண்டு,
சுற்றித்திரிந் தேம ருண்டு,
வீடுதேடி வந்தாயே இன்று; - தொடவேமாட்டேன்
வேணும் என் றாலும்போடு கொன்று.

ஆசை கொண் டவருக்கு ரோசம் - கிடையாதென்பார்
அப்படிக் காகில்விசு வாசம் - வைக்கும்
அந்தவிலைப் பெண்டுகளைச்
செந்தமெனக் கொண்டனையே,
ஆனாலும் உனைப்போல மோசம் - போனவர் உண்டோ?
ஆரும் செய்கி றாரேபரி காசம்!

கந்தா செய்யாதே பல வந்தம் - புதுமலரைக்
கசக்க அறிவார்களோ கந்தம்? - சற்றும்
காதலிலா மல்சினந்த
மாதைவலி யப்பிடித்துக்
கலந்தால் வருமோசுகா னந்தம்? - உனக்கெனக்கும்
கனவிலும் இல்லைஇனித் தொந்தம்.

“எந்தப் பிறப்பினுமே வல்லி, - உனையல்லாமல்
எவளையும் சேரேன்என்று சொல்லி - ஊரில்
எத்தனை பரத்தையையோ
நித்தமும் அணைத்தனையோ?
இப்படிக் காசிகாஞ்சி டில்லி - கன்யாகுமரி
எங்கம்பார்த் தாலும் இல்லை சல்லி!

கங்கு கரை இல்லையே சாடை - சொல்லிவைபவர்!
காட்டுகி றாயே எதற் காடை? - மானம்
காக்கவல்ல வா? என்பாலே
சேர்க்கையிலா தே அன்பாலே
காத்தாயே வேசைமாதர் மேடை! கைவசமாமோ
கலப்புல்லுத் தின்றாலுமே காடை?

குங்குமம் சந்தனம் சவ் வாது - சுககதம்பம்
குமுகுமென் றேபுயத்தின் மீது - வாசம்
கொட்டுது எழில் நெற்றிசந்தப்
பொட்டொடுப கட்டுஇந்தக்
கோலம் புதிதாய்வந்த தேது? - நடந்ததெல்லாம்
கொஞ்சம் சொல் வாய்பண்ணாதே சூது''

பாடலின் துள்ளல் நடையும், தெறித்துவிழும் சொற்கட்டும் அண்ணாமலை ரெட்டியாரின் தனிச்சிறப்புகள். இதைப் பாடிக்கேட்கையில் வரும் இன்பம் வாசித்தால் கிடைக்காது. சமணச்சிற்பங்களின் முக்கியத்துவம் குறித்து இரா.பானுகுமார் என்ற ஆய்வாளர் மிகச்சிறப்பாகத் தனது இணையதளத்தில் விளக்கி வருகிறார். அவரது கருத்தின்படி உருவ வழிபாடு என்பது சமண மதங்களிலிருந்தே தொடங்குகிறது. தற்போதைய சிற்பங்களின் மூலம் பாத வழிபாடேயாகும்.

தீர்த்தங்கரர்கள் ஆகட்டும், புத்தர்கள் ஆகட்டும், தங்கள் கொள்கைகளைப் பரப்ப இந்திய நிலப்பரப்பு முழுதும் நடந்தே சென்றார்கள். அவற்றின் குறியீடே இந்தப் பாத வழிபாடாகும். பின்னர் அவ்வழிபாடு, படிப்படியாக உருவ வழிபாடாக மாறத் தொடங்கியது. சமணத்தில், முதலில் பாத வழிபாடே நடைமுறையிலிருந்தது. பின்னர் அறப்புனைவோர் என்று அழைக்கப்படும் தீர்த்தங்கரர்களின் சிற்பங்களை அமைக்கத் தொடங்கினர். தீர்த்தங்கரர் நம்மைப் போல் மனிதர்களாகப் பிறந்து, தங்கள் விடாமுயற்சியின் மூலம் பற்றுக் கோடுகளைக் களைந்து ஞானம் பெற்றவர்கள். தீர்த்தங்கரச் சிற்பங்களை இரண்டு விதமான நிலைகளில் அமைப்பார்கள். ஒன்று நின்ற கோலத்தி லும் மற்றொன்று அமர்ந்த கோலத்திலும் இருக்கும்.

தென்னாட்டில் அமைக்கப்படும் தீர்த்தங்கரச் சிற்பங்களில் பெரும்பாலும் அர்த்த பத்மாசனத்தில் காட்டப்பட்டிருக்கும். சிற்பங்களை அமைக்கும்போது அரசனின் குறியீடுகளான சாமரம், குடை, சிம்மாசனம், சிம்மாசனத்தில் சாய்ந்துகொள்ளப்

பயன்படும் திண்டு ஆகியவற்றை அமைத்திருக்கிறார்கள். தீர்த்தங்கரச் சிற்பங்களில் அசோக மரம் அல்லது பிண்டி மரம், தேவர் மலர்ப் பொழிவு அல்லது புஷ்பவிருஷ்டி, திவ்யத்தொனி, சாமரம் வீசுவோர், சிம்மாசனம் அல்லது அரியாசனம், தேவ துந்துபி ஒலி, ஒளி மண்டலம், முக்குடை காட்டப்பட்டிருக்கும் என பானுகுமார் கூறுகிறார்.

கழுகுமலை சமணத்துறவியலின் அடையாளச்சின்னம். அதன் பெருமையை நான் இன்னமும் முழுமையாக உணரவில்லை. மலையின்மீது கரியாலும், வெள்ளை எழுத்துகளாலும் பொறிக்கப்பட்டுள்ள காதலர்களின் பெயர்கள் நீண்ட நெடுங்காலமாகத் தொடரும் சமண மரபினை அவமரியாதை செய்வதாகவே உள்ளன.

தயா ஆற்றின் கரையில்

அசோகரின் கல்வெட்டுகளைப் பற்றி பள்ளிப்பாடத்தில் படித்த நாளில் இருந்து அதை நேரில் காணவேண்டும் என்ற ஆசை இருந்துகொண்டேயிருந்தது. ஒரிசாவில் பயணம் மேற்கொண்டபோது தௌலியில் உள்ள அசோகரது கல்வெட்டு களைப் பற்றி அறிந்து அதை பார்ப்பதற்குச் சென்றிருந்தேன். ஒரிசாதான் பழைய கலிங்கம். கலிங்கத்தை வென்ற கதையைப் பாடுவதே கலிங்கத்துப் பரணி.

ஜெயங்கொண்டார் எழுதிய கலிங்கத்துப்பரணி குலோத்துங்கன் என்னும் சோழ மன்னனைப் பாட்டுடைத் தலைவனாகக் கொண்டது. அனந்தவர்மன் என்னும் வட கலிங்க மன்னன் திறை கொடுக்கவில்லை. எனவே முதலாம் குலோத்துங்கச் சோழனின் படைத்தலைவனும் அமைச்சருமான கருணாகரத் தொண்டைமான் கி.பி. 1112ஆம் ஆண்டில் கலிங்கத்துடன் போரிட்டு வென்ற செய்தியைக் கலிங்கத்துப்பரணி கூறுகிறது. நமது கலிங்கத்துப்பரணி போலவே ஒரிசாவில் காசிப் பரணி என்றொரு பாடல் பாடப்படுகிறது. அது காஞ்சியைக் கலிங்க மன்னன் வென்ற கதையைப் பற்றிய வெற்றிப்பாடல்.

கலிங்கப் போர் அசோகரின் வாழ்க்கையைப் பெரும்மாற்றத்திற்கு உட்படுத்தியது. கலிங்க யுத்தம், தயா நதிக்கரையில் நடந்தது. அந்த இடமே இன்றுள்ள தௌலி. இன்று அது ஒரு பௌத்த ஸ்தலமாக காட்சி அளிக்கிறது. புவனேஸ்வரத்திலிருந்து எட்டுக் கிலோ மீட்டர் தூரத்தில் உள்ளது தௌலி. தயா ஆற்றின்கரையில் உள்ள சிறிய மலை ஒன்றின் மீது பௌத்த ஆலயம் புதிதாகக் கட்டப்பட்டுள்ளது. உண்மையில் அது ஒரு சிறிய குன்று. அந்தக் குன்றிற்குச் செல்லும் வழியில் உள்ள பாறைகளில்

எஸ்.ராமகிருஷ்ணன்

அசோகரது கல்வெட்டுகள் காணப்படுகின்றன. கல்வெட்டுகள் உள்ள பாறைகளைப் பார்வையாளர்கள் சிதைத்துவிடுவதால் கல்வெட்டினைச் சுற்றிலும் கண்ணாடி பதித்திருக்கிறார்கள். அசோகரது காலத்து எழுத்துகளைப் பார்க்கையில் இனம்புரியாத பரவசம் ஏற்பட்டது. இந்தக் கல்வெட்டு எத்தனையோ தலைமுறைகளைக் கண்டிருக்கிறது. எவ்வளவோ ஆயிரமாயிரம் கண்களால் வாசிக்கப்பட்டிருக்கிறது எனத் தோன்றியது. கல்லில் அடிக்கப்பட்ட எழுத்து வலியது என்பதன் உண்மையான பொருளை அந்த நிமிடத்தில் முழுமையாக உணர்ந்தேன்.

இந்தக் கல்வெட்டுகள் மூன்றாம் நூற்றாண்டினைச் சேர்ந்தவை. கல்வெட்டு உள்ள மலையைச் சுரபா எனக் குறிப்பிடுகிறார்கள். மொத்தம் 14 கல்வெட்டுகள் இருந்திருக்கின்றன. இதில் தற்போது ஒன்று முதல் பத்துவரை உள்ளன. மீதமுள்ள 11, 12, 13 கல்வெட்டு களைக் காணவில்லை. 14ஆவது கல்வெட்டு தனியாக உள்ளது. இந்தக் கல்வெட்டுகள் தவிர்த்து இரண்டு சிறப்புக் கல்வெட்டுகளும் காணப்படுகின்றன. இந்தக் கல்வெட்டு உள்ள பாறையை அஸ்வத்தமா என்று கூறுகிறார்கள். பதினைந்து அடி உயரமும் பத்தடி அகலமும் கொண்ட பாறையது. இந்தப் பாறையில் மூன்று வரிசைகளில் கல்வெட்டு காணப்படுகிறது. வடக்கு மற்றும் தெற்கு நோக்கி இந்தக் கல்வெட்டுகள் அமைந்துள்ளன.

முதல்வரிசையில் 33 வரிகள் காணப்படுகின்றன. இவையன்றி இன்னொரு பாறையில் பத்தொன்பது வரிகளும் அதன் அடிப்பகுதியில் 11 வரிகளும் காணப்படுகின்றன. இந்தக் கல்வெட்டுகள் முழுவதும் பௌத்தத் தர்மத்தை வலியுறுத்துகின்றன. பொதுவாக, கல்வெட்டுகள் மக்கள் அதிகம் நடமாடுகின்ற இடத்தில் தான் பொறிக்கப்படுவது வழக்கம். ஆகவே இன்றுள்ள தௌலி முந்தைய தலைநகரமான தௌசாலி நகரின் புறநகர் போல இருந்திருக்கக் கூடும் என்கிறார்கள்.

11, 12, 13 கல்வெட்டுகள் கலிங்கப் போரை பற்றிய செய்திகளைக் கொண்டவை என்றும் அவை காணாமல் போய்விட்டன என்றும் கூறுகிறார்கள். அசோகரது கல்வெட்டுகளில் எடுத்துரைக்கப்பட்ட தரும நியதிகள் பேரரசின் எல்லா மக்களுக்கும் பொதுவானவை என்பது கவனிக்கத்தக்க ஒன்று.

இன்றைய ஒரிசாதான் அன்றைய கலிங்கம். இன்றைய பீகார்தான் அன்றைய மகதம். மௌரியச் சக்கரவர்த்தி சந்திரகுப்தனின் பேரன் அசோகர். இவரது தந்தை பிம்பிசாரன். பாடலிப்புத்திரத்தைத் தலைநகராகக்கொண்டு இவர்கள் ஆட்சி செய்து வந்தனர். சந்திரகுப்தன், ஜைன மதத்தை ஆதரித்தவர்.

அதே நேரம், அவருக்குக் குருவாக இருந்தவர் சாணக்கியர். சந்திரகுப்தனால் மௌரிய வம்சம் நிலைபெற்றது. பிம்பிசாரன், சந்திரகுப்தனைப் போல வலிமையான அரசனாக இருக்கவில்லை. அசோகர் தனது சொந்தச் சகோதரர்களைக் கொன்று, அரியணை ஏறினார் என்கிறார்கள்.

அசோகர் குறித்து இன்றுள்ள சித்திரம் யாவும், அவர் மிக மூர்க்கமானவராக, மோசமானவராக இருந்தார். கலிங்கப் போருக்குப் பிறகு அவர் புத்த மதத்துக்கு மாறிய பிறகே, சாந்தியையும் சமாதானத்தையும் முன்னிறுத்தி ஆட்சி புரிந்தார் என்று கூறுகின்றன.

இது குறித்து இன்றளவும் நிறையச் சர்ச்சைகள் இருக்கின்றன. வேண்டும் என்றே மோசமான மன்னராக அசோகரைச் சித்தரிக்கிறார்கள் என்கிறார் தாமஸ் ட்ருமென். அதற்கு அவர் சொல்லும் காரணம், அசோகர் காலத்துக்கு முன்பு வரை பௌத்தம் அரசுடன் ஒன்று கலக்கவில்லை. ஆகவே, அரசு மதமாகப் பௌத்தம் மேலோங்கியதால் அதைப் பிடிக்காதவர்கள் அசோகனை மோசமான மனிதனாகச் சித்தரித்துவிட்டார்கள் என்கிறார்.

இதுபோலவே, கலிங்கப் போருக்குப் பிறகுதான் அசோகர் மதம் மாறினார் என்பதும் தவறான தகவலே. அதற்கு முன்பே அவர் பௌத்த மதத்தை ஏற்றுக்கொண்டுவிட்டார். கலிங்கப் போருக்கும் அவர் பௌத்தத்தை ஏற்றுக்கொண்டதற்கும் ஒரு தொடர்பும் இல்லை. அசோகர், பௌத்த மதத்தை ஏற்றுக்கொண்டதற்கு முக்கியக் காரணம், ஆட்சி அதிகாரத்தில் பிராமணர்கள் அதிகமாகத் தலையிடுவதைத் தவிர்ப்பதற்காகத்தான். பிம்பிசாரன் காலத்தில் தினமும் 60 ஆயிரம் பிராமணர்களுக்கு உணவும் தானமும் அளிக்கப்பட்டு வந்தன.

கௌடில்யரின் உதவியோடுதான் மௌரியர்கள் ஆட்சிக்கு வந்தார்கள் என்பதால், பிராமண ஆதிக்கம் அதிகமாக இருந்தது. அதனால், தனது அரசாட்சியை விரும்பியபடி நடத்த முடியவில்லை என்றே, அசோகர் புத்த மதத்தை ஏற்றுக்கொண்டார் என்கிறார் ஜோசப் கித்ஹவா என்ற வரலாற்று ஆய்வாளர். இவரது ஆய்வுப்படி, அசோகர் எந்தக் கல்வெட்டிலும் புத்த மதத் தத்துவங்களை நேரடியாகப் பொறித்து வைக்கவில்லை. அசோகர் பௌத்த மதத்தை ஆழ்ந்து கற்றதாக எங்குமே தகவல் இல்லை. புத்த மதம் மீதான எளிய ஈடுபாடு மட்டுமே அவரிடம் இருந்தது. அவர் புத்தம் முன்வைத்த அறக்கோட்பாடுகளை முழுமையாக ஏற்றுக்கொண்டிருக்கிறார், நடைமுறைப்படுத்தியிருக்கிறார்.

அதனால்தான் அசோகரின் கல்வெட்டுகளில் சகிப்புத்தன்மை, மத ஒற்றுமை, உயிர்க் கொலைத் தடுப்பு, வேட்டையாடுதல் நிறுத்தப்படுவது, மனிதர்களுக்கும் விலங்குகளுக்கும் உரிய முறையில் வைத்தியம் செய்ய வேண்டும் என்பது, நாட்டு மக்களைத் தனது சொந்தப் பிள்ளைகளைப் போல பாவித்து நடக்க வேண்டும் என்ற நியதி, அரசு ஊழியர் ஒருபோதும் கோபம் கொள்ளவோ, பரபரப்புடன் நடந்துகொள்ளவோ கூடாது ஆகியவை பொறிக்கப்பட்டுள்ளன.

மத ஒற்றுமையைக் கண்காணிக்க மகாமாத்ரர்கள் என்ற சிறப்பு அதிகாரிகள் நியமிக்கப்பட்டு இருந்தார்கள். உருட்டி மிரட்டியோ, வன்முறையைப் பிரயோகித்தோ அரசு அதிகாரிகள் நடந்துகொண்டால் கடுமையான தண்டனை கிடைக்கும் என்று அறிவிக்கப்பட்டு இருக்கிறது. அசோகரின் தௌலி கல்வெட்டுக்களில் உள்ளது பிராமி மொழியே.

தயா ஆறு நீண்டோடிக்கிடக்கிறது. தௌலியில் வளைந்து திரும்பும் தயா ஆற்றில் நீர்வரத்து குறைவாகவே இருந்தது. அந்த ஆற்றின் ஒரு பக்கம் மரங்கள் அடர்ந்த வெளி, மறு பக்கம் குன்றுகளும் பாறைகளுமான வெளி. ஆகவே யுத்தம் செய்வதற்குத் தேவையான பரந்த இடமும், நிழலும், குடிநீரும் எளிதாகக் கிடைக்கும் என அந்த இடத்தை தேர்வு செய்திருக்கக்கூடும். ஒரு லட்சம் பேர் இறந்துபோன யுத்தம் காரணமாக தயா ஆறு ரத்தமாக மாறி ஓடியது என்கிறது அசோகர் காலக் குறிப்புகள். ஆற்றின் மணல்திட்டுகளைப் பார்வையிட்டபோது கடந்தகாலத்தின் சுவடுகளே இல்லை. பயணிகளின் கூட்டம் ஒன்று மணலில் நடந்து தூரத்தில் தெரியும் சாந்தி ஸ்தூபியைப் புகைப்படம் எடுத்துக் கொண்டிருந்தது. நான் சிங்கத்தையே பார்த்துக்கொண்டிருந்தேன். பொதுவாக ஒரிசாவில் காணப்படும் சிங்கச் சிற்பங்கள் யாவும் அற்புதமானவை. அவற்றை யானை வெல்வதைப் போன்ற சிற்பங்களைக் கொனார்க்கில் காணலாம்.

அசோகரது கல்வெட்டுகளைக் காண்பதற்கு, வழக்கமான சுற்றுலாத் தலங்களைப் போல தள்ளுமுள்ளு கூச்சல் எதுவும் கிடையாது. பார்வையாளர்களும் அமைதியாகவே நடந்துகொள்கிறார்கள். இங்குள்ள யானைச் சிற்பம் மிக பழமையான பௌத்தச் சிற்பமாகும், அசோகர் காலத்தில் இருந்தே தௌலி பௌத்த சைத்யங்கள் மற்றும் ஸ்தூபிகள் கொண்டதாகவும் முக்கியப் பௌத்தக் கேந்திரமாகச் செயல்பட்டதாகவும் கூறுகிறார்கள்.

அந்த மரபின் தொடர்ச்சி போல அமைக்கப்பட்டுள்ளது சாந்தி ஸ்தூபி. இது ஜப்பானியர் உதவியால் அமைக்கப்பட்டுள்ள

கோள வடிவமான வெண்ணிற பௌத்தக் கோவில். சிங்கமுகப்பு வாசலுடன் அமைக்கப்பட்டுள்ளது. உறுதியான இரண்டு சிங்கங்கள் நம்மை நோக்கியபடியே உள்ளன. படியேறி உள்ளே நடந்தால் ஆள் உயர புத்தர் அமர்ந்த கோலத்தில் புன்முறுவல் படர்ந்த முகத்துடன் காணப்படுகிறார். உயரமான இடம் என்பதால் காற்று நம் கன்னத்தை இதமாக வருடிச்செல்கிறது. அந்த இடத்தின் பேரமைதி மனதை எளிதாக்கிவிடுகிறது. உள்ளே தியானம் செய்வதற்கான பெரிய கூடம் அமைக்கப்பட்டுள்ளது.

தாமரைப் பூக்கள் போன்ற வடிவமைப்புடன் உள்ள சுற்றுச்சுவர்களில் வரிசை வரிசையாக புத்தரின் வாழ்வினைக் குறிக்கும் சிற்பங்கள் இடம்பெற்றுள்ளன. புத்தர் ஞானம் பெற்ற போதிமரமும் அதன் முன்னால் அமர்ந்துள்ள சீடர்களுமான ஒரு சிற்பத்தொகுதி காணப்படுகிறது. அதன் அடியில் நின்ற கோலத்தில் கோதமர் காணப்படுகிறார். சாந்தி ஸ்தூபியில் இருந்து பார்க்கையில் பச்சைப் பசேல் என விரியும் வயல்வெளியும், தயா ஆறும் மனதை மயக்குவதாக உள்ளது.

சாந்தி ஸ்தூபியில் கலிங்கப் போரை நினைவு கூரும் வகையில் இன்றும் கலிங்க மகோற்சவம் என்ற விழா சிறப்பாகக் கொண்டாடப்படுகிறது. இரண்டு நாள்களாகத் தொடர்ந்து கொண்டாடப்படும் இத்திருவிழாவில், நாடெங்கிலும் உள்ள போர்க்கலை நாட்டியக் கலைஞர்கள் பங்கு பெறுகின்றனர். சாந்தி ஸ்தூபியில் பணியாற்றுவதற்காக வந்துள்ள ஜப்பானிய பௌத்த துறவி ஒருவரைப் பற்றிக் கேள்விப்பட்டேன். முப்பது வருஷத்திற்கும் மேலாக இங்கேயே பணியாற்றி நன்றாக ஒரிய மொழி பேசுகிறார் என்றார்கள். அவரைச் சந்தித்தபோது புன் முறுவலுடன் ஆசி தந்து புத்தருக்குச் சேவை செய்வது தன் வாழ்வின் பெரிய பேறு என்று சொன்னார். தௌலி ஒரு பெரிய தபோவனம் போலவே காணப்படுகிறது. மரங்களின் ஊடே வளைந்து செல்லும் சாலையும், அழகிய பௌத்த மடாலயமும், ஆரவாரமற்ற தனிமையும் அந்த இடத்திற்குத் தனியான அழகினையும் அனுபவத்தையும் தருவதாக உள்ளது.

தௌலிக்குப் போவதற்கு முன்பாக ஹத்திகும்பா போயிருந்தேன். அது தமிழ் மன்னர்களின் கூட்டமைப்பு பற்றிய அரிய கல்வெட்டு அமைந்துள்ள இடம். கலிங்க நாட்டு மன்னன் காரவேலர் காலத்தைச் சேர்ந்தது ஹத்திகும்பாக் கல்வெட்டு. ஹத்திகும்பா என்பது யானை போன்ற வடிவத்தில் உள்ள குகை எனப் பொருள். புவனேஸ்வருக்கு ஐந்து மைல் தொலைவில் கந்தகிரி, உதய கிரி என்ற இரட்டை மலைகள் இருக்கின்றன. இதைக் குமரி

பர்வதம், குமார பர்வதம் என்று கல்வெட்டுகள் கூறுகின்றன. புவனேஸ்வர் நகரில் இருந்து இந்த மலைகளை நோக்கிச் செல்லும் பயணமே இனிமையான அனுபவம் தரக்கூடியது. பொதுவாக, ஒரிசாவில் உள்ள நகரங்கள் எதுவும் பரபரப்பானவை கிடையாது. சென்னையோடு ஒப்பிட்டால் அதன் வேகத்தில் பத்தில் ஒரு பங்கு வேகமே புவனேஸ்வரில் காணப்படுகிறது. எதிலும் நிதானம், பொறுமை, காத்திருப்பதைப் பற்றி அலட்டிக்கொள்ளாத மனப்பாங்கு மக்களிடம் காணப்படுகிறது. அது பௌத்த சமயத்தின் மீதமிருக்கும் அடையாளம் என்று நண்பர் சொன்னார்.

புவனேஸ்வரத்தில் இருந்த லேசான வாகன இரைச்சல்களும், மக்கள் நடமாட்டமும் கூட ஹத்திகும்பாவை நோக்கிப் பயணிக்கத் துவங்கியதும் வடிந்து போய்விட்டது. நூற்றாண்டுகளுக்குப் பின்னால் போய்விட்டது போல சட்டென உலகம் உருமாறத்துவங்கியது. மாமரங்களாக விரியும் பாதையில் சென்றுகொண்டிருந்தேன். உதயகிரியைத் தொலைவில் பார்ப்பது தனித்த அழகுடையது. மலைகள் மத்திய அகழ்வாராய்வுத் துறையால் பாதுகாக்கப்படுகின்றன. இறங்கி உள்ளே நடந்த போது பாறைகளின் திடமும், மண்ணின் சிவப்பும் மிகவும் ஈர்ப்புடையதாக இருந்தன.

காரவேலர் கல்வெட்டு மலையின் மூன்றாவது தளத்தில் உள்ளது. அதன் மேற்பகுதியில் ஒரு சிங்கம் வாய் பிளந்த நிலையில் பாறை ஒன்றில் செதுக்கப்பட்டுள்ளது. பிராகிருதம் மற்றும் பிராமி கல்வெட்டுக்கள் காணப்படுகின்றன.

கி.மு. 2ஆம் நூற்றாண்டில் கலிங்கத்தை ஆண்ட காரவேலர் தமிழ்மன்னர்களின் கூட்டணியை வென்றதையும் அவருக்குப் பாண்டியர்கள் முத்துக்களையும், ரத்தினம், மாணிக்கம் உள்ளிட்ட அரிய கற்களையும், யானை, குதிரை உள்ளிட்ட வளமான பெரும் பரிசுகளைத் தந்தனர் என்பதையும் இந்தக் கல்வெட்டுக் குறிப்புகள் கூறுகின்றன.

17 வரிகளைக்கொண்ட இந்த மெய்க்கீர்த்தி முக்கியமான ஒரு வரலாற்று ஆவணம். இதில் 11ஆம் வரியில் உள்ள த்ரமிள தேச சங்காதம் என்ற குறிப்பு காணப்படுகிறது. அதுவே தமிழக மன்னர்களின் கூட்டணியைப் பற்றிய குறிப்பாகும். அதாவது வடவர்களை எதிர்க்க மொழியின் அடிப்படையில் அமைந்த முதல் கூட்டணி இது என வரலாற்று ஆய்வாளர்கள் குறிப்பிடுகிறார்கள்.

மெய்க்கீர்த்தி மூலம் காரவேலர் தெரிவிப்பது என்னவென்றால் கி.மு. 285 லிருந்து 13 ஆண்டுகளாக நீடித்து வந்த தமிழ் மன்னர்களின் கூட்டணியை தான் வெற்றிகரமாக வென்று பாண்டிய மன்னரிடமிருந்து பெருமளவிலான பொருள்களைப் பரிசாகப் பெற்றேன் என்பதே. இந்தக் கல்வெட்டுகளைப் பொறித்தவர் பெயர் சுள்ளகும்மு என்பதாகும். ஹத்திகும்பா கல்வெட்டின் முக்கியப் பகுதி, சமண — புத்த மதங்களின் சண்டையும் அதன் விளைவுகளும்தான். இந்தக் கல்வெட்டு சமணத்துக்கு சாதகமானதும் பௌத்தத்திற்கு எதிரானதும் ஆகும் என்றும் ஒரு தரப்பினர் கூறுகிறார்கள்.

தமிழக மற்றும் கலிங்க உறவு பற்றிய ஆய்விற்கு ஹத்தி கும்பா கல்வெட்டு முக்கியமானதாகும். இந்தக் கல்வெட்டை 1820 ஆம் ஆண்டு ஸ்காட்டிஷ் ஆய்வாளரான ஸ்டர்லிங் கண்டுபிடித்தார். பின்னர் 1878இல் கன்னிங்ஹாம் இதனைப் பிராகிருதத்திலும், ஹிந்தியிலும், ஆங்கிலத்திலும் பதிப்பித்துள்ளார். கந்தகிரி ஐந்து அடுக்குகளாகக் காணப்படுகிறது. முழுவதுமே பாறைக்குடைவுகள்தாம். இதில் ஒன்றிரண்டு மேல் தளங்கள் சரிந்து கிடக்கின்றன. சில சிற்பங்கள் பாதி செதுக்கப்பட்ட நிலையில் அரைகுறையாக விடப்பட்டுள்ளன.

கந்தகிரியில் மிக முக்கியமான பௌத்த சிற்ப வேலைப்பாடுகளும் குகைகளும் காணப்படுகின்றன. இது கல்வி நிலையமாகச் செயல்பட்டு இங்கே தங்கி கல்வி பயின்றிருக்கிறார்கள்.

பௌத்தச் சமயக்குருக்களும், சீடர்களும் தங்கிப்பயின்ற குகைகள், உறங்கும் கற்படுக்கைகள், திறந்வெளி அரங்குகள் இங்கே காணப்படுகின்றன. இங்குள்ள சிற்பங்களில் காணப்படும் யவன வீரர்களின் தோற்றம் தனித்துவமானது. அவர்கள் காவலர்களாகப் பணியாற்றியிருக்கிறார்கள், விதவிதமான யானைச் சிற்பங்கள் காணப்படுகின்றன. இந்த யானைகளின் கம்பீரம் நம்மைப் பார்த்துக் கொண்டேயிருக்க வைக்கிறது. அத்துடன் குகைகளில் கலிங்கப் போர்க்காட்சிகள் அழகாகச் சித்தரிக்கப்பட்டுள்ளன.

முதல் தளத்தில் ஆசிரியர்கள் தங்குவதற்காகக் குகைகள் காணப் படுகின்றன. அதன் வெளிப்புறச் சுவர்களில் கலிங்கப்போரின் யுத்தக்களக் காட்சிகள் புடைப்புச் சிற்பங்களாகச் செதுக்கப்பட்டுள்ளன. யுத்தக் களத்தில் கம்பீரமாக வரும் யானை மற்றும் குதிரைகளின் வரிசை, வீரர்களின் போர்த்திறன், விதவிதமான ஆயுதங்கள், ரதங்கள், அடிபட்டு வீழ்ந்துகிடக்கும்

வீரர்களின் வலி நிரம்பிய முகங்கள் எனச் சிற்பக்கலையின் உன்னதம் கண்முன்னே காட்சியாக விரிந்திருந்தது.

குடைவரைகளின் உள்ளே ஆசிரியர்களின் சயனத்திற்கான கற்படுக்கைகள், தலைப்பகுதி உயரமாகவும் உடல்வாகிற்கு ஏற்றாற் போலும் ஒடுங்கியும் செதுக்கப்பட்டுள்ளன. அதைத் தொட்டுப் பார்க்கையில் லேசான குளிர்ச்சியை உணர முடிந்தது. கல்வி பயிலும் மாணவர்கள் ஏடுகளை வைத்துக்கொள்வதற்குரிய மாடம் போன்ற அமைப்பு குகையினுள் ஏற்படுத்தப்பட்டுள்ளது. திறந்தவெளி அரங்கில் நடப்பதை மேலிருந்தே பார்க்க வசதி செய்யப்பட்டுள்ளது குறிப்பிடத்தக்க ஒன்று.

உதயகிரியில் சமணத் தீர்த்தங்கரர்களின் சிலைகளும், யட்சி, லோசினி போன்ற சமணப் பெண்தெய்வங்களின் பிரதிமைகளும் காணப்படுகின்றன. சில குடைவரைகளில் சிற்பங்களே இல்லை. ஒரிசாவிற்கும் தமிழகத்திற்கும் உள்ள வரலாற்றுத் தொடர்புகள் குறித்து இன்னமும் முழுமையான ஆய்வுகள் நடைபெறவில்லை. பாலகிருஷ்ணன் ஐ.ஏ.எஸ். இதில் முன்னோடியாகப் பல்வேறு ஆய்வுகளை மேற்கொண்டிருக்கிறார். குறிப்பாக, கோராபுட் பழங்குடி மக்களின் பண்பாட்டில் தமிழின் வேர்கள் பற்றிய பாலகிருஷ்ணன் அவர்களின் ஆய்வுக்கட்டுரைகள் முக்கியமானவை. ஒரிசா பாலு மற்றும் புவனேஸ்வர் தமிழ்சங்கத்தினர் தமிழ்சார்ந்த வரலாற்று ஆய்வுகளில் தீவிர கவனம் செலுத்தி வருகிறார்கள்

*

கலிங்கத்துப்பரணியை வாசிப்பது புலன்கிளர்ச்சி தரும் அனுபவமாகும். ஒவ்வொரு வாசிப்பிலும் வியப்பின் உச்சிக்கு அழைத்துப் போய்விடுகிறார் ஜெயங்கொண்டார்.

தீயின் வாயின் நீர் பெறினும் உண்பதோர்
சிந்தை கூர, வாய் வெந்து உலர்ந்து செந்
நாயின் வாயின் நீர் தன்னை, நீர் எனா
நக்கி நாவினால் நக்கி விக்குமே!

என்ற பாடல் பாலையைப் பற்றியது. இதில் பாலையின் வெக்கை தாளமுடியாமல் ஒரு மானின் வாய் வெப்பத்தினால் வெந்து, புண்ணாகிவிடுகிறது. தீயின் வாயில் இருந்து தண்ணீர் கிடைத்தாலும் பரவாயில்லை, அதைப் பருகிவிடுவது எனும் எண்ணம் கொண்டிருக்கிறது மான். அந்நிலையில், செந்நாயின் உலர்ந்துபோன வாயில் இருந்து வடியும் எச்சிலை, தண்ணீர் என எண்ணி, மான் நாக்கினால் நக்கி விக்குகிறது என்கிறது

கலிங்கத்துப்பரணி. அந்த மானின் நிலையைக் கற்பனைசெய்து பாருங்கள். அவலத்தின் உச்சமது. பாலையை இதற்கு மேல் எப்படித் துல்லியமாக விவரிக்கமுடியும்?

இது போலவே கடைத்திறப்பு பாடலில் பெண்களின் அழகை வியந்து பாடுகையில்,

உந்திச் சுழியின் முனைத்து எழுந்த
உரோமப் பசுந்தாள் ஒன்றில் இரண்டு
அந்திக் கமலம் கொடு வருவீர்
அம்பொன் கபாடம் திறமினோ!

எனப் பாடுகிறார் ஜெயங்கொண்டார். அதாவது தொப்புளில் முளைத்து எழுந்த பசுமையான மயிர்க்கொடி போன்ற ஒரு தண்டில், மாலை நேரத்தில் குவிந்திருக்கும் தாமரை போன்ற இரண்டு ஸ்தனங்களைப் பூத்திருக்கும் பெண்களே, அழகிய பொன்னாலான கதவுகளைத் திறந்திடுங்கள். காமம் பீறிடும் கவித்துவ வரிகள் ஒரு பக்கம், பேய்கள், காளி கூளிகளின் வெறியாட்டம் மறுபக்கம் என கலிங்கத்துப்பரணியின் பாடல்கள் எத்தனை முறை படித்தாலும் வேறு வேறு புதிய அனுபவங்களைத் தந்துகொண்டேயிருக்கின்றன. கலிங்கத்துப்பரணியை வாசித்து விட்டு ஒரிசா சென்று கொனார்க் மற்றும் உதயகிரி, கந்தகிரி சிற்பங்களைக் கண்டுவாருங்கள். பரணி விவரிக்கும் பல காட்சிகள் அங்கே சிற்பங்களாக உருமாறியிருப்பது ஆச்சரியமாக இருக்கும்.

கூட்ஸ் பயணம்

எத்தனையோ ரயில்களில் ஏதேதோ ஊர்களுக்குப் பயணம் செய்திருக்கிறேன். ஆனால் என்னால் மறக்கமுடியாத ஒரு பயணம் கூட்ஸ் ரயிலில் போனது.

பள்ளிநாட்களில் வீட்டின் அருகாமையில் உள்ள ரயில்வே நிலையத்தினைக் கடந்து செல்லும் கூட்ஸ் ரயில்களை வேடிக்கை பார்த்துக்கொண்டேயிருப்பேன்.

அப்போதெல்லாம் கூட்ஸ் ரயிலின் கடைசிப் பெட்டியில் ஒற்றை ஆளாக நின்றபடியே கொடியை வீசி அசைக்கும் கார்டினைப் பார்த்துக் கையசைப்பது வழக்கம். ஒரு சிலர் பதிலுக்குக் கையசைப்பார்கள், பலர் இறுக்கமான முகத்துடன் வெறித்துப் பார்த்தபடியே கடந்து போய்விடுவார்கள்.

இந்த உலகிலே மிகத் தனிமையானது கார்டு வேலை என்று தோன்றும். ரயில்களைப் போல வேகமாகச் செல்லாமல் கூட்ஸ் மெதுவாகவே செல்லும், அதிலும் பல இடங்களில் எக்ஸ்பிரஸ் ரயில்கள் கடந்துபோக ஒதுங்கி வழிவிட்டு நிற்க வேண்டியிருக்கும். கூட்ஸ் ரயிலின் ஓசை பாஸஞ்சர் ரயிலின் ஓசையை விட மாறுபட்டது. கூட்ஸ் ரயில் போவது வீட்டின் அறைகள் ஒன்றாக நகர்ந்து போவதைப் போன்றே தோன்றும்.

கூட்ஸ் ரயிலை ஓட்டுகிறவராவது கடுமையாக வேலை செய்து கொண்டிருப்பார். கடைசிப் பெட்டியில் இந்த கார்டு என்னதான் செய்வார்? அவர் ஏன் வெள்ளை உடை அணிந்திருக்கிறார்? என்று ஆச்சரியமாகப் பார்த்திருக்கிறேன்.

ஏனோ அந்த வேலை எனக்கு மிகவும் பிடித்திருந்தது. பேசாமல் ஒரு புத்தகத்தை கையில் எடுத்துக்கொண்டு கூட்ஸ் ரயிலின் கடைசிப் பெட்டியில் அமர்ந்தபடியே நிம்மதியாகப் படித்துக்கொண்டிருக்கலாம் என நினைத்திருக்கிறேன்.

ரயிலில் ஏறிப்போவது போல கூட்ஸில் யாரும் ஏறிப்போய்விட முடியாது. அதுவே அதன்மீது கூடுதல் கவர்ச்சியைத் தந்திருந்தது. எப்படியாவது ஒரு நாள் கூட்ஸ் ரயிலில் அதுவும் கார்டு கூடவே பயணம் செய்ய வேண்டும் என்று தோன்றியது. ஆனால் அதை எப்படிச் சாத்தியமாக்குவது என்று தெரியவேயில்லை. கடந்து செல்லும் கூட்ஸ் ரயில் பெட்டிகளை எண்ணுவது சுவாரஸ்யமான பொழுதுபோக்கு. ஒரு நாளும் ஒரே போல எண்ணிக்கை கொண்ட இரண்டு கூட்ஸ் ரயில்கள் ஓடுவதேயில்லை என்பதே நான் கண்டறிந்த உண்மை. அதன்பிறகு கூட்ஸ் பெட்டிகளில் ஒட்டப்பட்ட ஸ்டிக்கர்களைக் கொண்டு அதில் தானியம் ஏற்றிக்கொண்டு போகப்படுகிறதா, சிமென்ட் மூட்டைகள் துறைமுகத்திற்குப் போகின்றனவா? என்பதைக் கூட கண்டுபிடிக்கப் பழகினேன்.

ஒருமுறை கடைசிப்பெட்டியில் ஒரு முக்காலி போட்டுக்கொண்டு இளவயது கார்டு ஒருவர் புத்தகம் படித்தபடியே போனது எனக்குள் இருந்த ஆசையை மேலும் கிளறிவிட்டது.

ரயில்வே நிலையத்தில் கூட்ஸ் வந்து நின்றிருந்த சமயம் ஒரு நாள் யாருக்கும் தெரியாமல் அதனுள் ஏறி உள்ளே எப்படியிருக்கிறது? என்று பார்த்தேன். அது ஒரு சிறிய அறை, உள்ளே கொடி வைப்பதற்காகச் சொருகுக் கம்பி, சிக்னல் விளக்கு, சிறிய கையடக்கமான நோட்டுகள், ஒரு விசில், மடக்கு நாற்காலி, ஒரு மரப்பெட்டி, டார்ச் லைட் இவையே அதனுள்ளிருந்தன. கூட்ஸ் ஜன்னல் வழியாக வெளியுலகைப் பார்ப்பதற்கு விநோதமாகத் தெரிந்தது.

கூட்ஸ் ரயிலில் பயணம் செய்வதற்கு என்னதான் வழி? என்று பலரிடமும் கேட்டிருக்கிறேன். ஒருவராலும் உதவ முடிந்ததில்லை. கல்லூரி நாட்களின்போது பழனி என்றொரு நண்பன் அறிமுகமானான். அவனது அப்பா ரயில்வேயில் பணியாற்றுகிறார். அதுவும் தொழிற்சங்கவாதி என்றான். அவனது அப்பாவை அறிமுகம் செய்துவைக்கும்படியாகக் கேட்டுக்கொண்டேன்.

எனது ஆசையை அவனது அப்பாவிடம் சொன்னபோது இன்னும் சின்னப்பிள்ளையா இருக்கியேப்பா, கூட்ஸ் ரயில்ல போறதுல என்ன இருக்கு? வெறும் அலுப்பு. எனக்குத் தெரிந்த தனராஜ்னு ஒரு கார்டு இருக்கார். அவர்கிட்ட கேட்டுப் பாக்குறேன். தூத்துக்குடி வரைக்கும் உன்னைக் கூட்டிக்கிட்டுப் போவார் என்றார்.

அவர் சொல்லி பல மாதங்கள் ஆகியும் தனராஜ் என்னை அழைக்கவேயில்லை. தற்செயலாக ஒருநாள் இரவு பழனியின் அப்பா என்னை அழைத்து நாளைக்கு உன்னைக் கூட்டிக்கிட்டுப் போறேனு சொல்லியிருக்கார் என்றார்.

அன்றிரவு என்னால் உறங்கவே முடியவில்லை. சட்டென வயது கரைந்து எனது பத்து வயதிற்குத் திரும்பிப் போய்விட்டதைப் போலவே உணர்ந்தேன். மறுநாள் காலை கூட்ஸ் ரயிலில் படிப்பதற்காக மாக்சிம் கார்க்கியின் சிறுகதைகளைக் கையில் எடுத்துக் கொண்டேன். கூட்ஸ் ரயில்களைப் பற்றி அற்புதமாக எழுதியவர் அவர்தானே.

தன்ராஜ் வீட்டிற்குப் போனபோது அவர் என்னை மதுரையை அடுத்த திருமங்கலம் ரயில் நிலையத்தில் போய் காத்திருக்கும்படியாகச் சொன்னார். உடனே டவுன் பஸ் பிடித்து திருமங்கலம் ரயில் நிலையத்திற்குச் சென்று காத்துக் கொண்டிருந்தேன். கூட்ஸ் ரயில் எப்போது வரும் என்றே தெரியவில்லை. வெற்றுத் தண்டவாளங்களின் மீது காகங்கள் நடந்து கொண்டிருந்தன. வெயில் ஏறிய பத்து மணி அளவில் அந்தக் கூட்ஸ் ரயில் மெதுவாக வந்து நிற்கத் துவங்கியது.

தன்ராஜ் என்னைக் கையசைத்து ஏறிக் கொள்ளச் சொன்னார். கூட்ஸ் ரயிலினுள் ஏறி நின்றுகொண்டேன். நான் ஆசைப்பட்டது இதுதான் என்று சந்தோஷமாக இருந்தது. கூட்ஸ் மெதுவாகக் கிளம்பி சீராகச் செல்லத்துவங்கியது. கடைசிப் பெட்டியின் இரும்புக் கம்பிகளைப் பிடித்து நின்றபடியே தூரத்து மேகங்களை, வெட்ட வெளியை, மேய்ந்துகொண்டிருக்கும் ஆடுகளை, பின்னோடும் மரங்களைப் பார்த்துக்கொண்டேயிருந்தேன். ஒருமுறை கூட்ஸ் ரயில் இரவில் பழுதுபட்டு நின்றுபோன தனது அனுபவத்தைச் சொல்லிக் கொண்டே வந்தார் தனராஜ். காதில் கேட்டுக்கொண்டு வந்தபோதும் எதுவும் மனதில் தங்கவேயில்லை.

கூட்ஸ் மிகவும் மெதுவாகப் போய்க்கொண்டிருந்தது. எங்காவது மூடிய ரயில்வே கேட்டிலோ, மரத்தில் ஏறி நின்றபடியோ என்னைப் போல சிறுவன் எவனாவது கூட்ஸ் ரயிலுக்குக் கையசைப்பானா? என்று ஆசையுடன் பார்த்துக் கொண்டேயிருந்தேன். ஒரு சிறுவனும் கண்ணில்படவேயில்லை, எதிர்த்து வீசி அடிக்கும் காற்றும், வெக்கையும், தூரத்துப் பனைகளின் ஓலை எழுப்பும் சப்தங்களும், வறண்ட ஆற்றுப்பாலத்தினைக் கடக்கும்போது காணமுடிந்த ஒதுங்கி நின்ற கழுதையின் தோற்றமும், முடிவற்ற தண்டவாளங்களும் என்னைக் கிறங்கச் செய்திருந்தன.

இப்போது திடீரென மழை பெய்யக்கூடாதா? பெய்தால் கூட்ஸில் இருந்தபடியே மழையை வேடிக்கை பார்க்கும் அபூர்வ அனுபவத்தைப் பெற்றிருப்பேனே என்றெல்லாம் தோன்றியது.

ஒரு யானை மீது அமர்ந்து போவது தரும் விநோத அனுபவம் போலவே கூட்ஸ் ரயிலின் பயணமிருந்தது. நான் ஆசைப்பட்டது போல அங்கே புத்தகம் படிக்க மனமே வரவில்லை. மாறாக, கடந்துபோகும் நிலக்காட்சிகள், கூட்ஸின் முணுமுணுப்பு, அதன் லயமான இயக்கம் மேலாகவே கவனம் போய்க்கொண்டிருந்தது.

என் கண்முன்னாடியே அவர் கொடியசைத்து ரயில்நிலையங்களைக் கடந்து போனார். கண்முன்னே அந்த இரும்பு வளையத்தினைக் கையில் வாங்கி என்னிடம் தந்தார். அவரது பணி, ஒவ்வொரு ரயில் நிலையத்தினையும் கூட்ஸ் எத்தனை மணிக்குக் கடந்து போனது, எங்கே நின்றது என்று குறிப்புகளை எழுதுவது என்பதை நேரிலே கண்டுகொண்டேன். கூட்ஸிலிருந்த சரக்குகளைக் கவனமாகக் கொண்டு போய்ச்சேர்க்கிற பொறுப்பு அவருடையது என்பதைப் பற்றி சொல்லிக் கொண்டே வந்தார். எல்லா வேலையும் போல இதுவும் ஒரு வேலைதான், வெயில் காலத்தில இதுல மனுசன் போக முடியாது என்றார்.

தூத்துக்குடி வரும்வரை நான் அமைதியாக வெளியுலகை வேடிக்கை பார்த்தபடியே வந்தேன். அவர் எதற்காக இந்தப் பையன் இப்படி அர்த்தமில்லாமல் கூட்ஸ் ரயிலில் பயணம் செய்ய ஆசைப்பட்டிருக்கிறான் என புரியாதவரைப் போலவே என்னைப் பார்த்துக்கொண்டு வந்தார்.

தூத்துக்குடியில் இறங்கியதும் அவர் என்னை அழைத்துக்கொண்டு போய் தேநீர் வாங்கித் தந்தார். பிறகு நீ பஸ்ஸை பிடிச்சி வீடு போய்ச் சேர் எனக்கு வேலை கிடக்கு என்றார்.

மாலையில் வீடு வந்து சேர்ந்தபோது அம்மா எனது தோற்றத்தைப் பார்த்த மாத்திரத்தில் கேட்டார்,

'ஏன் தலை மேல்காலு எல்லாம் புழுதி படிந்து போய் கிடக்கு. எங்கே போய் சுற்றிட்டு வர்றே?'

கூட்ஸ் ரயிலில் போய்வந்தேன் என்று நான் சொல்லவேயில்லை.

இன்றும் எங்காவது கூட்ஸ் ரயில் போவதைப் பார்க்கும்போது கடைசிப்பெட்டி மீதே கண்கள் போகின்றன. ஏனோ அந்த வசீகரம் குறையவேயில்லை.

எஸ்.ராமகிருஷ்ணன்

தனுஷ்கோடி

அழிந்து சிதிலமாகி நிற்கும் தனுஷ்கோடியின் கரையில் நின்றுகொண்டிருந்தேன். கடல் அடங்கியிருந்தது. மாலை நேரம், வெளிறிய நீல வானம், மேற்கில் ஒளிரும் சூரியன், மிதமான காற்று, கடல் கொண்டது போக எஞ்சிய இடிபாடுகள் கண்ணில் விழுகின்றன. ஒரு நாய் அலையின் முன்பாக ஓடியாடிக்கொண்டிருக்கிறது.

கடலின் அருகாமை நம் சுபாவத்தையே மாற்றிவிடுகிறது. பலநேரங்கள் பேச்சற்று அதைப் பார்த்துக்கொண்டேயிருக்கிறோம். கடலை எப்படி உள்வாங்கிக்கொள்வது? கண்களால் கடலை ஒருபோதும் அறிய முடியாது. அலைகள் அல்ல கடலின் வசீகரம், அலைகள் கடலின் துள்ளாட்டம், சிறகசைப்பு அவ்வளவே. கடலைப் புரிந்துகொள்வது எளிதில்லை. அது ஒரு நிலைகொள்ளாமை, தவிப்பு, காற்றில் பறக்கும் பட்டம் போல சதா மாறிக்கொண்டிருக்கும் பேரியக்கம்.

கடலும் கரையும் கொண்டிருக்கும் உறவு விசித்திரமானது. ஒன்றையொன்று நெருங்குவதும் பிரிவதுமான முடிவற்ற தவிப்பு. கண்ணால் பார்க்கும்போது கடல் உப்பரிப்பதில்லை.

கடல் நம் மனதில் நிரம்புவதற்கு அதன் ஊடாகவே வாழ வேண்டும். கடலோடு பேசவும் கடலை நேசிக்கவும் தெரியாத வனைக் கடல் தன்னுள் அனுமதிப்பதில்லை என்று ஒரு மாலுமியின் குறிப்பு ஒன்றில் படித்திருக்கிறேன்.

நடந்து வந்த மணல்வெளியின் அடியில் தனுஷ்கோடி புதைந்துகிடக்கிறது. பாதி கடலுக்குள்ளும் இருக்கக்கூடும்.

வாழ்வதற்குத் தகுதியற்ற இடம் என்று அரசு தனுஷ்கோடியைக் கைவிட்டுவிட்டது. ஆனால் இந்த இடிபாடுகளுக்கு இடையில் பாசிமாலைகள், குளிர்பானங்கள் விற்கும் கடைகளும் குடும்பங்களும் வசிக்கின்றன. இரண்டு ஆசிரியர்கள் உள்ள பள்ளி ஒன்றுகூட இங்குள்ள மீனவச் சிறுவர்களுக்காக நடக்கிறது. வாழ்ந்தாலும் செத்தாலும் தனுஷ்கோடியை விட்டுப் போவதில்லை என்று பிடிப்பு கொண்ட பல குடும்பங்கள் இன்னமும் அங்கு இருக்கின்றன. அதில் ஒருவரிடம் பேட்டரியில் இயங்கும் தொலைக்காட்சிப் பெட்டிகூட இருக்கிறது.

ஆனால் அழிவு அதன் வலிய கரத்தால் நகரத்தை இன்னமும் தன் பிடிக்குள்தான் வைத்திருக்கிறது. நீண்ட மண்பாதையின் வெறுமையும் அரித்துப்போன தண்டவாளங்களும் அதை நினைவுகொள்ளச் செய்கின்றன.

என்றோ ஓடி மறைந்துபோன ரயிலின் ஓசை இருளுக்குள் புதைந்திருக்கிறது. கடற்பறவைகள் மணலில் எதையோ தேடியலைகின்றன. சுற்றுலா வந்த சிறுமி ஒருத்தி மண்மேடுகளைத் தன் கால்களால் எத்தி சிப்பிகளைத் தேடிக் கொண்டிருக்கிறாள். கண்ணாடி அணிந்த வயதான பெண்மணி கடலின் முன்னே நின்றபடியே தன்னைப் புகைப்படம் எடுத்துத் தரச் சொல்லிக்கொண்டிருந்தாள். கடலின் முன்னே இவள் யார்? புகைப்படத்தில் உள்ள கடல் அலையடிப்பதில்லைதானே. மீனவர்களின் குலசாமியான கூனிமாரியம்மன் கோவில் ஒன்று தனுஷ்கோடியிலிருக்கிறது. அதன் சொல்லுக்கு கடல் அடங்கிப் போகும் என்பது மீனவ நம்பிக்கை.

மண்ணுக்குள் புதையுண்ட எலும்புகள் இன்றும் விழித்துக் கொண்டுதானிருக்கின்றன. அது எவரெவர் வழியாகவோ, தன் நினைவுகளை மீள் உருகொள்ளச் செய்தபடியே இருக்கின்றன. தனுஷ்கோடி ஓர் அழிவின் மணல் புத்தகம். அதன் உள்ளே முடிவில்லாத கதைகள் எழுதப்பட்டிருக்கின்றன. மணலை வாசிக்கத் தெரிந்த மனிதன் அதைப் புரிந்துகொள்ளக் கூடும்.

அழிந்துபோன இடங்களைப் பார்த்தவுடன் ஏன் மனது வருத்தம் கொண்டுவிடுகிறது? அழிந்த நகரங்கள் பலவற்றைப் பார்த்திருக்கிறேன். அதற்குள் சென்றவுடன் உடல் பதற்றம் கொள்ளத் துவங்கிவிடுகிறது, மனது விழித்துக்கொள்கிறது. ஒவ்வொரு அடியும் கவனமாக எடுத்து வைக்க, யாரோ உற்றுப்பார்க்கிறார்கள்? என்பது போன்ற பிரமை உருவாகிறது.

எஸ்.ராமகிருஷ்ணன்

நெருக்கமான எதையோ இழந்துவிட்ட துயர் மனதில் வலிக்கத் துவங்குகிறது.

பள்ளி நாட்களில் இருந்து இன்று வரை பலமுறை தனுஷ் கோடிக்குச் சென்றிருக்கிறேன். ஒவ்வொரு முறையும் அது தனித்த அனுபவமாகவே இருக்கிறது. பத்து வருடங்களுக்கு முன்பு ஒரு புதுவருடப் பிறப்பின் இரவில் விடியும்வரை தனுஷ்கோடியில் இருந்தேன். கடலுக்கும், இருளில் புதைந்த மனிதர்களுக்கும் வாழ்த்து சொல்லிப் பிறந்தது அந்தப் புதுவருடம். பின்னிரவில் தனுஷ்கோடி கொள்ளும் அழகு ஒப்பற்றது. அது மணப்பெண்ணின் வசீகரம் போன்றது. அந்தப் புதுவருடக் கொண்டாட்டம் அற்புதமானது.

இன்று தனுஷ்கோடி அடங்கியே இருந்தது. பார்த்துக் கொண்டிருந்தபோதே மாலை வடிந்து இருள் துவங்கியிருந்தது. கடலுக்குள் வீழ்ந்திருந்தது சூரியன். இனி இரவெல்லாம் அதை மீன்கள் தின்னக்கூடும்.

தனுஷ்கோடியில் மின்சார வெளிச்சமில்லை. ஆனால் பார்வை புலனாகும் அளவில் குறைந்த வெளிச்சம் இருளுக் குள் ஒழுகிக்கொண்டிருந்தது. அந்த வெளிச்சத்தில் எவர் முகமும் தெளிவாகத் தெரிவதில்லை. குரல்கள்தான் நகர்கின்றன. இடிபாடுகளை நிரப்புகிறது இருள். கடல் அரித்துப் போன தேவாலயம் இருளில் முணுமுணுத்துக் கொள்கிறது, தன் கடந்த காலத்தின் நினைவுகளை.

என் அருகில் நீண்ட தாடி வைத்த மீனவக் கிழவர் வந்து நிற்கிறார். கடலைப் பார்த்தபடியே முந்திய நாள் பெய்த மழையைப் பற்றிச் சொல்லிக்கொண்டிருந்தார். 'மழை பெய்யும்போது எங்கிருந்தீர்கள்?' என்று கேட்டேன். இதே இடத்தில் நின்றுகொண்டுதானிருந்தேன். நான் மழைக்கு ஓடி ஒதுங்குற ஆள் இல்லை. மழை நம்மளை என்ன செய்யப் போகுது. கடல் புரண்டுத் திமிறுவதை பார்த்துக்கிட்டே இருந்தேன். பத்து வயசு பையன்ல இருந்து கடலைப் பாத்துக்கிட்டுதானே இருக்கேன். அதுக்கு என்னை நல்லாத் தெரியும் என்றார்.

பிறகு தன் பையிலிருந்து ஒரு பீடியை எடுத்துக்கொண்டு பற்ற வைக்க முயற்சித்தார். காற்று நிச்சயம் தீக்குச்சியை அணைத்துவிடும் என்று நினைத்தேன். அவர் தீக்குச்சியை உரசிய விதமும் அதைக் கைக்கூட்டிற்குள் காப்பாற்றி நெருப்பில் பீடி பற்ற வைத்த விதமும் வியப்பாக இருந்தது. அவர், 'காற்று இன்னைக்கு வேகமில்லை' என்றபடியே புகைக்கத் துவங்கினார்.

இருட்டிற்குள்ளாகவே பாசி விற்கும் குடும்பத்தைச் சேர்ந்தவர்கள் அமர்ந்து பேசிக்கொண்டிருந்தார்கள். ஈரமேறிய கடல் மணல் அருகே போய் நின்றேன். கால்களில் அலை படும்போது மணல்கள் கரைந்து போக, குறுகுறுப்பாகிக்கொண்டிருந்தது.

நட்சத்திரங்கள், உலகைப் பார்த்தபடியே இருக்கின்றன. அதற்கு தனுஷ்கோடி என்றோ, மச்சுபிச்சு என்றோ பேதமில்லை. அது பூமியைத் தன் விளையாடுமிடமாக மாற்றியிருக்கிறது. இருண்ட கடற்கரையிலிருந்தபடியே நட்சத்திரங்களின் வெளிச்சத்தைக் காண்பது அலாதியானது. காற்றும் சேர்ந்துகொண்டது. கண்முன்னே பிரபஞ்சம் இயங்கிக் கொண்டிருப்பதைக் காண முடிகிறது.

கடல் மணலில் கிடந்த கல் ஒன்றைக் குனிந்து எடுத்தேன். எதன் மிச்சமது? இடிந்த ரயில் நிலையமா? வீடா, தேவாலயமா? குடியிருப்பா? இல்லை எங்கிருந்தாவது கடல் கொண்டு வந்து போட்டதா? அந்தக் கல் ஈரமேறியிருந்தது. உலகில் உள்ள எல்லாக் கற்களும் பழையதாகவே இருக்கின்றன. புத்தம் புதிய பூவைக் காண்பது போல இன்று பிறந்த கல் என எதையும் காண முடியவேயில்லை. எல்லாக் கற்களும் ஏதோவொன்றின் சிறு பகுதிதானில்லையா?

கடல் சப்தம் சீராக வந்துகொண்டிருந்தது. அந்த வயதானவர் அதிகம் பேசுகிறவராக இல்லை. அவரும் இருளுள் உட்கார்ந்திருந்தார். காற்று அதிகமாகிக்கொண்டேயிருந்தது. உலகின் மிகத் தொன்மையான கடலின் முன்பாக உட்கார்ந் திருக்கிறேன் என்ற உணர்வு மேலோங்கியிருந்தது. கடற்கரையில் இருளுக்குள்ளும் நாய் அலைந்துகொண்டிருக்கிறது. அதற்குக் கடலிடம் பயமில்லை.

ஒரு சிறுமி இருளுக்குள்ளாகவே நடந்து கிழவனைச்சாப்பிட அழைத்தாள். அவர் வானத்தை ஏறிட்டுப் பார்த்துவிட்டு இன்னும் மணி ஒன்பதுகூட ஆகியிருக்காது, பிறகு வர்றேன்' என்றார்.

இயற்கைதான் அவர்களது கடிகாரம். அதன் நகர்வோடு தங்களையும் பொருத்திக்கொண்டிருக்கிறார்கள். மனித உள்ளுணர்வை விட மேலான இயந்திரம் என்ன இருக்கிறது?

கடற்காற்று, தனிமை, கடலிடம் பயங்கொள்ளாத நெருக்கம், நாளையைப் பற்றிய கவலையில்லாத ஏகாந்தமான மனநிலை என்றிருந்த அந்தக் கிழவனைப் பார்த்துக்கொண்டிருந்தேன். அந்த நிமிடத்தில் உலகின் மிகச் சந்தோஷமான மனிதன் அவரே.

மிகப்பெரிய சந்தோஷங்கள் எதுவும் விலை கொடுத்து வாங்காமல் கிடைக்கக்கூடியதே என்று அந்த நிமிடத்தில் தோன்றியது. தனுஷ்கோடி ஒவ்வொரு முறையும் ஏதோ வொன்றைக் கற்றுக் கொடுக்கிறது, நினைவுபடுத்துகிறது. அன்றும் அப்படியே உணர்ந்தேன்.

ரயிலோடும் தூரம்

ரயில் பயணத்தில் பின்னிரவில் விழித்துக் கொண்டு இருட்டில் ஓடும் மரங்களையும் நட்சத்திரங்கள் கவிழ்ந்து கிடக்கும் தொலைதூரக் கிராமங்களையும் பார்த்திருக்கிறீர்களா?

எனது பெரும்பான்மை ரயில்பயணங்களில் பின்னிரவில் விழித்தபடியே தொலைதூரக் காட்சிகளைப் பார்த்துக் கொண்டிருந்திருக்கிறேன். கல்கத்தாவை நோக்கிய ரயிலில் இருந்து பார்த்த நிலவு, வாரணாசி எக்ஸ்பிரஸில் இருந்து கண்ட கங்கைக் காட்சிகள், டார்ஜிலிங்எக்ஸ்பிரஸில் தென்பட்ட ஈரமான கிராமங்கள், மலைரயிலில் கண்ட குகைகள், சபர்மதி எக்ஸ்பிரஸில் பார்த்த விடிகாலையின் மழை இப்படி எத்தனையோ காட்சிகள். ஈரத்துணி போல மனது கனமேறிக் கிடக்கிறது.

இரண்டு நாட்களுக்கு முன்பாக, கோவையிலிருந்து ரயிலில் திரும்பிக்கொண்டிருந்தேன். இரவு மூன்று மணியைக் கடந்திருக்கும். ஆழ்ந்த துயிலில் ரயிலே மயங்கியிருந்தது. எனது பெட்டியில் ஒருவர்கூட விழித்திருக்கவில்லை. ஓடிக்கொண்டிருக்கும் ரயிலின் சீரான வேகம், குளிர் இரண்டும் தூக்கத்திலிருந்து எவரும் விழித்துவிடாதபடியே அரவணைத்துக் கொண்டிருந்தன.

நான் விழித்துக்கொண்டிருந்தேன். படுக்கையில் கிடந்தபடியே இருட்டைப் பார்த்துக்கொண்டிருந்தேன். மூன்று மணிக்கு என்று ஒரு மர்ம அழகிருக்கிறது. அது மனிதர்களை விழித்திருக்க விடுவதில்லை. அவன் மீது மூடுபனியைப் போல தூக்கத்தைப் படரவிடுகிறது. தன்னை அறியாமல் அந்த மனிதனின் கண்கள் சொருகிக்கொண்டு விடுகின்றன. உடல் தளர்கிறது, மெல்ல நீருக்குள் மூழ்குவதுபோல தூக்கத்தின் நெடிய ஆற்றிற்குள் அவனும்

எஸ்.ராமகிருஷ்ணன்

இறங்கிவிடுகிறான். சாலை விபத்துகளில் பெரும்பான்மை இந்த நேரத்தில்தான் நடக்கின்றன என்பதன் காரணம் இதுதான்.

உறக்கம், விழிப்பு இரண்டையும் பற்றிய நமது அறிதல் மிக சொற்பமானது. இயற்கையின் கையில் நம்மை ஒப்படைத்து விடுகிறோம். அது நம்மைச் சுத்தம் செய்கிறது, சாந்தம் கொள்ள வைக்கிறது. உறக்கமில்லாது போயிருந்தால் உலகம் என்னவாகியிருக்கும்? என்று யோசிப்பதுண்டு. நினைத்துப் பார்க்கவே முடியவில்லை.

அதுபோலவே உறக்கத்தை வேறு ஏதாவது ஒன்றினால் மாற்று செய்ய முடியுமா? என்றும் யோசித்திருக்கிறேன், சாத்தியமேயில்லை என்பதுதான் நிஜம். குறிப்பாக, மழைக்காலத்தில் பின்னிரவுக் காட்சிகள் அற்புதமானவை.

ஒரு முறை சண்டிகரில் இருந்து திரும்பி வரும் விடிகாலையின்போது கோதுமை வயலும் தொலைதூரக் கிராமத்தின் தனிமையையும், எதிரோடும் மரங்களையும், நகர்வில்லாத ஆகாசத்தையும், எங்கிருந்து பிறக்கிறது? என்று அறியாத ஆழ்ந்த வாசனையும், சிதறும் வெளிச்சத்தையும் பார்த்துக்கொண்டேயிருந்தேன். பகல் ஒருபோதும் இத்தனை அழகானதில்லை என்று தோன்றியது.

கோவை ரயிலில் அன்றும் விழித்துக்கொண்டு இறங்கி கதவை நோக்கி நடந்தபோது முதலில் தோன்றியது நிசப்தம். காற்றாடிகளும் குளிர்சாதனமும் இயங்கும் ஓசையைத் தவிர வேறு சப்தமேயில்லை. எவ்வளவு பேரிரைச்சல்கள், நிலையத்திற்குள் ரயில் வந்தபோது எத்தனை கூப்பாடுகள், தள்ளுமுள்ளுக் குரல்கள்.

ரயில் கிளம்பியதிலிருந்து எத்தனை அலைபேசி ஒலிகள், இடைவிடாத பேச்சுகள். உலகெங்கும் மனிதர்களின் ஓயாத பேச்சு சப்தமே நிரம்பிக் கிடக்கிறது. எல்லா ஊடகங்களின் வான்ஒலிகளையும் விட மனிதப் பேச்சுகள் அதிகமில்லையா? ஆனால் துயிலில் பேச்சு ஒடுங்கி நிசப்தம் பூத்திருக்கிறது.

துயிலில் மனிதர்கள் தங்களது வயதை இழந்துவிடுகிறார்கள். உறங்கும் மனிதர்களின் அழகு அற்புதமானது. மெல்லிய வெளிச்சத்தில் இரண்டு பாதங்கள் கண்ணில்படுகின்றன. பாதங்களை அவ்வளவு நெருக்கமாக அப்போதுதான் பார்க்கிறேன். குளிக்கும் தருணங்களை அன்றி வேறு எப்போதாவது பாதங்களை நெருக்கமாகக் கண்டிருக்கிறேனா? எனக்குப் பரிச்சயமான பாதங்கள் எவருடையன. அதை என் உள்ளங்கையில் ஏந்தி தாமரை மலரைக் காண்பதுபோல என்றாவது பார்த்திருக்கிறேனா?

குழந்தையின் பாதங்களில் ஓடும் ரத்தச் சிவப்பு பெரியவர்களானதும் ஏன் மறைந்து போய்விடுகிறது? இப்படி யோசனைகள் குமிழ்ந்து உடைந்தன. அந்தப் பாதங்களைக் கடந்து போக மனதில்லாமல் பார்த்துக்கொண்டிருந்தேன். அதிகம் நடைபயிலாத பெண்ணின் பாதங்கள். இதுவரை உலகில் பார்த்தேயறியாத ஒரு பொருளின் வியப்பு போல அந்தப் பாதவடிவு தோன்றியது. எவ்வளவு தூரங்கள் இந்தப் பாதங்கள் நடந்திருக்கும். இனி எவ்வளவு தூரம் நடக்கப் போகின்றன. வியப்பாக இருந்தது. இருட்டில் அதைக் கடந்து வந்து ஓடும் ரயிலின் கதவைத் திறந்து நின்றேன்.

காற்றை வேறு எங்கும் இவ்வளவு நெருக்கத்தில் அறிந்து கொள்ள முடியாது. சட்டைப் பொத்தான்களை அவிழ்த்துவிடும் காற்று, தலையைக் கோதிவிடும் காற்று, முகத்தில் விரல்களால் தடவிவிடும் காற்று, உடலின் மீது எறும்பு போல ஓடும் காற்று, காது மடல்களில் கூச்சத்தை உண்டாக்கும் காற்று. நீரூற்று பீறிடுவது போலப் பொங்கி வழியும் காற்றின் வேகம். ஒரு காகிதத்தைப் போல நம்மைக் காற்றிடம் முழுமையாக ஏன் ஒப்படைத்துக் கொள்ள முடிவதில்லை? நமக்கும் காற்றுக்குமான உறவு ஒன்றில் ஒன்று கரைந்து போய்விடாமல் சமர் செய்வது போலவே ஏன் இருக்கிறது?

விடிகாலைக் காற்று என்று அதற்கு நானாகப் பெயர் இட்டுக் கொண்டேன். காற்றிற்கு எத்தனையோ பெயர்கள் இருக்கின்றன. அதில் எது நம் நினைவில் இருக்கிறது? கூதல் என்று பனிக்காலத்தின் காற்றிற்குப் பெயர்.

சிறுவயதில் கூதல் காற்றிற்குப் பயந்து சேலையைச் சுருட்டிப் போர்த்திக்கொண்டு கிடந்திருக்கிறேன். ஆனால் கூதல் பாதத்தை விரலால் சுரண்டிவிடுவது போலத் தடவும். ஈரவிரல்களால் உடம்பைத் தடவிவிடுவது போல நெளிவு காட்டும். உறக்கத்திலிருந்து விடுபட முடியாமல் கூதலைத் தாங்கவும் முடியாமல் முணுமுணுப்பேன் அல்லது சிணுங்குவேன். அந்தக் கூதல்தான் இதுவா? எப்படிக் கண்டு கொள்வது? காற்றில் குளிர்ச்சியிருக்கிறது. ஆனால் உடல் பழகி விட்டிருக்கிறது.

அடிவானத்திலிருந்து கசிவதுபோல வெளிச்சம் மினுங்கிக் கொண்டிருந்தது.

தூரத்து வெளிச்சம் என்ற சொல்லின் முழுமையான பொருள் அந்த நிமிடத்தில்தான் புரிந்தது. என்ன அற்புதம் அது! எங்கோ ஓர் ஓவியத்திலிருந்து உயிர் பெற்று எழுந்துவிட்டது போன்று

அந்த வெளிச்சங்கள் ஊர்ந்து கொண்டேயிருக்கின்றன. எந்த இயக்கமும் இல்லை. அந்த வெளிச்சம் மட்டுமே ஊர் இருக்கிறது என்பதைச் சொல்லிக்கொண்டேயிருக்கிறது. ஊர்களுக்கும் ரயில் செல்லும் தண்டவாளத்திற்கும் இடையில் மரங்கள் ஓடிக்கொண்டேயிருக்கின்றன. குத்துச்செடிகளில் பதுங்கியிருந்த இருள் தவளையென துள்ளிக் குதிக்கிறது. பின்னிரவின் நிறம் கருமையில்லை என்று சொல்லியபடியே எங்கும் நிற்காமல் ரயில் போய்க்கொண்டேயிருக்கிறது.

எல்லையற்ற நிசப்தம், குறைந்த விளக்கொளிகள், பறவைகள் இல்லாத வானம், யாரும் நடந்து போகாத பாதைகள், தனித்திருக்கும் பனைமரங்கள், மேகம் கவிழாத நீர்நிலைகள், பாறைகள், சிதறிக்கிடந்த கற்கள், உடைந்த மண்பானையின் வயிற்றை நினைவுபடுத்தும் பாலத்தின் அடிப்பகுதி. மூடப்பட்ட ரயில்வே கேட்டுகளின் ஊடாக ரயில் பாய்ந்து செல்கிறது. சிறு நகரம் ஒன்று தென்பட ஆரம்பிக்கிறது. வெளிச்சத்தின் குமிழ்கள் அதிகமாகின்றன.

ரயிலின் வேகம் மட்டுப்படுகிறது. நிற்கப்போகிறதோ என்று நினைத்தேன். கட்டிடங்களின் முதுகுகள், சாலையில் நிறுத்தப்பட்டிருக்கும் ஓட்டாத வாகனங்கள், அடைத்து சாத்தப்பட்ட கடைகள். ரயில் நிற்காமல் சென்றுகொண்டேயிருந்தது. ஊரைக் கடந்தவுடன் திரும்பவும் அதே தனிமையின் புறவெளி.

தண்ணீருக்குள் இருந்த சுறாமீன் மெல்ல தன் உடலை கடல் பரப்பின் மீது வெளிக்காட்டுவது போல ரயில் திரும்பும்போது அந்த சிறுநகரம் முழுமையாகத் தன்னைக் காட்டிக் கொண்டது. கடலின் ஆழத்தில் எத்தனையோ மீன்கள் இருக்கின்றன. அதில் மனிதக் கண்கள் காணாத மீன்கள் எவ்வளவோ இருக்கின்றன. அப்படித்தான் இந்த மூன்றுமணியிலும் கண்ணில் படாமல் ஒளிந்து கொண்ட எத்தனையோ சிறு இயக்கங்கள் உள்ளன.

காற்று மாறிக் கொண்டேயிருக்கிறது. அரை மணி நேரத்தில் காற்றின் போக்கு எந்தப் பக்கமிருந்து எந்தப் பக்கம் செல்கிறது என்பதை உடல் அறிந்து கொண்டுவிட்டது. ரயிலின் வேக மாற்றத்தைக் கூட உடலில் உணர முடிகிறது. வெளிச்சமேயில்லாத நிலவொளியில் ரயில் போய்க்கொண்டிருக்கிறது. தொலைவில் கிராமங்களே இல்லை. பாறைகளும், அடிவானமும் மட்டுமே தென்படுகிறது. எல்லாத் தனியான வெளியிலும் ஏதாவது ஓர் ஒற்றை வீடு இருக்கிறது. யார் இப்படி ஒதுங்கி வாழ்கிறார்கள்?

காற்றின் வேகம் திரும்பவும் அதிகமானது. காற்று சிரிப்பை உண்டுபண்ணுகிறது. என்னை அறியாமல் சிரிப்பு முகத்தில்

கசிகிறது. யாரோ என்னைப் பார்த்துக்கொண்டிருப்பது போலவே தோன்றுகிறது. பின்னால் திரும்பிப் பார்த்தேன், யாருமில்லை. ரசம்போன கண்ணாடியின் முன்பாக இடைவிடாமல் சொட்டிக்கொண்டிருக்கும் கை கழுவும் குழாயின் நீர்ச்சொட்டு சீரான லயத்துடன் கேட்டுக் கொண்டிருக்கிறது.

வளைந்து ரயில் திரும்பும்போது எதிரில் இன்னொரு ரயில் கடந்து வருவது தெரிந்தது. அந்த ரயில் அருகில் வருவதற்காக ஆசையுடன் காத்துக்கொண்டிருந்தேன். இரண்டு ரயில்கள் ஒன்றையொன்று கடந்து சென்றன. எதிரில் ஓடும் ரயிலின் உள்ளே தெரியும் வெளிச்சம். எவரது முகமும் தெளிவாகப் புலப்படாமல் கடந்து போகும் ரயிலின் வேகம்.

சில நிமிடங்கள் நான் அந்த ரயிலில் போய்க்கொண்டிருப்பது போலவே தன்னுணர்வு ஏற்பட்டது. ரயில் கடந்துபோன பிறகும் அது மனதிலிருந்தும் விலகிப் போகவேயில்லை. தொலைதூரக் காட்சிகளின் மீது கவனம் குவியமுடியாமல் அந்த ரயில் மனதில் ஓடிக்கொண்டிருந்தது. பின்பு என்னை அறியாமல் அந்தக் காட்சிகளின் மீது கரைந்து போகத் துவங்கினேன்.

விளக்கிலாத வீடுகள் இன்றிருக்கின்றனவா? என் பால்யத்தில் கிரா மத்தில் விளக்கில்லாத வீடுகள் நிறைய இருந்தன. அந்த வீடுகளில் சிம்னி விளக்கை ஏற்றி வைப்பார்கள். அதுவும் ஒரேயொரு விளக்குதான். சில வீடுகளில் சமையல் அறையில் பாட்டிலில் திரி போட்டு காடா விளக்கு ஒன்று எரிந்துகொண்டிருக்கும். அதுவும் சில மணி நேரம் மட்டுமே.

இருட்டிலே சாப்பிடுகின்றவர்களைக் கண்டிருக்கிறேன். வாசலில் உட்கார்ந்தபடியே தாயும் பிள்ளைகளும் சாப்பிட்டுக் கொண்டிருப்பார்கள். ஏதாவது விசேஷ நாட்களில் பெட்ரோமாக்ஸ் விளக்குகள் வந்து சேரும். அந்த வெளிச்சத்தில் வீடு ஒளிர்வதைக் கண்டு சிறார்கள் கூச்சலிடுவார்கள். பெண்களுமே வாசலில் உட்கார்ந்து பெட்ரோமாக்ஸ் வெளிச்சத்தையே பார்த்துக் கொண்டிருப்பார்கள். பெட்ரோமாக்ஸ் வெளிச்சத்திற்கு வரும் ஈசல்களும் பூச்சிகளும் வெளிச்சத்தை முடிந்த அளவு குடித்துவிட நினைத்து கண்ணாடியில் முட்டி ஓயக்கூடியவை.

பெட்ரோமாக்ஸ் வெளிச்சத்தில் குப்பையில் கிடந்த கிழிந்த துணிகள் கூட அழகாகக் காட்சி தரும். பெட்ரோமாக்ஸின் வெளிச்சத்திற்கு ஆசைப்பட்டு கிராமத்து விவசாயி அதைத் திருடிக்கொண்டுவந்து வீட்டில் வைத்து சில நாட்கள் இரவில் வெளிச்சம் காட்டி, பின்பு பிடிபட்டு சிறை சென்று திரும்பியது

எல்லாம் நடந்திருக்கிறது. ஆனால் விளக்கில்லாத வீடுகளின் தனிமையும் நினைவுகளும் சொல்லில் பகிர்ந்துகொள்ள முடியாதவை. அவை அவர்கள் கண்களில் ஒட்டியிருக்கின்றன.

தனது பண்ணை வீட்டிலிருந்து இடம்மாறி மாஸ்கோ நகருக்கு வந்து சேர்கிறார் எழுத்தாளர் டால்ஸ்டாய். பெரிய வீடு. முக்கியப் பிரமுகர்கள் வசிக்கும் வீதி. ஓர் இரவில் அவர் உறக்கமற்று தன் அறையின் ஜன்னலைத் திறந்துவிடுகிறார். கடுமையான குளிர்காற்று. ஆனால் அந்தக் குளிரில் ஓர் இடத்தில் வெளிச்சம் மினுங்கிக் கொண்டிருக்கிறது.

அங்கே யார் வசிக்கிறார்கள்? என்ன வெளிச்சம் அது? என்று தெரிந்துகொள்வதற்காக டால்ஸ்டாய் வீட்டிலிருந்து வெளியேறி நடக்க ஆரம்பித்தார். மிதமிஞ்சிய குளிர் அவர் உடலை வாட்டியது. ஆனால் அந்த வெளிச்சத்தைக் கண்டுவிட வேண்டும் என்ற வேட்கை அவரை உந்தித் தள்ளியது. நடந்துகொண்டேயிருந்தார்.

தொலைதூர வெளிச்சத்தை நம்பி நடப்பது கானலைப் பின் தொடர்வது போன்றதே. நடக்க நடக்க வெளிச்சம் தூரத்தில் பின்வாங்கிப் போய்க் கொண்டேயிருந்தது. ஒருவழியாக அவர் அந்த இடத்தைக் கண்டுபிடித்தபோது இடிந்துபோன கட்டிடம் ஒன்றின் உள்ளே நூற்றுக்கணக்கான பிச்சைக்காரர்கள், இடமில்லாமல் போனவர்கள் ஒருவர் மீது ஒருவர் சாய்ந்தபடியே மிகுகுளிரைத் தாங்கமுடியாமல் கணப்பு போட்டு எரியும் நெருப்பின் முன்னே சுருண்டு கிடந்தார்கள்.

டால்ஸ்டாயை அவர்கள் தங்களைப் போன்ற ஒரு பிச்சைக்காரன் என்று நினைத்துக்கொண்டு அருகில் வந்து உட்கார இடம் கொடுத்தார்கள். அவர்களைக் கண்டதும் மனம் நெகிழ்வுற்று, ஏன் அவர்கள் இப்படி இருக்கிறார்கள்? என்று கேட்கிறார். நாங்கள் மட்டுமில்லை, எங்களைப் போல பல நூறு பேர் இந்த நகரில் இரவில் உறங்கவும் இடமில்லாமல் கிடக்கிறோம். நெருப்புதான் எங்களின் ஒரே துணை. இந்த வெளிச்சமும் வெம்மையும் இல்லாது போனால் செத்துப் போய்விடுவோம் என்கிறார்கள்.

என்ன சொல்வது? என்று புரியாத மனத்துயருடன் வீடு திரும்பி நடந்த டால்ஸ்டாய் வழியில் யாருமில்லாத வீதியில் உட்கார்ந்தபடியே அழுகிறார். என்ன உலகம் இது? மனிதர்கள் நெருப்பைத் தவிர வேறு துணை கொள்ள முடியாதபடி உள்ள வாழ்க்கை நெருக்கடியின் ஊடாக, தான் எதற்காக எழுதுகிறோம்?

இந்த துயர் ஏன் நகரவாசிகளால் பகிர்ந்துகொள்ளப்படவேயில்லை? விடியும் வரை குளிரில் நடுங்கியபடியே வீட்டிற்குச் செல்ல மனதில்லாமல் கிடக்கிறார்.

அந்தப் பின்னிரவு வெளிச்சம் அவரது எழுத்தின் திசையை மாற்றியது. கைவிடப்பட்டவர்களின் துயரினைப் பகிர்ந்து கொள்வதற்கு எழுதத் துவங்கினார்.

அதனால் பின்னிரவுக் காட்சிகள் மிக முக்கியமானவை. சித்தார்த்தனைப் புத்தனாக்கியது ஒரு பின்னிரவே.

அரண்மனையிலிருந்து வெளியேறிய சித்தார்த்தன் விழித்தபடியே ஓர் இரவெல்லாம் கடந்திருக்கிறான். அந்த இரவை எப்படிப் புரிந்துகொள்வது? அது விடுபடலின் இரவு. அரவணைத்துக்கொண்ட தன்கையை விலக்கிச் சென்ற சித்தார்த்தனை அனுமதித்து அதன் பிறகு பல இரவுகள் விழித்தபடியே இரவோடு பேசிக்கொண்டிருந்த யசோதராவின் பின்னிரவு அவளிடம் என்ன சொல்லியது. அவள் என்ன பகிர்ந்துகொண்டாள்.

ரயில் ஓடிக்கொண்டேயிருக்கிறது. தாழம்பூவின் மயக்கமூட்டும் மணம்போல மென்னொளியுடன் கூடிய நிலவெளியிலிருந்து விடிகாலையின் வாசனை கசிந்துகொண்டிருக்கிறது. காற்று நிரம்பிய பலூனைப் போல தொலைவுக்காட்சிகளால் என்னை நிரப்பிக் கொண்டிருந்தேன். கைப்பிடியிலிருந்து நழுவி காற்றில் பறக்க வேண்டும் என்ற உத்வேகம் எழும்பிக்கொண்டேயிருந்தது.

யோசனைகள் நினைவுகள் யாவும் கரைந்து போயின. காற்றும் மெல்லிய வெளிச்சமும் ஏகாந்தமான வெளியும், மரங்களும் கண்ணில் விழுந்து மறைகின்றன. விழித்திருப்பவன் பாக்கியவான் என்கிறது பௌத்தம்.

முதல் செல்போன் ஓசை ஒலிக்கத் துவங்குகிறது. யாரோ ஒரு மனிதன் பாதித் தூக்கத்தில் இன்னும் சென்னை வரவில்லை என்று தெரிவிக்கிறான். எவரது செருப்பு சப்தமோ கேட்கத் துவங்குகிறது. யாரோ முதுகின் பின்வந்து நிற்கிறார்கள். தண்ணீரில் முகம் கழுவியபடியே எந்த ஊர்? என்று கேட்கிறார். தெரியவில்லை என்று சொல்லியபடியே தொலைவைப் பார்த்துக்கொண்டிருக்கிறேன்.

அந்த மனிதன் தூரத்தைக் கைகாட்டி அது செல்போன் டவர் தானே என்று கேட்டார். அவரவர் பார்வை

எஸ்.ராமகிருஷ்ணன் 129

அவர்களுக்கு தெரியவில்லை என்று சொல்லியபடியே திரும்பிவந்து படுத்துக்கொண்டேன். எனது எதிர்ப்படுக்கையில் இருந்தவர் டிரைன் லேட்டா? என்று கேட்டார். சென்னையை நெருங்கிக்கொண்டிருக்கிறேன் என்பது யாரும் சொல்லாமலே எனக்குப் புரிந்திருந்தது.

விழிக்கும் ஏரி

ஒரு பின்னிரவில் கொடைக்கானல் வந்து இறங்கினேன். மலை தெரியாத அளவு இரவு நிரம்பியிருந்தது. ஒளிரும் வெளிச்சங்கள் கூட மின்மினி பறப்பது போலதானிருந்தன. நல்ல குளிர். குளிராடையை மீறி உடம்பு நடுக்கம் கொண்டது. மலை நகரங்கள் யாவும் ஒன்று போலவே இருக்கின்றன.

தங்குவதற்கு ஏற்பாடு செய்யப்பட்டிருந்த அறைக்குச் சென்று கதவைத் திறந்தபோது கூடவே குளிரும் நுழைந்தது. முகம் பார்க்கும் கண்ணாடியெங்கும் குளிர் தெரிந்தது. கம்பளியை இழுத்துப் போர்த்திக் கொண்டு சுருண்டு கொண்டேன். உறக்கம் கொள்ளவில்லை. தாகமாக இருந்தது. எழுந்து தண்ணீர்ப் பாட்டிலை திறந்து குடித்தேன். அதுவும் குளிர்ந்திருந்தது. விடிவிளக்கின் வெளிச்சத்தில் உலகில் உள்ள எல்லா விடுதி அறைகளும் ஒன்று போலாகிவிடுகின்றன.

மரங்கொத்தி மரத்தினை இடைவிடாமல் கொத்திக் கொண்டிருப்பது போல குளிர்காற்று என் அறையின் கண்ணாடிக் கதவை லேசாகத் தட்டிக் கொண்டேயிருந்தது.

அறைக்கண்ணாடியை மீறி வெளிச்சம் உள்ளே எட்டிப் பார்த்தபோது காலை விடிந்திருந்தது. மணியைப் பார்த்தேன் ஆறரைதான் ஆகியிருந்தது. ஜன்னலை லேசாகத் தள்ளித் திறந்தேன். அதற்காகவே காத்திருந்தது போல குளிர் உள்ளே வேகவேகமாக நுழைந்தது. ஏரியைச் சுற்றி நடந்து வரலாம் என்று அறையிலிருந்து கிளம்பினேன். ஒன்றிரண்டு சைக்கிள்காரர்களும் நடைப்பயிற்சி செய்பவர்களும் முன்னால் சென்று கொண்டிருந்தார்கள்.

ஏரி சலனமில்லாமல் இருந்தது. படகுசவாரி துவங்கப்படவில்லை. ஏரி இன்னமும் உறக்கத்தில் இருப்பது போலவே இருந்தது.

அதிகாலை காற்றின் தூய்மை நுரையீரலைச் சுத்தப்படுத்தியது. ஏரியைச் சுற்றி நடந்துகொண்டேயிருந்தேன். உயர்ந்த மரங்கள். வெயில் மங்கிய ஆகாசம். பசுமை சிதறியது போன்ற வீடுகள். வெறித்த சாலைகள்.

ஏரியைப் பார்த்தபடியே நடக்கும்போது வழியில் அமெரிக்க எழுத்தாளர் தோருவின் வால்டன் குளம் நினைவிற்கு வந்தது. தோரு குளத்தில் மிதக்கும் வாத்துகளை ஒரு நாள் முழுவதும் பார்த்துக்கொண்டேயிருந்தார் என்ற குறிப்பு மனதில் தோன்றி மறைந்தது. என்ன ஒரு அனுபவம் அது! ஒரு மனிதனால் ஒரு நாள் முழுவதும் வாத்துகளைப் பார்த்துக்கொண்டேயிருந்திருக்க முடிகிறது என்பது எளிய விஷயமில்லை. வாத்துகள் மாலையில் குளத்திலிருந்து திரும்பும்போது அதன் நடை மாறியிருக்கிறது என்பது தோருவின் நுட்பமான கண்டுபிடிப்பு.

எல்லாப் பக்கமும் வாசல்கள் கொண்டது ஏரி என்பது தோருவின் இன்னொரு பதிவு. இயற்கையின் முன்பு நமது செயல்கள் அர்த்தமற்றுப் போய்விடுகின்றன. மிக நெருக்கமாக இயற்கையை அரவணைக்கும் போது நமது இருப்பு, எண்ணங்கள் மறைந்து நம் அகம் விழித்துக் கொள்கிறது. அது மண், மழையில் கரைவது போல உடனே தன்னை இயற்கையில் கரைத்துக்கொண்டுவிடுகிறது.

இயற்கையின் வனப்பு பலநேரம் என்னை நடுக்கம் கொள்ளச் செய்திருக்கிறது. இவ்வளவு அழகை எப்படி மனது நிரப்பிக்கொள்ளப் போகிறது? என்று ஏக்கம் கொண்டிருக்கிறேன். அப்போது உடலுக்கு இரண்டு கண்கள் மட்டுமில்லை என்பதையும் உணர்ந்திருக்கிறேன். மலைநகரங்களில் உள்ள மேகங்கள் அற்புதமானவை. அவை மாபெரும் ஓவியக்கலைஞனின், தன் இஷ்டம் போல வரைந்து கலைத்துப் போடும் சித்திரங்களைப் போல உருவாவதும் மறைவதுமாக இருக்கின்றன.

ஏரியை எந்தப் பக்கமிருந்து பார்த்தாலும் ஒன்று போலத்தானிருக்கிறது. கண்களால் ஏரியைப் புரிந்துகொள்ள முடியாது என்றுதான் தோன்றியது. என் முன்னே ஒரு குதிரை, புல்வெளியை மேய்ந்துகொண்டிருந்தது. ஏரியின் மீது வெளிச்சம் பரவ ஆரம்பித்திருப்பது கண்ணில் பட்டது. அதைப் பார்த்தபடியே நின்றிருந்தேன். பறவை ஒன்று கிளையில் அமர்வது போல அத்தனை இயல்பாகவும் அழகாகவும் வெயில் ஏரியின் மீது இறங்கி அமர்ந்திருந்தது.

ஏரியின் நிசப்தம் என்னை வியப்பில் ஆழ்த்தியது. எவ்வளவு ஆழ்ந்த நிசப்தமது! அத்தனை படகுகள், மனித எத்தனிப்புகள் எதுவும் ஏரியின் நிசப்தத்தைக் கலைக்க முடியவில்லை. சப்தமில்லாமல் ஒரு மேகம் தண்ணீருக்குள் நுழைந்து கொண்டிருந்தது தெரிந்தது. ஏரியின் ஆழத்தில் நம் கண்ணுக்குத் தெரியாத மீன்கள் நீந்திக்கொண்டிருக்கக்கூடும் என்று நினைத்தேன்.

தண்ணீர் எப்போதும் வியப்பளிக்கக்கூடியது. கடலாக இருந்தாலும், அருவியாக இருந்தாலும், ஏரி, குளம், ஆறு என்று எந்த வடிவம் கொண்டபோதும் தண்ணீரின் வியப்பு சொல்லால் விளக்க முடியாதது. தண்ணீர் எதையும் அனுமதிக்கிறது. மலை எதையும் தனக்குள்ளாக அனுமதிப்பதில்லை. அது நம் குரலை தனக்குள் வாங்கிக்கொள்வதில்லை, திரும்ப எதிரொலித்துவிடுகிறது. மலையின் அகம் எதையும் உள்வாங்கிக் கொள்ளாதது போலும். சுற்றிலும் திரும்பிப் பார்த்தபோது மலை மௌனமாக என்னைப் போலவே ஏரியைப் பார்த்துக் கொண்டிருந்தது.

நான் நின்றிருந்த இடத்தின் அருகே சரிவிலிருந்து இறங்கி வந்த பூனைக்குட்டி ஒன்று சோம்பல் முறித்தது. பின்பு தன் வாலை ஆட்டியபடியே புல்வெளியில் இருந்த நீர்த்திவலைகளின் மீது புரண்டது. பின்பு முகத்தைச் சுழித்தபடியே சாலை நோக்கி நடந்து போகத் துவங்கியது. மலை நகரங்களில் வளரும் பூனைகள் விசித்திரமானவை. அவை மிகத் தனிமையானவை. எப்போதும் அதன் குரலில் ஓர் ஏக்கம் பீடித்திருப்பதை அறிந்திருக்கிறேன். அன்று பார்த்த பூனைக்குட்டி கூடச் சப்தமிடவேயில்லை.

மலை நகரங்கள் குறித்து தமிழில் அதிகம் எழுதப்படவில்லை. அதன் வாழ்க்கை இயல்பானதில்லை. மாறாக, சின்னஞ்சிறு சந்தோஷங்களும், வியப்புகளும் நிரம்பியது. பயணிகளைத் தவிர்த்து உள்ளூர்வாசிகள் இந்த அற்புதங்களைப் பெரிதாகக் கண்டுகொள்வதில்லை. மலைநகரின் தேவாலயமும் அதன் மணியோசையும் எனக்குப் பிடிக்கும். அதுபோலவே அதிகம் உரத்த குரலில் பேசாத மனிதர்களே மலைநகரில் இருக்கிறார்கள் அல்லது மனிதக் குரல்களை இயற்கை தன் பசுமையால் ஒடுக்கி வைத்திருக்கிறது.

மலை நகரங்களில் எல்லாப் பெண்களும் அழகாகவே இருக்கிறார்கள். குளிர்படிந்த முகங்கள், வேகமில்லாத நடை, வழியெங்கும் பூக்கள் நிரம்பியிருந்தபோதும் அதைக் கூந்தல் நிறையச் சூடிக்கொள்ள விரும்பாத அவர்களின் இயல்பு.

அடர் நீலம் அல்லது சிவப்பில் மட்டுமே அதிகம் பேர் ஏன் ஸ்வெட்டர் போட்டு இருக்கிறார்கள்? என்று இன்று வரை எனக்குப் புரியவேயில்லை.

நடந்து ஏரியின் மேற்குப் பக்கம் வந்தபோது, விடிந்தபோதும் அணைக்கப்படாத ஒரு வீட்டின் வெளி விளக்குகளின் வெளிச்சத்தைப் பார்த்தபடியே இருந்தேன். பகல்வெளிச்சத்தில் அந்த மின்சார விளக்கு ஒடுங்கிப் போயிருந்தது. இரவில் இந்த விளக்கு எத்தனை கர்வமாக இருந்திருக்கும் என்று நினைத்தபடியே அதைப் பார்த்துக் கொண்டிருந்தேன். மின்விளக்குகள் வராத நாட்களில் இந்த மலையும் ஏரியும் வேறு தோற்றத்தில், வேறு அழகில் இருந்திருக்கக்கூடும்.

ஒரு பள்ளிமாணவி காலணி ஒலிக்க நடந்து போய்க் கொண்டிருந்தாள். அவளது நடையில் பதற்றமில்லை. தனித்த ஓசையாக அது நீண்டு போனது. அதுவரை ஒரு பறவையைக் கூட காணவில்லை என்பது அந்த ஓசையின்போதுதான் உணர்ந்துகொண்டேன். யாரும் இல்லாத அந்தச் சாலையைப் பார்த்துக்கொண்டிருந்தேன். மரங்களிலிருந்து உதிர்ந்த இலைகளைக் காற்று புரட்டிக்கொண்டிருந்தது.

மலையில் அடிக்கும் காற்று மூர்க்கமானது. அதில் பித்தேறியது போல சிலநேரம் வேகமாவதும் மறுநிமிடமே அடங்குவதுமாக இருக்கக்கூடியது.

சுற்றி நடந்து ஏரியின் முக்கால்வாசியைக் கடந்தபோது வெளிச்சம் உயர்ந்திருந்தது. சாலையோரக் கடைகள் திறக்கப் பட்டிருந்தன. ஒரு கடையில் தேநீர் அருந்தியபடியே திரும்பும் ஏரியைப் பார்த்தேன். தொட்டிலில் உறங்கும் குழந்தை விழிப்பதுபோல அழகும் மெல்லிய கால் உதைப்புமாக ஏரி விழிக்கத் துவங்கியிருந்தது. தேநீரை, ஏரியை நோக்கி உயர்த்திக் காட்டியபடியே காலை வணக்கம் சொன்னேன்.

சுற்றுலா வாகனங்கள் வந்து சேர்ந்திருந்தன. ஆட்கள் சாலைகளில் நின்றபடியே புகைப்படம் எடுத்துக்கொண்டிருந்தார்கள்.

ஒவ்வொரு நாளும் இந்த ஏரி ஆயிரக்கணக்கான புகைப்படங்கள் எடுத்துக்கொள்கிறது. அதன் அழகு ஒவ்வொரு நாளும் புதுப்பொலிவு கொள்கிறது.

புறப்பட்ட இடத்திற்கு வந்து சேர்ந்தபோது சாலையில் வெயிலோ டிக்கொண்டிருந்தது. வாகனங்களின் ஒலி கேட்க ஆரம்பித்தது. பள்ளி நோக்கி மாணவர்கள் போய்க் கொண்டிருந்தார்கள். ஒரு

வட இந்தியக் குடும்பம் சாலையில் உட்கார்ந்தபடியே கேரட் ஜூஸ் குடித்துக் கொண்டிருந்தார்கள். அறைக்குத் திரும்பி படுக்கையில் விழுந்தேன்.

இந்த நகரில் எனக்கு ஒரு வேலையுமில்லை. எந்தக் காரணமும் இல்லாமல் வந்திருக்கிறேன். அடுத்து என்ன செய்யப்போகிறேன்? ஒரு திட்டமும் இல்லை. அறையின் வெளியில் இருந்த வெயில் வடிந்து மேகம் மங்கியிருந்தது. அடுத்த சில நிமிடங்களில் மெல்லிய சாரல்.

கண்ணாடி ஜன்னலைப் பிடித்தபடியே சாரலைப் பார்த்துக் கொண்டிருந்தேன். மழையோடு ஏரியைச் சுற்றி வரலாமா? என்று தோன்றிக்கொண்டிருந்தது. போவதற்குள் மழை நின்றுவிடும் என்றும் மனது சொன்னது.

மலை நகரங்கள் நம்மை எளிதாகப் பற்றிக் கொண்டு அதன் விருப்பத்தில் நம்மை இழுத்தடிக்கின்றன. நாம் செய்யவேண்டியதெல்லாம் காற்றிடம் தன்னை ஒப்படைத்துக்கொண்ட காகிதத்தைப் போல அதன் போக்கில் நம்மை விட்டுவிடுவது மட்டுமே.

மலை தோன்றுகிறது

மேற்குத் தொடர்ச்சி மலையின் அடிவாரத்தில் தங்கியிருந்தேன். நான் தங்கியுள்ள வீடு அரைவட்டமாக மலை சூழ உள்ளது. இது ஒரு பண்ணை வீடு. பொதிகை மலையின் இடுப்பில் அமர்ந்திருப்பது போன்றிருக்கிறது. மாபெரும் மலையின் முன்னால் அமர்ந்திருக்கிறேன். மேகங்கள் புகை செல்வதுபோல நிதானமாக அதிக வேகமின்றிக் கடந்து சென்றபடியே இருக்கின்றன. நீர்த்தாரை வடிவது போலத்தானிருக்கிறது. மேகங்களின் ஊற்று எங்கோ தொலைவில் இருக்கிறது போலும். வடிந்து ஓடிய மேகங்கள் மலைகளின் மீது வழிந்தபடியே இருக்கின்றன.

மலையின் மிக உயரத்தில் உள்ள மரம் ஒன்று, எங்கோ இருக்கும் மரம் ஒன்றின் நிழல் போல இருக்கிறது. வெகுதொலைவில் தெரியும் மரங்கள் எப்போதுமே மயக்கம் தருகின்றன. உண்மையில் அவை மரங்கள்தானா? இல்லை, மனம்தான் அப்படி மயக்கம் கொள்கிறதா? ஒரு நேரம் அது மரம் போலிருக்கிறது. இன்னொரு நேரம் அது யாரோ வரைந்து சென்ற ஓவியத்தில் உள்ளது போன்ற அசைவற்ற காட்சிப்பொருளாக இருக்கிறது.

தொலைவில் உள்ள மரங்கள் நம் கடந்தகாலத்தின் கண்களா? என்றும் தோன்றுகிறது. மலையின் நெருக்கத்தில் இருக்கும்போது மனம் எப்போதுமே இவ்வளவு நிசப்தமாக இல்லை என்றே உணர்கிறது. மலை என்பது மாபெரும் நிசப்தம். அது மலர்ந்திருக்கிறது. நிசப்தம் மலரும் தருணம் அற்புதமானது.

காலைவெளிச்சத்தின் ஊடாக மலையின் முன்பாக அமர்ந்திருக்கிறேன். இந்த வெளிச்சம் உலகின் முதல்ஒளி, அது தரும் வியப்பும் நிற ஜாலமும் அலாதியானவை.

உலகினை ஒளியின் கைகள் தினமும் தூய்மைப்படுத்துகின்றன. குழந்தையை விழிக்க வைப்பது போன்று ஒளி மலையை

எழுப்புகிறது. விழித்துக்கொண்டபடியே அம்மா எழுப்புவதற்காக காத்துக்கிடக்கும் குழந்தை போன்றுதான் மலையிருக்கிறது. அது பின்னிரவிலே விழித்துக் கொண்டுவிடுகிறது என்பதைக் கண்டேன். ஆனாலும் அது காலை வெளிச்சத்திற்காகக் காத்துக்கிடக்கவே செய்கிறது. காலை வெளிச்சம் அதன் மென்விரல்களால் மலையைத் தொடும்போது மரங்கள் அடர்ந்த மலை, செல்லமாக விழிக்கிறது.

மலையின் விழிப்பைப் பார்த்தபடியே இருக்கிறேன். அதன் பல்லாயிரம் மரங்களும் ஒரு நேர விழித்துக்கொண்டிருக்கின்றன. பாறைகள் கூட கண்விழிக்கின்றன. பல்லாயிரம் வயதைக் கொண்ட புராதனப் பாறைகள் விழிப்பதில்லை. ஆனால் அவை தன் உடலைச் சாவகாசமாகக் கொள்கின்றன. ஒரு பாறையின் முதுகு தெரிகிறது. அந்த முதுகின்மீது ஏதோ ஊர்ந்துகொண்டிருக்கிறது. அது ஒரு விலங்கா அல்லது நிழலா அல்லது அதுவும் தோற்றமயக்கம் தானா?

அந்த முதுகில் மச்சம் போன்று பெருங்கல் ஒன்று காணப் படுகிறது. மலையின் நிசப்தம் மெல்ல கரைகிறது. வெளிச்சம் மலையைப் பேசச் செய்கிறது. பகலில் காணும் மலை நம்மை உற்றுநோக்குகின்றன. அதன் பார்வையில் இருந்து எதுவும் தப்புவதேயில்லை. ஆனால் அதிகாலையில் மலை சிணுங்குகிறது. காட்டருவி ஒன்று வடிந்து போயிருக்கிறது. அதிக நீர்வரத்து இல்லை. ஆனால் உடையில் இருந்து பிரிந்து தொங்கும் ஒற்றை நூலைப் போல மலையினுள் ஓடும் நீர் தனித்து வழிகிறது.

அதுவும் நிசப்தமே. மலையின் மௌனம் உலகின் களிப்பூட்டும் வாசனை. அது இதயத்தின் வெகு ஆழம் வரை பரவி நரம்புகளில் ஏறுகிறது. வாசனையின் குமிழ்கள் தோன்றி பறக்கின்றன. அவை உலகின் மீதான பரவசத்தை அதிகமாக்குகின்றன. வெளிச்சம் அடர்த்தியாகிறது. இன்னமும் சூரியன் வெளிப்படவில்லை. எங்கோ மேகத்தின் உள்ளிருந்து உலகைப் பார்த்துக்கொண்டிருக்கிறது சூரியன். கண் முன்னே தெரியும் மலையின் முன்னால், கண்ணால் காணமுடியாத எத்தனையோ காட்சிகள் இருக்கின்றன. கண், நிறைய நேரங்களில் ஏமாற்றத்தையே தருகிறது. அதனால் மலையை விழுங்க முடியவில்லை.

மலையைத் தின்பதற்கு மனம் ஆசைப்படுகிறது. ஆனால் கண்கள் அதை வெறுமனே பார்க்க மட்டுமே செய்கிறது. மலையின் அடி வாரத்தில் ஒரு தென்னை மரமிருக்கிறது. இந்த மரம், தானே மிக உயரமானவன் என்பது போன்று மலையைப் பார்த்தபடியே நிற்கிறது. தனது உயரத்தையும் பிரம்மாண்டத்தையும் மறந்து மலை

எஸ்.ராமகிருஷ்ணன் 137

அந்த தென்னை மரத்தை நீதான் உயரம் என்று வியக்கிறது. தென்னையில் அதிக அசைவில்லை.

மாறாக, அது மலையைப் பார்த்தபடியே இருக்கிறது. வாதாமரத்தின் இலைகள் உதிர்கின்றன. காலை அதன்மீது அமர்ந்திருக்கிறது. உலகம் காலையை எதிர்கொள்ளும் விதம் அற்புதமானது. ஓர் எறும்பு கூட விழித்துக்கொள்கிறது. பரபரப்பாக ஓடுகிறது. என் காலடியில் ஓடும் ஓர் எறும்பு இத்தனை வேகமாக எங்கே போகிறது? அதுவும் மலையின் அடிவாரத்தில்தான் வாழ்கிறது. ஆனால் அது மலையைப் பொருட்படுத்துவதேயில்லை. அதன் கண்களில் மலை பிரம்மாண்டமில்லை. அது வெறும் இருப்பு.

எறும்பு, மலைப்பாறை ஒன்றை நோக்கிச் சென்றபடியே இருக்கிறது. எறும்புகளால் மலையை என்ன செய்துவிட முடியும்? ஆனால் அவை மலையைத் தின்கின்றன. எறும்பு மண்ணில் எதையோ தேடுகிறது. தலையைச் சிலுப்பி எதையோ காண்கிறது. பின்பு அது முன் நகர்ந்து போகிறது. இதோ ஒரு வண்ணத்துப்பூச்சி அதுவும் விழித்துக்கொண்டிருக்கிறது. பறக்க எத்தனிக்கிறது. சோம்பல் உற்று அது பாறையின் மீது உட்காருகிறது. பசியற்ற வண்ணத்துப்பூச்சியது. இப்போது அது உலகின் நடனம் மட்டுமே. வண்ணத்துப்பூச்சிகளின் நடனம் போல வியப்பூட்டுவது வேறு இருக்கிறதா என்ன? அந்த நடனத்தை இங்கே அமர்ந்து பார்க்கையில் மிகவும் களிப்புறுகிறேன். என் முன்னே ஒரு சிறுசெடி. அந்தச் செடியில் இரண்டே பூக்கள். அவையும் கடுகளவே இருக்கின்றன. ஆனால் அந்த மஞ்சள் அற்புதமாகயிருக்கிறது. அதன் நேர்த்தியும் அடுக்கும் எத்தனை ஒழுங்கு என்று வியப்புறச் செய்கிறது. அந்தப் பூக்கள் உலகைக் காண்கின்றன. உலகம் அந்தப் பூக்களை என்ன செய்யும், பரபரப்புடன் பெரிய எறும்பு ஒன்று பாறையிலிருந்து இறங்கிக் கீழே போகிறது. க்யுட் டியூட் என்று ஒரு பறவை விட்டுவிட்டு குரல் தருகிறது. காற்று தணிந்திருக்கிறது. காற்றுதான் மலையின் ஒரே தோழன். இரண்டும் ஒன்று சேரும்போது களியாட்டம் துவங்கிவிடுகிறது. அதோ ஒரு மரத்தின் இலைகள் அசைகின்றன. காற்று தரையிறங்கப் போகிறது போலும். மரங்களின் இலைகளில் பாதி பழுத்தும் பாதி பச்சையாகவுமிருக்கின்றன.

நேற்று மலையின் முன்பாக வந்து அமர்ந்தபோது மாலைவெளிச்சம் வடிந்துகொண்டிருந்தது. மலை கண்முன்னே மறையத் துவங்கியது. இருள் பீறிட்டதும் மலை கண்ணில் இருந்து மறைந்தது. ஆனாலும் மலையின் இருப்பு மறையவேயில்லை. இயற்கையாக உள்ள வெளிச்சம் ஒன்று மலையில் இருந்து

கசிந்துகொண்டிருக்கிறது. அது எதன் வெளிச்சம்? ஆனால் அந்த வெளிச்சம் இருளுக்குள்ளும் அதை உணரச் செய்கிறது. இருள் அதிகமாகிறது. விளக்கு வெளிச்சம் வேண்டாம் என்றே தோன்றுகிறது.

மலை தொலைவில் அடங்கியிருக்கிறது. அந்த ஒடுக்கம் நம்மால் புரிந்துகொள்ள முடியாதது.

பின்னிரவில் எழுந்து வந்து அதே மலையைப் பார்த்தேன். ஆஹா! எத்தனை நட்சத்திரங்கள் வானில்? மலையிடம் அசைவில்லை. பாறைகள் நெகிழ்ந்துகொண்டிருக்கின்றன. அருவிகளில் நீர்வரத்து இல்லை. ஆனாலும் எங்கோ ஓசை ஒன்று வழிந்துகொண்டிருக்கிறது. பின்னிரவில் மலை என் வீட்டின் வாசல் பக்கம் வந்துவிட்டதோ? என்றும் தோன்றியது. பகலில் தெரியும் விலகல் இல்லை. இடைவெளியை மனம் இப்போது உணர்வதில்லை.

விடிகாலைக்காக மனது ஏங்கத் துவங்கியது. மலையைக் கண் இமைக்காமல் பார்த்துக் கொண்டேயிருக்கிறேன். மலையின் முன்னால் நம் வயது கரைந்து போய்விடுகிறது. அது மனிதர்களைத் தன் மீது செல்லும் எறும்புபோலத்தான் நினைக்குமா? எரிந்து கொண்டிருக்கும் சுடரைப் போல உள்ளே புகமுடியாத, ஆனால் தித்திக்கும் ஒளியைப் போன்ற ஏதோவோர் ஒளியாடலை மலையும் கொண்டிருக்கிறது போலும்.

தொலைதூர மரங்களில் எவரது கையும் படாத காய்களும் கனிகளும் பூக்களும் இருக்கக்கூடும். அவை மனிதர்களுக்கானதில்லை. அவை தன் விருப்பத்திற்காக உருவாகி அழிந்துவிடுகின்றன. மலை, பாதைகள் அற்றது அல்லது எல்லாப் பக்கமும் அதற்கு வழிகளே. அதன்மீது யாரோ நடந்து போகத் துவங்குகிறார்கள். பகல் வெளிச்சம் நீள்கிறது. மலையும் இயக்கம் கொள்கிறது. காற்று அதிகமாகிறது. மழை வரப்போகிறதோ என்றும் தோன்றுகிறது.

ஒரு மணிநேரத்தின் முன்பாகக் கண்ட அதே வண்ணத்துபூச்சி இப்போது வேகம் கொண்டுவிட்டது. தலை கிறுகிறுக்க அது பறக்கிறது. இலக்கில்லாமல் அலைகிறது. பகல் அதைத் துரத்திக் கொண்டிருக்கிறது. என்னையும் பகல் அழைக்கிறது. நானும் எழுந்து செல்ல வேண்டும். மலையின் பருத்த புராதனமான கண்கள் என்னைப் பார்த்துக் கேலி செய்கின்றன. நான் எழுந்து செல்லத் துவங்குகிறேன்.

ஸ்ரீரங்கபட்டின ஆறு

கடந்த வெள்ளிகிழமையன்று கர்நாடகாவில் உள்ள ஸ்ரீரங்கப்பட்டினம் சென்றிருந்தேன். அதிகாலை நேரத்தில் பயணம் செய்தேன். விடியாத இருட்டுடனும் விட்டுவிட்டுப் பெய்யும் மழையுடனும் கூடிய பயணம்.

கோடையிலும் வயலின் பசுமை கண்ணில் படுகிறது. மண்டியா மாவட்டத்தின் கிராமங்கள் மிக அழகானவை. முற்றிலும் வயல்களுக்கு நடுவில் உள்ள சிறிய கிராமங்கள். ஆற்றங்கரையில் முளைத்துள்ள கிராமங்கள், ஆலமரங்களும் ஒற்றையடிப் பாதைகளும் கொண்ட கிராமங்கள் என்று காலத்தின் பின்செல்கிறோமோ? எனத் தோன்றும் தோற்றங்கள்.

வாத்துக் கூட்டம் ஒன்று மண்பாதையில் தனியே சென்றுகொண்டிருந்தது. அடிவானத்தினுள் சூரியன். மழைக்குப் பிந்திய மூடுவானம். யாருமற்ற தனிமை வெளி. அந்தக் காட்சி மிக அற்புதமாக இருந்தது. அங்கேயே வண்டியை நிறுத்திவிட்டு இறங்கி வயலின் ஊடாக நடந்தேன்.

விடிகாலையின் காற்று மிகுந்த சுகந்தமுடையது. அது உடலில் நிறைந்து பிளாஸ்டிக் பையினுள் காற்று புகுந்து அதை ஊதிப் பெரியதாக்கி பறக்க வைப்பதைப் போல உடலை காற்று இழுத்துக் கொண்டிருந்தது.

என்ன ஊர் அது என்று தெரியவில்லை. ஆனால் தொலைதூரத்தில் உள்ள ஊரின் அழகும் அங்குத் தென்படும் கோவிலின் சிறிய கோபுரமும் கண்ணில் பட்டபடியே இருந்தன. வாய்க்காலில் தண்ணீர் ஓடிக்கொண்டிருந்தது. விழுந்து கிடந்த வைக்கோல் பொம்மையொன்று கண்ணில்பட்டது. பேன்ட்

சர்ட் அணிந்த பொம்மை, அதன் தலையில் இருந்த வைக்கோல் காற்றில் இழுபட்டு பிய்ந்து போயிருக்க வேண்டும். யாரோ ஒரு விவசாயி வரைந்த அந்தப்பொம்மையின் கண்களும் மூக்கும் விசித்திரமாக இருந்தன.

காவற் காலம் முடிந்துபோன பொம்மை வயலினுள் விழுந்து கிடக்கிறது. அந்த வைக்கோல் பொம்மையின் கால்கள் வாய்க்காலினுள் கிடக்கிறது. அதன் மீது தண்ணீர் ஓடிக்கொண்டேயிருக்கிறது. பொம்மையிடம் சலனமேயில்லை. நான் அந்தப் பொம்மையின் அருகில் உட்கார்ந்தபடியே மொழி தேவையற்ற அதனுடன் பேசத்துவங்கினேன்.

பொம்மையின் உடல் பருத்துப் போயிருந்தது. நிறைய வைக்கோல் அடைத்திருந்தார்கள். திடீரெனத் தோன்றியது, பொம்மை போட்டிருக்கும் இந்த பேன்ட்டும் சர்ட்டும் யாருடையன? அதைப் போட்டிருந்த மனிதன் தனது உடையை அணிந்த பொம்மையைப் பார்த்து என்ன நினைத்திருப்பான்?

எனது பள்ளி வயதில் ரோஸ் நிறப் புள்ளி இட்ட சட்டை ஒன்றை மிக விருப்பமானதாக வைத்திருந்தேன். அழுக்கான நாளில் அதைத் துவைப்பதற்காகச் சலவைத் தொழிலாளியிடம் போட்டிருந்தார்கள். அந்த வீட்டில் இருந்த சிறுவன் என்னுடைய சட்டையைப் போட்டுக் கொண்டு கண்மாயில் விளையாடிக்கொண்டிருப்பதைக் கண்டேன். அது என் சட்டையாயிற்றே என்று உடனே அவனிடம் கழட்டிக் கொடு என்று கத்தினேன். அவன் பயந்துபோய் ஓடினான். நானும் அவனைத் துரத்திக்கொண்டு ஓடினேன்.

சலவைத் தொழிலாளி சிரித்தபடியே ‘தம்பி இது உன் சட்டையா? நல்லாத் துவைச்சி தர்றோம்?’ என்று சொல்லித் தன் பையனிடம் இருந்து கழட்டி வாங்கிக்கொண்டான். அன்றைக்கு அந்த சலவைத் தொழிலாளி பையனுக்கு மாற்றுச் சட்டை இல்லை என்பது எனக்குப் புரியவேயில்லை. என் சட்டை, அது வேறு யாரும் போடக்கூடாது என்ற நினைப்பு மட்டுமே இருந்தது. ஆனால் இன்று யோசிக்கும்போது எவ்வளவு அபத்தமாக நடந்துகொண்டிருக்கிறேன் என்று தெரிகிறது.

ஆனால் சிறுவர்கள் தங்களது பொருட்கள் எதையும் மற்றவர்கள் பயன்படுத்தவிடுவதில்லை என்பது உலகம் முழுவதும் ஒன்று போலத்தான் இருக்கிறது.

அந்தப் பொம்மை யாரோ ஒருவரின் இரவல் உடையை அணிந்திருந்தது. பெயரில்லாத அந்த வைக்கோல் பொம்மையின்மீது இரண்டு எறும்புகள் ஊர்ந்து போய்க்கொண்டிருந்தன. அதன்

கைகள் எறும்பைத் தட்டிவிடவில்லை. அந்தப் பொம்மை என்னை வசீகரித்துக்கொண்டேயிருந்தது. வெயில் வானில் பீறிடத் துவங்கியதும் வயலை நோக்கி ஆட்கள் வரத்துவங்கினார்கள். நான் கிழக்கை நோக்கி நடக்க ஆரம்பித்தேன்.

இந்த வயல்வெளிக்கும் எனக்கும் ஏதோ ஓர் அறியாத தொடர்பு இருக்கிறது. இல்லாவிட்டால் இங்கே எதற்காக நடந்துகொண்டிருக்கிறேன். மனிதர்களின் கால்கள் படும் இடங்கள் அத்தனைக்கும் அந்த மனிதனுக்கும் விவரிக்க முடியாத தொடர்பு இருந்து கொண்டுதானிருக்கிறதுபோலும். வயலை விட்டு விலகி மீண்டும் பயணம் செய்யத் துவங்கினேன். சாலையோரம் ஒரேயொரு ஆலமரம். அதன் கீழே சுத்தமாகத் துடைத்து வைத்திருந்தார்கள். அந்த மரத்தில் ஒரு பறவைகூட இல்லை.

ஸ்ரீரங்கப்பட்டினம் மிக பழமையான ஊர். திப்புசுல்தானின் கோடை மாளிகையும் அவனது சமாதியும் இந்த ஊரில்தான் உள்ளன. அதன் அருகில் சங்கமா என்ற இடத்தில் காவிரியின் கூடுதுறை உள்ளது. மிக அழகான இடங்களில் ஒன்று.

ஸ்ரீரங்கப்பட்டினத்திலே அலைந்தேன். அந்த ஊருக்கு முப்பது நாற்பது முறை வந்திருப்பேன். ஒவ்வொரு முறையும் அதன் பழமை என்னை வசீகரித்துக்கொண்டேயிருக்கிறது.

இந்த முறை ஸ்ரீரங்கப்பட்டினத்தில் உள்ள விஜயகோபால சுவாமி கோவில் அருகில் உள்ள படித்துறைக்குப் போய் பகல் முழுவதும் உட்கார்ந்தே இருந்தேன். அந்தப் படித்துறை மிக முக்கியமானது.

இறந்து போனவர்களின் அஸ்தியைக் கரைப்பதற்கான இடமது. காந்தி, நேருவில் துவங்கி எளிய மனிதர்களின் அஸ்தி வரை அங்கே தான் கரைக்கப்பட்டிருக்கிறது. ஒரு பக்கம் அன்னதானம் வழங்கப்பட்டுக்கொண்டிருக்கிறது. இன்னொரு பக்கம் நீத்தார்ச் சடங்குகள். இரண்டும் தாண்டி சிறிய பாலத்தின் அடியில் பெருக்கெடுத்து ஓடும் ஆறு. நீண்ட படித்துறை, பாலத்தின் இரண்டு பக்கமும் இருக்கிறது. ஒரு படித்துறையின் உடைந்துபோன படிகள் ஒன்றில் நிழல் ஊர்ந்துகொண்டிருந்தது.

அங்கேயே உட்கார்ந்தபடியே ஓடும் ஆற்றைப் பார்த்தபடி இருந்தேன். ஆற்றில் கரைக்கப்படும் அஸ்தி இங்கிருந்து ஓடி ஏதேதோ நிலங்களுக்கு உயிர்ச்சத்தாகி, முடிவில்லாத தொலைவை நோக்கிப் போகிறது. மீண்டும் ஒரு முறை ஏதோவொரு தானியத்தின் விதையாகவோ, செடியின் இலையாகவோ

இறந்துபோன மனிதன் மீள்உயிர்ப்பு கொள்கிறான் அல்லது அந்த விதைகள், செடிகள், மரங்கள் வழியாக இறந்தவனின் நினைவு தங்கிவிடுகிறது.

நான் பார்த்துக்கொண்டிருந்த நாளில் கூட அவசர அவசரமாக அஸ்தியைக் கரைத்துப் போனவர்கள் பலர். என்னைப் போலவே காலையில் இருந்து அந்தப் படித்துறையில் இருந்த ஒரு வயதான அப்பாவையும் அவரது மகளையும் கவனித்தேன். நல்ல உயரமும் சிவப்புமான நிறம் அந்த வயதானவருக்கு, அவரது மகளுக்கு இருபத்தைத்து வயதிருக்கும், ஆரஞ்சு நிற சுடிதார் அணிந்திருந்தாள்.

அப்பாவும் மகளும் பேசிக்கொள்ளவேயில்லை. அவர்கள் கையில் பெரிய வயர்க்கூடையிருந்தது. அதில் இருந்த வளையல்கள், ரிப்பன், சாந்துப் பொட்டு, புடவை என்று ஒவ்வொன்றாக அவர்கள் ஆற்றில் விட்டதை நான் கவனித்துக்கொண்டிருந்தேன். ஏதோ ஒரு இறந்து போனவரின் நினைவிற்காக இங்கே வந்திருக்கிறார்கள் என்று புரிந்தது. நான் கேட்டுக்கொள்ளவில்லை.

அன்றைக்கு வெயில் அதிகமில்லை. இருட்டு போன்ற நெருக்கம் தரும் நிழல். படித்துறையின் குளிர்ச்சி. நாங்கள் மூவர் மட்டுமே பின்மதியத்தில் இருந்தோம். ஆறு சீரான லயத்துடன் ஓடிக்கொண்டிருந்தது. அந்தப் பெண் ஆறு ஏழு வாழைப்பழங்களை எடுத்துக்கொண்டு வந்து என்னிடம் தந்து ‘சாப்பிடுங்கள்’ என்று சொல்லியபடியே, ‘யாருடைய நினைவிற்காக நான் வந்திருக்கிறேன்?’ என்று கேட்டாள்.

நான் சிரித்தபடியே மரத்தில் இருந்த ஒரு குருவியைக் கைகாட்டி ‘இந்த ஆற்றங்கரைக்கு வரும் குருவி யார் பொருட்டு வருகிறது?’ என்று கேட்டேன். அவள் சிரித்துவிட்டாள். ‘நான் ஆற்றைப் பார்ப்பதற்காக வந்திருக்கிறேன், பார்த்துக்கொண்டிருக்கிறேன்’ என்று சொன்னேன். அன்றைக்கு அவளது அம்மாவின் பிறந்த நாள் என்றும் ‘அம்மா இறந்துபோய் பதினாறு வருடங்கள் ஆகிவிட்டன. ஒவ்வொரு பிறந்த நாளின்போதும் இந்த இடத்திற்கு வந்துவிடுவோம். இங்கேதான் அம்மாவின் அஸ்தியைக் கரைத்திருக்கிறோம்’ என்று சொல்லியபடியே என்னை விலக்கிச் சென்றாள்.

இறந்துபோன தன் மனைவியின் நினைவுகள் தன் முன்னே ஓடுவதைத்தான் அந்த மனிதர் அவதானித்துக்கொண்டிருக்கிறார் போலும். பிரம்மாண்டத்தில் கரைந்து விடும்போது மனித இருப்பின் அர்த்தம் மாறிவிடுகிறது. அதை மனிதர்கள் அரிதாகவே

உணர்கிறார்கள். அப்பாவும் மகளும் ஓடும் ஆற்றின் நீரின் வழியே தங்களது விருப்பத்திற்குரிய பெண்ணின் நினைவு இப்போதும் இருப்பதாக உணர்கிறார்கள். ஆறு வெறும் நீரோட்டம் மட்டுமில்லை. அது எத்தனையோ மனிதர்களின் நினைவுசாட்சி.

மாலை நேரத்தில் சிறார்கள் படித்துறைகளில் வந்து நிரம்பினார்கள். குதித்து நீந்திக் கொண்டாடினார்கள். ஆறு அவர்களோடு சேர்ந்து துள்ளியது. நானும் படியில் இறங்கி நின்று குளித்தேன். அப்பாவும் மகளும் கிளம்பிப் போயிருந்தார்கள். முகம் அறியாத அந்த வயதானவரின் மனைவியை, அந்தப் பெண்ணின் தாயை நினைத்துக்கொண்டு ஆற்றில் மூழ்கினேன்.

ஆற்றின் ஆயிரம் நீர்க்கைகள் என்னைத் தடவிக் கொடுக்கின்றன. சாந்தம் கொள்ள வைக்கின்றன. ஈரத்துடன் கரையேறியபோது குருவி சப்தமிட்டபடியே பறந்தது. எதற்காக இங்கே வந்திருக்கிறேன் என்று காலையில் இருந்து என் அடிமனதில் ஒரு குரல் கேட்டுக் கொண்டேயிருந்தது. ஒருவேளை இந்த அப்பாவையும் மகளையும் பார்க்க வேண்டும் என்பதற்காகத்தானோ? என்று தோன்றியது.

வாழ்க்கை என்பதே தொடர்புபடுத்திக்கொள்வதும் பகிர்ந்து கொள்வதும்தானே.

காலையில் கிளம்பி வந்த அதே சாலையில் இரவில் மீண்டும் பயணம் செய்யத்துவங்கினேன். ஆனால் இப்போது அந்த வயல்கள் கண்ணில்படவில்லை. ஊர் தெரியவில்லை. சாலையில் வாகனங்களின் ஒளி மட்டுமே தெரிகிறது. ரயில் நிலையத்தினுள் பரபரப்பான உலகம். அவசரம். ஓடும்கால்கள்.

வீடு வந்து சேரும்வரை மனதில் ஆறு ஓடிக்கொண்டேயிருந்தது. அதைத் தடுக்க எதுவும் இல்லை.

ரிவேரா ஓவியங்கள்

கனடா மற்றும் அமெரிக்கப் பயணத்தில் அதிகம் நான் பார்வையிட்டது அருங்காட்சியகங்கள் மற்றும் கலைக்கூடங்களையே, குறிப்பாக பிகாசோவின் நூற்றுக்கும் மேற்பட்ட ஓவியங்கள், ரெம்பிராண்ட், வான்கோ, டாலி, கோயா, பிரைடா காலோ, மடீசி, வெர்மர், ரெனார், பால்காகின், ரூசோ, பிளேக், எட்கர் டீகாஸ், புரூகேல், வில்லியம் பிளேக், மிரோ, காடீன்ஸ்கி, முன்ச், கிளிம்ட், எட்வர்ட் ஹாபர், மார்சல் டச்ஹாம், பால் செசான், மார்க் செகால், மோடில்யாணி, கமிலோ பிசாரோ, டூரர் போன்ற ஓவியமேதைகளின் படைப்புகளைக் கண்டது வாழ்நாளில் மறக்கமுடியாத அனுபவம்.

டெட்ராய்ட் நகரில் உள்ள Detroit Institute of Arts இல் மெக்சிக ஓவியரான டியாகோ ரிவேரா (Diego Rivera) வரைந்த பிரஸ்கோ ஓவியங்களைக் காண்பதற்காக நானும் பாஸ்கரும் ஹரியும் மூர்த்தியும் சென்றிருந்தோம். இந்தக் கலைக்கூடம் ஹென்றி போர்டின் குடும்பத்தினரால் பராமரிக்கப்பட்ட ஒன்று. ஆகவே இதில் பல அரிய ஓவியங்கள் சேகரம் செய்யப்பட்டுள்ளன.

ரிவேரா நவீன ஸ்பானிய ஓவியமரபில் முக்கியமா னவர். நீண்ட சுவரோவியங்களை வரைவதில் தேர்ந்தவர். கம்யூனிஸ்ட் கட்சியில் இணைந்து செயல்பட்ட ரிவேரா மெக்சிகப் பண்பாட்டு அடையாளங்களை, வரலாற்றை, தொன்மங்களை ஓவியங்களாக வரைந்தவர்.

மரபான சுவரோவியங்கள் பைபிள் சம்பவங்களை முதன்மைப் படுத்தி வரையப்படுபவை. இதற்கு எதிராக, நாத்திகரான ரிவேரா நவீன இயந்திரங்களையும், தொழிற்கூடங்களையும் யுத்தகால வாழ்வின் அடையாளங்களையும் ஓவியமாக வரைந்தார். இன்று

ரிவேராவின் பிரஸ்கோ ஓவியங்கள் மெக்சிகோவின் தேசிய அடையாளங்களாகக் கொண்டாடப்படுகின்றன.

மூன்று திருமணங்கள், நிறையக் காதலிகள், மிதமிஞ்சிய குடி மற்றும் கேளிக்கைகள் என்று வாழ்வை உற்சாகமாகக் கொண்டாடிய ரிவேராவை ஒரு கலகக்காரனாகவே அடையாளப்படுத்துகிறார்கள். தன்னிடம் ஓவியம் கற்க வந்த இளம் மாணவியான பிரைடா காலோவைக் காதலித்து திருமணம் செய்துகொண்டார். பிரைடா இவரை விடவும் அதிகம் புகழ்பெற்ற ஓவியராக வளர்ந்தபோது அவரோடு சண்டையிட்டுப் பிரிந்து வேறு பெண்ணுடன் வாழ்ந்தார். சில ஆண்டுகளுக்குப் பிறகு மீண்டும் பிரைடாவின் மீதான காதல் துளிர்க்கவே அவரோடு சேர்ந்து வாழ ஆரம்பித்தார். ரிவேராவின் ஓவியங்கள் எந்த நகரில் எல்லாம் இருக்கிறதோ அங்கெல்லாம் அவருக்குக் கள்ளஉறவில் பிறந்த பிள்ளைகளும் இருப்பார்கள் என்று மெக்சிகர்கள் கேலி செய்யுமளவு வாழ்ந்தவர்.

ரிவேரா வரையும் உருவங்களும், தேர்வு செய்யும் வண்ணங்களும் தனித்துவமானவை. அகஉணர்ச்சிகளுக்கும், குறியீட்டுத் தோற்றங்களுக்கும் அதிக முக்கியத்துவம் தரும் இந்த ஓவியங்களில் அழிந்துவரும் இயற்கையே மையப்படிமமாக உள்ளது. அதன் குறியீடுகளாகப் பூக்களும் மரங்களும் கனிகளும் காட்சிப்படுத்தப்படுகின்றன.

ரிவேரா வரையும் ஆண், பெண்களின் உருவம் இயல்பான உடல் அமைப்பு கொண்டிருப்பதில்லை. மிகையானது போல, தோற்றம் தரும் உடலமைப்பையே இவர் வரைகிறார். காரணம், காண் உலகை அப்படியே வரைவதில்லை கலை. தனது ஓவியங்கள்தாம் உலகை எப்படிப் பார்க்கிறேன், புரிந்து கொண்டிருக்கிறேன் என்பதில் இருந்தே உருவாக்கப்பட்டிருக்கிறது. செயல்களுக்கு ஏற்ப உடலின் இயல்பு மாறிவிடுகிறது. உறங்கும்போது நம் உடல் அடையும் நெகிழ்வு ஏன் நடக்கும்போது உணரப்படுவதில்லை? ஆகவேதான் உடல்களை அதன் நெகிழ்வு மற்றும் இறுக்கமான நிலைகளில் வரைவதையே விரும்புவதாகக் கூறுகிறார் ரிவேரா. அவர் நிர்வாண உடல்களை வரையும்போதுகூட அவற்றில் ஒரு விதமான கனவுத்தன்மையே காணப்படுகிறது.

அக்டோபர் புரட்சியின் பத்தாம் ஆண்டினைக் கொண்டாடும் வகையில் மாஸ்கோவிற்குச் சென்று தங்கி ஓவியங்கள் வரைந்தவர் ரிவேரா. மெக்சிகோவில் 1929ஆம் ஆண்டு இவர் ஸ்டாலினியக் கொடுமைகளைச் சித்தரிக்கும் ஓவியம் ஒன்றை வரைந்த காரணத்தால் கம்யூனிஸ்ட் கட்சி உறுப்பினரில் இருந்து

நீக்கப்பட்டார். ரிவேராவின் ம்யூரல்கள் புகழ்பெறத் துவங்கியதை ஒட்டி அவரை அமெரிக்கக் கலைக்கூடங்கள் தங்களுக்கான பிரத்யேகப் பணிக்காக அழைக்கத் துவங்கின. எர்ன்ஸ்டே இவான்ஸ் எழுதிய ரிவேராவின் சுவரோவியங்கள் என்ற ஆங்கிலப் புத்தகம் அவரை அமெரிக்க கலைஉலகிற்கு அறிமுகம் செய்து புகழ்பெற வைத்தது.

சான்பிரான்சிஸ்கோவிற்கு வந்து தங்கி ஓவியம் வரையும் பணி ஒன்றிற்கு ரிவேரா அழைக்கப்பட்டார். அந்த வருஷத்தில்தான் அவர் பிரைடா காலோவைத் திருமணம் செய்து கொண்டிருந்தார். ஆகவே ஓவியத்தம்பதியர் இருவரும் அமெரிக்கா வந்து தங்கி சுவரோவியங்களை உருவாக்கினார்கள்.

1931ஆம் ஆண்டு நியூயார்க் மியூசியத்தில் நடைபெற்ற ரிவேராவின் ஓவியக்கண்காட்சி அவரை அமெரிக்காவின் மிகப் புகழ்பெற்ற ஓவியராக்கியது. இதனைத்தொடர்ந்து ஹென்றி போர்டின் மகனான எட்சல் போர்ட், ரிவேராவை டெட்ராய்டின் கார் தொழிற்சாலையை மையப்பொருளாக கொண்டு ஒரு பெரிய சுவரோவியம் ஒன்றினை உருவாக்கும் பணிக்காக அழைத்தார். ஓர் ஆண்டுகாலம் டெட்ராய்டில் தங்கிக் கொண்டு ரிவேரா இந்தப் பணியை மேற்கொண்டார்.

ரிவேராவின் பிரஸ்கோ ஓவியங்களில் இது முதன்மையான ஒன்று. ரிவேரா வளாகம் என்ற தனிக்கூடம் ஒன்றின் நான்கு சுவர்களில் இந்த ஓவியங்கள் இடம்பெற்றிருக்கின்றன.

பிரஸ்கோ ஓவியங்களைக் காண்பது நவீன கவிதையைப் புரிந்து கொள்வதைப் போன்ற ஒன்றே. நேரடியாக, அப்படியே அர்த்தப்படுத்திக் கொள்ள முடியாது. கவிதை தரும் அனுபவம் போல அதன் குறியீட்டுத்தளமும் சொற்களுக்குள் உள்ள இணைவும் அதன் உள்ளார்ந்த பொருளும், கற்பனையும் ஓவியத்தைக் காண்பதற்கு முக்கியமானவை.

உருவங்களின் வழியே அர்த்தமாகும் ஒரு தளமும், குறியீடுகளின் அர்த்தம் புரிந்துகொள்ள வேண்டிய மறுதளமும், வரலாற்றையும் பண்பாட்டையும் அரசியலையும் அறிந்துகொண்டு ஓவியத்தைக் காண்கையில் வெளிப்படும் உள்ளார்ந்த அர்த்தம் இன்னொரு விதத்திலும், தேவாலயங்களில் வரையப்பட்ட பிரஸ்கோ ஓவியங்களில் இருந்து எவையெல்லாம் மாற்றம் கொண்டிருக்கின்றன என்று ஒப்பிட்டு ஆராயும்போது ஏற்படும் அதிசயம் பிறகொரு தளத்திலுமாக, எண்ணிக்கையற்ற உள் அடுக்குகளைக் கொண்டவை இந்த வகை ஓவியங்கள். ஆகவே

இவற்றைப் பிடிக்கிறது, பிடிக்கவில்லை என்ற பொது ரசனைக்குள் அடக்கமுடியாது.

பிரஸ்கோ ஓவியங்களைக் காண்பதற்கு அடிப்படைப் பயிற்சிகள் அவசியமானவை என்றே கருதுகிறேன். இல்லாவிட்டால் அதன் நுட்பங்கள் புரிந்துகொள்ளப்படாமலே கடந்து போய்விடக்கூடும்.

சிம்பொனி இசையில் எப்படிப் பல்வேறு வாத்தியக்கருவிகள் ஒரே ஒத்திசைவில் ஒன்றாக வாசிக்கப்படுகின்றனவோ, அது போலவே ஓவியத்திலும் வண்ணங்களும் உருவங்களும் பல்வேறு நிலைகளில் பல்வேறு வடிவங்களில் ஒன்று சேருகின்றன. விலகிப்போகின்றன. ஆகவே அவற்றை உள்வாங்கிக்கொள்ள பார்வையாளன் ஆழ்ந்து முயற்சிக்க வேண்டும்.

ரிவேராவின் ஓவியங்களைப் புரிந்துகொள்ள மெக்சிக ஓவியமரபை அறிந்துகொள்ள வேண்டியது அவசியம். மெக்சிகோவின் ஓவியமரபில் பூர்வகுடி பண்பாட்டிற்கு முக்கிய இடமிருக்கிறது, அதே நேரம் மரபாகக் கைக்கொள்ளப்பட்டு வந்த ஐரோப்பிய ஓவிய உலகின் பாதிப்புகளும் அதிகமுண்டு. இத்தாலியச் சுவரோவிய மரபையும் மெக்சிகப் பூர்வகுடி சித்திரங்களின் வண்ணங்களையும், கோடுகளையும் ஒன்று கலந்து புதிய கலைவெளிப்பாட்டினை மேற்கொண்டவர் ரிவேரா.

ரிவேரா வளாகத்தினுள் நுழைந்தவுடன் நம்மை வியப்பிற்குள்ளாக்குவது 75 அடி அகலமும் 17 அடி உயரமும் கொண்ட சுவரில் காணப்படும் ஓவியங்களின் பிரம்மாண்டமான உருவங்களும் அதற்குத் தேர்வு செய்யப்பட்ட வண்ணங்களுமாகும். நான்கு சுவர்களிலும் தனித்தனிப் பேனல்களாக மொத்தம் 27 ஓவியங்கள் இடம்பெற்றிருக்கின்றன.

இதில் பிறப்பும் மரணமும் பற்றிச் சித்தரிக்கும் ஓவியங்கள் கிழக்கிலும் மேற்கிலும் உள்ள சுவர்களில் எதிரெதிராக இடம்பெற்றிருக்கின்றன. இந்த இரண்டிற்கும் இடையில் இயந்திரங்களுக்கும் மனிதனுக்குமான உறவை, தொழில்மயமான உலகின் நெருக்கடிகளைச் சித்திரமாக வரைந்திருக்கிறார்.

பிரம்மாண்டமான கார் தொழிற்சாலையின் உற்பத்திச் செயல்பாடு ஒரு சுவர் முழுவதும் வரையப்பட்டிருக்கிறது. அதில் உறைந்துபோன நிலையில் உள்ள தொழிலாளர்களின் முகங்களில் காணப்படும் உணர்ச்சிகள் அற்புதமானவை. அவர்கள் வேறுவேறு இனத்தையும் தேசத்தையும் சேர்ந்தவர்கள் என்பதைக் குறிக்க அவர்களின் உடைகளையும் இன அடையாளங்களையும் ரிவேரா வரைந்திருக்கிறார்.

விவசாயம்தான் மனிதனின் முதல் தொழில்நுட்பம். அதிலிருந்து இன்றைய நவீன கனரகத் தொழிற்சாலைகள் எப்படி உருவாகியிருக்கின்றன? என்பதைக் குறிக்கும்படியாக ஒரு பேனலின் அடிப்பகுதியில் விவசாயக் காட்சிகள் இடம் பெற்றுள்ளன.

ஓவியத்தின் மேற்குப்பகுதியில் யுத்தத்தில் பயன்படுத்தப்படும் விமானங்களும் விஷவாயுவிற்கான மூகமூடிகளும் வரையப்பட்டுள்ளன. போர்ட் நிறுவனம்தான் யுத்தக் காலத்தில் விமானங்களை உற்பத்தி செய்து தந்தது என்பதைக் குறிக்க இதை உருவாக்கியிருக்கிறார் என்கிறார்கள். இந்த ஓவியங்களுடன் ஒரு பக்கம் அமைதிப்புறாவும் மறுபக்கம் வல்லூறு ஒன்றும் காட்சிப்படுத்தப்பட்டிருக்கின்றன.

போர்ட் கம்பெனி பிரேசிலில் ரப்பர் தோட்டங்களை அமைத்தது. அதை நினைவூட்டும் விதமாக ரப்பர் பால் வடிக்கும் ஆளின் தோற்றம் வரையப்பட்டுள்ளது. அது போல வணிக காரணங்களுக்காக அமைக்கப்பட்ட ரயில்பாதைகளும் அதன் வருகையால் ஏற்பட்ட தொழிற்த்துறையின் மாற்றங்களும் வடக்கு மற்றும் தெற்குச் சுவர்களில் காணப்படுகின்றன. நீராவி இயந்திரங்களின் வருகை, மின்மயமாக்கப்படல், தொழிலாளர்களை நிர்வாகம் செய்யும் உயரதிகாரிகள், கண்காணிப்பாளர்கள், அதைப் பார்வையிடும் எட்சல் போர்ட் ஆகியோரும் இச் சுவர்களில் இடம்பெற்றுள்ளனர்.

இவ்வளவு பெரிய பிரஸ்கோவில் மிகக் குறைவாகவே பெண் உருவங்கள் வரையப்பட்டுள்ளன. அதிலும் தொழிற்சாலைகளில் வேலை செய்யும் பெண்கள் ஒருபுறமும், புதிய ரகக் கார் உருவாக்கப் படுவதை வேடிக்கை பார்க்க வந்துள்ள பெண்களின் தோற்றம் மறுபக்கமும் காணப்படுகின்றன.

அஸ்டெக்குகளின் கடவுள் உருவமான Coatlicueவின் சித்திரம் ஒரு சுவரில் வரையப்பட்டுள்ளது, அதற்கு மாற்றாக நவீன யுகத்தின் கடவுள் என்பது இயந்திரங்களே. இவை மனித உழைப்பைக் காவு வாங்குகின்றன என்று குறிப்பதற்காக இயந்திரங்கள் புராதன கடவுளின் தோற்றத்திற்கு இணையாக வரையப்பட்டிருக்கின்றன.

மருத்துவத்துறையின் முன்னேற்றம் அது சார்ந்த மருந்தியல் துறையை டெட்ராய்ட்டில் வளர்ச்சி பெறச் செய்தது. அதைக் குறிப்பதற்காகவே மருந்தாளுனர்கள் மற்றும் மருந்து தயாரிக்கும் காட்சிகள் இடம்பெற்றுள்ளன.

இந்த ஓவியத்தொகுதியில் அமெரிக்காவின் தொழில்துறை வளர்ச்சியின் சாதக பாதகங்கள் இரண்டுமே வரையப்பட்டுள்ளன.

எஸ்.ராமகிருஷ்ணன்

இவ்வோவியத்தில் கிறிஸ்துவ மரபின் புனிதக் குறியீடுகள் கேலி செய்யப்பட்டுள்ளன. இது மத நம்பிக்கைகளுக்கு எதிரானது என்று கண்டனக் குரல்கள் எழுந்தன. அதுபோலவே ரிவேரா ஒரு கம்யூனிஸ்ட் என்பதால் ஓவியம் அவரது இடதுசாரி நிலைப்பாட்டின் வெளிப்பாடாக உள்ளது. அமெரிக்காவிற்கு எதிராக வரையப்பட்ட ஓவியமிது என்றும் மறுப்புக்குரல்கள் எழுந்தன.

இந்த ஓவிய உருவாக்கத்திற்குக் காரணமாக இருந்த எட்சல் போர்டுக்கும் ரிவேராவின் ஓவியங்கள் குறித்து மாற்றுக் கருத்துகள் இருந்தன. ஆனாலும் அவர் அந்த ஓவியத்தொகுதி அப்படியே எந்த மாற்றமும் இல்லாமல் அதன் கலை மேன்மைக்காகப் பாதுகாக்கப்பட வேண்டும் என்று உத்தரவிட்டார். இன்றும் அது தொடரப்படுகிறது.

இன்று டெட்ராய்ட் நகரம் கடுமையான பொருளாதாரப் பின்னடைவில் சிக்கியுள்ளது. இந்தச் சூழலில் இவ்வோவியத்தின் முக்கியத்துவம் கூடுதலாக உள்ளது. காரணம், டெட்ராய்டின் வளமையான கடந்த காலம் எப்படியிருந்தது? என்பதற்கு இதுவே சாட்சி.

ரிவேரா இயந்திரங்களின் சிக்கலான ஒருங்கிணைப்பை ஒரு அடர்ந்த புதிர்ப்பின்னல் போல வரைந்திருக்கிறார். தொழிற் கூடமென்பது இரும்பினால் உருவாக்கப்பட்ட கானகம். அதற்குள் வேலை செய்யும் தொழிலாளர்களின் முகத்தில் வெளிப்படும் தன்னை மறந்த ஈடுபாடும், வேலையின் ஒத்திசைவும் அபாரமான அழகோடு வெளிப்படுகின்றன.

சார்லி சாப்ளினின் 'மாடர்ன் டைம்ஸ்' படத்தில் ஒரு தொழிற்சாலை காட்டப்படுகிறது. அதில் சாப்ளின் ஒரு தொழிலாளராக வேலை செய்துகொண்டிருப்பார். ஒரு முறை அவர் எதிர்பாராமல் இயந்திரத்திற்குள் மாட்டிக்கொண்டுவிடவே, அவரையும் ஒரு திருகாணியாகக் கருதி மற்றொரு தொழிலாளர் அதை முடுக்கிக் கொண்டிருப்பார். அந்தக் காட்சி ஒரே நேரத்தில் வேடிக்கையான மனநிலை ஒன்றையும், தொழிற்சாலைகளுக்கு மனிதன், இயந்திரம் என்ற பேதமில்லை என்பதையும் வெளிப்படுத்துவதாக இருக்கும்.

ரிவேராவின் இந்த ஓவியத்தொகுதியைக் காணும்போதும் அத்தகைய மனநிலையே ஏற்பட்டது. அமெரிக்க தொழில்துறை வளர்ச்சியின் மீதான விமர்சனமும் வியப்பும் ஒன்றுகலந்து இவ்வோவியத்தில் காணப்படுகிறது என்பதே உண்மை.

ரிவேரா இந்த ஓவியங்களை வரைந்து கொண்டிருந்த காலத்தில்தான் பிரைடா காலோவிற்கு கர்ப்பச்சிதைவு ஏற்பட்டது. அதனால் மன வருத்தம் அடைந்த ரிவேரா, பிறக்காமல் போன தனது குழந்தையின் ஏக்கத்தையும் இந்த ஓவியத்தில் ஒரு காட்சியாக உருவாக்கியிருக்கிறார்.

ஓவியங்களை வரைவதற்கு முன்பாக போர்ட் கார் தொழிற்சாலையை நேரடியாகப் பார்வையிட்டு புகைப்படங்களை எடுத்துக் கொண்ட ரிவேரா அந்தக் காட்சிகளைத் துல்லியமாகத் தனது ஓவிய உலகிற்குள் மறுஉருவாக்கம் செய்திருக்கிறார்.

இரும்பு, நிலக்கரி, சுண்ணாம்புக்கல் மற்றும் மணல் ஆகிய நான்கு இயற்கையான பொருள்களைக் கையில் ஏந்திய நான்கு கைகள் இந்த ஓவியத்தில் காணப்படுகின்றன. இவை நான்கு வேறுபட்ட இனங்கள், வேறுபட்ட தொழில்களை மேற்கொண்டன என்பதைக் குறிக்கவே பயன்படுத்தியிருக்கிறார் ரிவேரா என்கிறார்கள்.

டெட்ராய்ட் அருங்காட்சியகம் ஒரு வாரம் முழுவதும் பார்த்தாலும் பார்த்து முடிக்கமுடியாத ஒன்று. அவ்வளவு முக்கியமான ஓவியங்கள் அங்கே காட்சிக்கு வைக்கப்பட்டுள்ளன.

அமெரிக்காவில் பல நீண்ட பகல்கொண்ட நாட்கள் இப்போது என்பதால் இரவு ஒன்பது மணி வரை கூட பகல்வெளிச்சம் பிரகாசமாக இருக்கிறது. அன்றும் ரிவேரா வளாகத்தைப் பார்த்து விட்டு வெளியே வந்து ஸ்டார்பக்ஸ் காபி ஷாப்பில் அமர்ந்தபடியே நீண்ட நேரம் பேசிக்கொண்டிருந்தோம்.

பொருளாதார வீழ்ச்சியை சந்தித்துவரும் டெட்ராய்ட் நகரின் வீதிகளில் போகின்ற வருகின்றவர்களை நிறுத்திக் காசு கேட்கும் போதையடிமைகள் பலரையும் காணமுடிந்தது.

கடுமையான வேலைநிறுத்தம், வறுமை காரணமாக ஊரில் கால்வாசிப்பேர் இடம்பெயர்ந்து போய்விட்டார்கள் என்றார்கள். ஒரு காலத்தில் உலகப் புகழ்பெற்ற நகரமாக இருந்த டெட்ராய்ட் இன்று ஒரு புதைமேடு போலத்தானிருக்கிறது என்றார் ஹரி. இவர் டெட்ராய்ட் நகரின் நிர்வாகப்பணியில் பணியாற்றுகிறார். நகரம் தனது கடன்சுமையில் இருந்து எப்படி மீட்கப் போராடுகிறது என்பதை விரிவாக விளக்கிக்கொண்டிருந்தார் ஹரி. அவர் குறிப்பிட்ட அத்தனை பிரச்சினைகளின் வேரையும் ரிவேரா தனது ஓவியத்தில் காட்சிப்படுத்தியிருப்பதைச் சுட்டிக்காட்டிக்கொண்டிருந்தேன்.

ரிவேராவின் ஓவியங்களைக் காண்பதற்கு சில நாட்களுக்கு முன்பாக டொரன்டோவில் நடைபெற்ற பிகாசோவின் ஓவியக் கண்காட்சியை ஒன்டாரியோ கலைக்கூடத்தில் கண்டிருந்தேன். ஆகவே அவர்கள் இருவருக்குமான ஒற்றுமைகள் மற்றும் ஓவியங்களின் இணைநிலை குறித்துப் பேசிக் கொண்டிருந்தேன். I've never believed in God, but I believe in Picasso என ரிவேரா ஒரு முறை சொன்னது நினைவில் வந்துபோனது.

வீழ்ச்சியடைந்த நகரங்கள் யாவும் ஒன்று போலவே இருக்கின்றன. அவற்றின் வீதிகள் சாம்பல் படிந்தவை. நகரவாசிகள் கடந்தகாலத்தின் சங்கீதத்தைத் துயரத்தோடு தங்களது மனதிற்குள் கேட்டுக்கொண்டிருப்பார்கள் என்ற பெட்ரோல்ட் பிரெக்டின் வரிகள் மனதில் தோன்றி மறைந்தன.

நவ கண்டம்

தன் கழுத்தைத் தானே அறுத்துப் பலியிட்டுக் கொள்ளும் மரபு தமிழகத்தில் தொன்மையாக இருந்து வந்திருக்கிறது.

கொற்றவையின் முன்பாகத் தன் வேண்டுதலை நிறைவேற்ற தலையை அறுத்துப் பலியிட்டு கொண்டவர்களைப் பற்றிய குறிப்புகள் உள்ளன. குறிப்பாக, கலிங்கத்துப்பரணியில் சோழ அரசின் வெற்றிக்காக இப்படித் தலையை அறுத்துப் பலி கொண்ட வீரனைப் பற்றிய செய்தி இடம்பெற்றுள்ளது.

இதுபோலவே தண்டனையாகவும் தன் தலையைத் தானே அறுத்துக்கொள்ளும் வழக்கம் இருந்திருக்கிறது. பிடிபட்ட திருடனைக் குடும்பத்துடன் ஒரு நாள் சந்தோஷமாக வாழச்செய்து மறுநாள் கோவில் முன்பாகத் தன் தலையைத் தானே அறுத்துப் பலியிட்டுக்கொள்ளும் ஒரு வழக்கு உண்டு.

இதுபோன்றே தன் குடும்ப நன்மைக்காகவும் முற்றிய நோயிலும் தன்னைப் பலி கொடுத்துக் கொண்டிருக்கிறார்கள்.

தன் கழுத்தைத்தானே அறுத்துப் பலியிட்டுக் கொள்வதையே நவகண்டம் என்பார்கள். இது ஒரு வீரச்சாவு. சாமுராய் வீரர்கள் வயிற்றைக் கிழித்து தற்கொலை செய்துகொள்வார்கள். அதற்குப் பெயர் ஹராகிரி.

ஆவிப்பலியை மெய்ப்பிக்கும் சிற்பங்களைக் கொங்கு நாட்டில் காண முடிகிறது.

ஈரோட்டின் அருகில் உள்ள விஜயமங்கலத்தில் அப்படியான நவகண்ட சிற்பங்களைக் கண்டேன். புகழ்பெற்ற விஜயமங்கல சமணக் கோவிலின் அருகாமையில் உள்ள அம்மன் கோவிலில்

நவகண்ட சிற்பங்கள் இருப்பதாக அறிந்து அதைக் காண ஈரோட்டு நண்பர்களுடன் சென்றிருந்தேன்.

அம்மன் கோவிலை இடித்துப் புதிதாகக் கட்டும் வேலைகள் நடந்துகொண்டிருந்ததால் அந்த சிற்பங்களை என்ன செய்தார்கள் என்று அறியமுடியவில்லை.

இங்கிருந்த சிற்பங்கள் எங்கே போனது என்று அருகாமையில் வேலை செய்பவர்களைக் கேட்டபோது மரத்தடியில் தூக்கிப் போட்டிருப்பதாகச் சொன்னார்கள்.

அந்த மரத்தடியில் தலைகுப்புற விழுந்து கிடந்தன சிற்பங்கள். நூற்றாண்டு பழமையானவை என்ற முக்கியத்துவம் அறியாமல் அதைத் தூக்கிப் போட்டிருந்தார்கள்.

வீரச்சாவில் இறந்தவர்களுக்கு நடுகல் வைத்து வழிபடும் பழக்கம் உண்டு. அதை சாவன்கல்லு என்று சொல்வார்கள். தாரமங்கலம் பகுதியில் இதுபோன்ற நடுகல்களைக் காணமுடிகிறது.

தன் தலைவனுக்காகக் கழுத்து அறுத்து இறந்து போதலே ஆவிப்பலி எனப்படும். ஆவிப்பலி தர முன்வருபவர்கள் செஞ் சோறு சாப்பிட்டுத் தங்களைப் பலியாக்கிக்கொள்ளப் போவதை உறுதி எடுப்பார்கள் என்று இலக்கியச் சான்றுகள் கூறுகின்றன.

இரண்டு நவகண்ட சிற்பங்கள் அங்கிருந்தன.

புரட்டி எடுக்கும் வெயிலில் அந்தச் சிற்பங்களைக் கண்டபோது தலை அறுத்துக்கொள்ளும் மனிதனின் முகம் தென்பட்டது. மிகச் சாந்தமான முகம். அறுபட்ட தன் தலை தரையில் விழுந்துவிடக்கூடாது என்பதற்காக அவன் தலைமயிரைக் கொத்தாகக் கையில் அள்ளிப் பிடித்திருக்கிறான். சாவின் பயம் அவன் முகத்தில் இல்லை. உறுதியான உடற்கட்டும் ஆரோக்கியமும் கொண்டவன் என்பது அவன் உடல்வாகில் தெரிகிறது. இறுகிய உதடுகள். பேச்சு அழிந்த முகம். அடர்ந்த புருவங்கள். கொண்டையிட்ட கேசம். கழுத்தில் மணியாரம்.

வெயில் அவன்மீது ஊர்ந்து கொண்டிருந்தது. நாங்கள் காலத்தின் முன்பு என்றோ தன்னைப் பலியாக்கிக் கொண்ட மனித உடலைக் குருதி காயாமல் காண்பது போல அருகில் அமர்ந்து பார்த்துக் கொண்டிருந்தோம்.

கையில் தொட்டு அறியாமல் சிற்பத்தை உணர முடியாது என்று நம்புகின்றவன் நான். நவகண்ட சிற்பத்தைக் கையால் தொட்டுப் பார்த்தேன். காற்றும் வெயிலும் மழையும் அரித்து கல்லைக் கரைத்திருக்கிறது.

சிற்பங்கள் நம் அகத்தோடு நேரடியாக உரையாடக்கூடியவை. அந்தச் சிற்பம் அப்படியானதோர் உச்சஉணர்ச்சியையே உருவாக்கியது. கைவிடப்பட்டு மண்ணில் முகம் புதைத்துக் கிடந்த சிற்பம், மண்ணோடு என்ன பேசியிருக்கும்? எதை நினைவு கொள்ளத் தூண்டுகிறது இச்சிற்பம்?

நீண்ட நேரம் அதையே பார்த்துக் கொண்டிருந்தேன். அந்த மனித முகம் பாஷையில்லாமல் ஏதேதோ சொல்லிக்கொண்டேயிருந்தது. சாவு முடிவன்று என்று சொல்வது போலவே தோன்றியது.

மெல்போர்ன் குளிரில் சிறுநடை

ஆஸ்திரேலியாவின் மெல்போர்ன் நகரின் மீது விமானம் அதிக வெண்பனி மூட்டம் காரணமாகப் பறந்து கொண்டேயிருந்தது. கண்ணுக்குத் தெரியாத அந்த நகரை விமானத்திலிருந்தபடியே பார்த்துக் கொண்டிருந்தேன். விடிகாலை என்றபோதும் சூரியன் வரவில்லை. இரவு வெளிச்சம் பனியின் ஊடாகக் கசிந்துகொண்டிருந்தது. விமானம் மிக மெதுவாகத் தரையிறங்கியது. விமானநிலைய வாசலுக்கு வந்தபோது கைகள் தானே நடுங்கத் துவங்கின.

என்னிடம் அதிகக் குளிராடைகள் இல்லை. நம் ஊரின் ஸ்வெட்டர்கள் அந்தக் குளிருக்குத் தாங்க முடியாமல் பனியில் உடல் நடுங்க ஆரம்பித்தது. காரில் செல்ல முடியாத அளவு பனிமூட்டம். அறைக்கு வந்து ஹுீட்டரின் அருகில் உட்கார்ந்தபடியே பகல் எப்போது துவங்கும்? எப்போது சூரியனைக் காணலாம்? என்பதற்காகக் காத்துக் கொண்டேயிருந்தேன். பனி கலைவதாகவேயில்லை. சூரியனுக்காகக் காத்துக்கொண்டிருப்பது அரிய தருணம். பொதுவாக சென்னை வாழ்க்கையில் சூரியன் இருப்பதே கண்ணுக்குத் தெரிவதில்லை. இங்கே சூரியன்தான் உஷ்ணம் தரப்போகின்றவன். சூரியனின் வருகை ஏன் தாமதமாகிறது? என்று கண்ணாடி ஜன்னலின் வெளியே தெரியும் ஆகாயத்தைப் பார்த்துக் கொண்டிருந்தேன். மணி ஏழரை ஆகியிருந்தது. வெளியே மக்கள் நடமாட்டம் துவங்கியிருந்தது. காபி ஷாப்பில் போய் ஒரு காபி குடிக்கலாம் என்று வீதிக்கு வந்தபோது பரபரப்பாக மக்கள் அலுவலகம் சென்றுகொண்டிருந்தார்கள். நகரம் துடைத்து வைத்தது போல அத்தனை அழகாக இருந்தது. புகைமூட்டத்தினுள் மக்கள் மறைந்து போவதைக் காண்பது விசித்திரமாக இருந்தது.

மெல்போர்ன், உலகின் மிக அழகான நகரங்களில் ஒன்று. மெல்போர்ன் விக்டோரியா மாகாணத்தின் தலைநகரம். ஆஸ்திரேலியாவின் இரண்டாவது பெரிய நகரமிது. 1835களில் மெல்போர்ன் நகரம் உருவாகியது என்கிறார்கள். மெல்போர்னின் பருவநிலை எப்போதும் ஒரு சீராக இருப்பதில்லை. ஒரு நாளில் மழை, வெயில் குளிர் என ஆறு வானிலைகள் மாறுகின்றன. மழையைக் கண்டு ஓடும் ஒருவரைக்கூட நான் காணவேயில்லை.

சாலையோரக்கடையில் இருந்த திராட்சைப் பழங்களைக் கண்டதும் அங்கேயே நின்றுவிட்டேன். அவ்வளவு பெரிய திராட்சைப் பழங்களைக் காண்பது அபூர்வம். ஒரு திராட்சை எலுமிச்சைப் பழ அளவில் இருந்தது. விதவிதமான பழங்கள், திராட்சையின் ருசி நமது திராட்சையில் இருந்து மிகவும் வேறுபட்டிருந்தது. தண்ணீரை விட ஒயின் விலை குறைவு என்றார்கள். யாரா நதி ஊரின் நடுவிலே ஓடுகிறது. ஆஸ்திரேலியப் பழங்குடி மக்களான உருஞ்சேரி இனத்தவர் இந்த ஆற்றினை பிரராங் என அழைத்தார்கள். ஆஸ்திரேலியா இன்னமும் பிரிட்டிஷ் காலனியப் பாதிப்பில் இருந்து விடுபடவில்லை. அதன் கட்டிடங்கள், சாலைகள் யாவும் பிரிட்டிஷ் காலனிய மிச்சங்களாகவே இருக்கின்றன. இன்றும் விக்டோரியா மகாராணியின் பிறந்த நாளை விசேஷமாகக் கொண்டாடுகிறார்கள்.

ஒரு காலத்தில் பிரிட்டிஷ் காலனியின் தண்டனைக் கூடமாகத் தானே ஆஸ்திரேலியா விளங்கியது. பெரிய நகரங்கள் அமெரிக்கத் தன்மையுடனும், பண்ணை சார்ந்த கிராமங்கள் பிரிட்டிஷ் கிராமங்களைப் போன்றுமிருந்தன. பள்ளிச் சிறுவர்கள் சாலையைக் கடப்பதைப் பார்த்துக்கொண்டிருந்தேன். கல்லூரி மாணவர்களைப் போல உடற்கட்டும் உயரமும் கொண்டிருந்த அந்த மாணவர்களின் நடையில் இருந்த கம்பீரம் எனக்குப் பிடித்திருந்தது. நதியை நோக்கி நடக்க ஆரம்பித்தேன். சாலைகளில் மக்கள் ஒருவர் மீது மற்றவர் இடித்துக்கொள்ளாமல் ஆனால் வேகமாக நடக்கிறார்கள். மேடும் பள்ளமுமாக ஏறி இறங்கும் சாலைகள், எறும்புகள் ஊர்வது போல வரிசை வரிசையாகச் செல்லும் கார்கள் என மெல்போர்னின் காலை ரம்மியமாக இருந்தது. குளிருடன் நடந்து சென்று கொண்டிருந்தபோது நிறைய இந்திய முகங்களைக் காண முடிந்தது.

யாரா நதி மெல்போர்னில் இருந்து இருநூற்று நாற்பது கிலோ மீட்டர் தொலைவில் உள்ள யாரா மலைகளில் பிறந்து சமவெளிகள் வழியாக ஓடிவந்து மெல்போர்ன் அருகே உள்ள ஹாப்ஸன் குடாவில் கடலில் கலக்கிறது. ஆற்றின் கரையை ஒட்டி நிறைய உணவகங்களும் இசைக்கேற்றபடி எழுந்து வீழ்ந்து

எஸ்.ராமகிருஷ்ணன்

ஆடும் செயற்கை நீர்ப்பொழிவுகளும் காணப்படுகின்றன. யாரா ஆற்றின் இரண்டு கரைகளையும் இணைக்கும் அழகான நடைப்பாலம் சற்று மேலெழுந்து வளைந்து காட்சியளிக்கிறது. அதன் தோற்றம் பனிமூட்டத்துடன் காண அழகாக இருந்தது. மெல்போர்ன் நகரத்தில் பழமையான கட்டிடங்களை அப்படியே விட்டு வைத்திருக்கிறார்கள். அவை வரலாற்றுச் சின்னங்கள், இந்தக் கட்டிடங்களின் புறத் தோற்றம்தான் அப்படியே இருக்கிறது. உள்ளே நிறைய மாற்றங்கள், நவீனமயமாக்கம் நடைபெற்றிருக்கின்றன.

ஆஸ்திரேலியாவின் முக்கிய விளையாட்டுகளில் ஒன்று புட்டி இது பேஸ்பால் போன்ற ஒரு விளையாட்டு. அந்தப் பந்தைப் பிடுங்கிக்கொண்டு ஓடி எறிய வேண்டும். மெல்போர்னில் எண்ணிக்கையற்ற மைதானங்கள். ஒரு மைதானத்தில் புட்டி விளையாடிக்கொண்டிருப்பதை வேடிக்கை பார்த்தபடியே நின்றிருந்தேன். மெல்ல காலை வெளிச்சம் பரவ ஆரம்பித்தது. சூரியனின் முகத்தைக் காண்பது மகிழ்ச்சி அளித்தது. சூரியன் வெளிச்சத்தில் வெப்பமேயில்லை. நேரடியாகச் சூரியனை நிமிர்ந்து பார்க்கக்கூடாது. யூவி கதிர்வீச்சின் பாதிப்பு இருக்கும் என்றார் அருகில் இருந்த வெள்ளைக்காரர்.

மெல்போர்னில் இருந்த முப்பது நாட்களில் இலவசமாக ஊரைச் சுற்றிக் காட்டும் டிராமில் ஏறி நகர் முழுவதும் அலைந்து கொண்டேயிருந்தேன். ஊர், பகலில் ஒரு விதமாகவும் இரவில் இன்னொரு தோற்றத்திலும் இருக்கிறது. இரவில் காணும் மெல் போர்ன் ஒளிவெள்ளத்தில் நிரம்பியது. இசையும், ஆட்டமும், சூதும் நிரம்பியதாக இருக்கிறது.

மெல்போர்னில் கிரௌன் என்ற பெரிய காசினோ உள்ளது. இது உலகின் மிகப்பெரிய சூதாட்ட விடுதிகளில் ஒன்று. விடுமுறை நாளில் உள்ளே திருவிழா கூட்டம். போக்கர் இயந்திரங்களும், விதவிதமாகச் சீட்டாடும் மேஜைகளும் அந்த உலகம் புதிரான ஒன்றாக இருந்தது. சீனர்கள் தான் அதிகமும் சூதாடுகிறார்கள். சீனர்களுக்கு சூதில் மிகப்பெரிய விருப்பம், தோற்பதைப் பற்றி கவலைப்படாமல் விளையாடுகிறார்கள். ஒரு மிஷினில் ஐந்து டாலர் போட்டு விளையாடினேன். பத்து டாலர் கிடைத்தது. இது ஒரு தூண்டில். மேலும் விளையாடினால் தோற்றுப்போய் விடுவீர்கள் என்று நண்பர் இழுத்துக் கொண்டு போனார். உலகில் ஏதோவொரு மூலையில் நடக்கும் நாய்ப் பந்தயம்கூட இங்கே சூதாட்டமாக மாற்றப்பட்டிருக்கிறது.

158 இலக்கற்ற பயணி

மெல்போர்ன் நகரில் நான் அதிக நேரம் செலவிட்ட இடம் தேசியக்கலைக்கூடம் மற்றும் அருங்காட்சியகம். காணக்கிடைக்காத அரிய ஓவியங்கள் இங்கே காட்சிக்கு வைக்கப்பட்டிருக்கின்றன. ஆஸ்திரேலிய நிலக்காட்சி ஓவியங்கள் வசீகரமானவை. பிகாசோ, ரெனார், மோனே ஆகியோரின் புகழ்பெற்ற பல ஓவியங்கள் இங்கே காட்சிப்படுத்தப்பட்டுள்ளன. நவீன ஓவியம் குறித்த பயிற்சி வகுப்புகளையும் இங்கே நடத்துகிறார்கள்.

ஆஸ்திரேலியாவில் இருந்து இலக்கியத்திற்காக நோபல் பரிசு பெற்ற பேட்ரிக் வொயிட் பற்றி அங்கே ஒருவருக்கும் தெரியவில்லை. ஆஸ்திரேலியாவின் பழங்குடி இலக்கியங்கள் பற்றி நிறைய வாசித்தேன். பழங்குடி மக்களை பிரிட்டிஷ்காரர்கள் எப்படி அழித்தார்கள்? என்ற வரலாறு நெஞ்சை உலுக்குகிறது. வார இறுதி நாளில் மெல்போர்னில் பழங்குடி மக்களின் கலைப்பொருள் சந்தை ஒன்று நடக்கிறது. அதற்கும் சென்றிருந்தேன். விதவிதமான அழகிய கலைப்பொருள்கள். பூமராங்ஒன்றினை அங்கிருந்து வாங்கினேன்.

டிஜிரூரு என்ற ஆஸ்திரேலிய பழங்குடி இனவாத்தியக் கருவி முக்கியமானது. அது காட்டில் உள்ள ஒருவகை மரத்தை அப்படியே வெட்டி எடுத்து வந்து வாசிக்கக்கூடிய கருவி. அந்த இசைக்கருவியைக் கொண்டு நடத்தப்பட்ட இசை நிகழ்ச்சி ஒன்றினைக் கண்டேன். காடு அதிர்வது போன்ற அதீத உணர்ச்சி நிலையை உருவாக்கியது அக்கருவி. ஓவியக்கூடத்தில் நெட் கெல்லி என்ற போராளியைப் பற்றி நிறைய ஓவியங்கள் இடம் பெற்றிருந்தன. மியூசிய வழிகாட்டிதான் நெட்கெல்லியின் சிறைச்சாலை காட்சியகமாக வைக்கப்பட்டிருப்பதைச் சொன்னான். மறுநாள் அதைக்காண்பதற்காகச் சென்றிருந்தேன்.

வெள்ளை அதிகாரத்திற்கு எதிராகப் போராடிப் பிடிபட்டுத் தூக்கிலிடப்பட்ட அவரை ஆஸ்திரேலியா மக்கள் போராளியாகக் கொண்டாடுகிறார்கள். நெட் கெல்லி (Ned Kelly) அடைத்து வைக்கப்பட்ட மெல்போர்னில் உள்ள நூற்றாண்டுப் பழமையான கோல் (Gaol) எனும் சிறைச்சாலையைப் பார்வையிட்டேன். இருண்ட சிறைச்சாலை என்பதால் ஜெயில் என்பதற்குப் பதிலாக கோல் எனக் குறிப்பிடுகின்றனர். இது குகை என்று பொருள்படும் லத்தீன் மொழியின் கொச்சைச் சொல்லாகும். மெல்போர்ன் நகரின் ரஸ்ஸல் வீதி அருகில் உள்ள இந்தச் சிறைச்சாலை மூன்று தளங்களைக் கொண்டது. 1864இல் கட்டப்பட்டிருக்கிறது. இதில் 135 பேர் தூக்கிலிடப்பட்டிருக்கிறார்கள். அதில் ஒருவர் நெட் கெல்லி. தற்போது மியூசியமாகப் பாதுகாத்து வைக்கப்பட்டிருக்கும்

இந்தச் சிறைச் சாலை இரண்டாம் உலக யுத்தத்தின் போது யுத்தக் கைதிகளை அடைத்து வைக்கும் இடமாகச் செயல்பட்டிருக்கிறது.

சிறைச்சாலையின் வெளிச்சுவர்களைக் காணும்போது அந்த மான் சிறைச்சாலை நினைவிற்கு வந்தது. பார்வையிட உள்ளே நடந்தபோது கல்லால் ஆன அந்தக் கட்டிடத்தின் மௌனத்தில் கைதிகளின் மூச்சொலிகள் படிந்திருப்பதை உணர முடிந்தது. குளிர்காலத்தில் பனிக்கட்டியின் மேல் படுத்துக்கிடப்பது போல உடல் ஜில்லிட்டு விடும். அறைகளுக்குள் வெளிச்சமும் வராது. இருட்டுக்குள் ஒரு சவப்பெட்டியில் படுத்திருப்பது போன்றே இதற்குள் கைதிகள் வாழ்ந்தார்கள் என்று அதைச் சுற்றிக் காட்டியவர் சொல்லிக்கொண்டு வந்தார். சிறைச்சாலைகளின் நினைவுகள் சொல்லில் அடங்காதவை.

தஸ்தாயெவ்ஸ்கி 'மரணவீட்டின் குறிப்புகள்' என்று ஒரு குறுநாவலை எழுதியிருப்பார். அது சைபீரியச் சிறைச்சாலையைப் பற்றியது. அதுபோல எண்ணிக்கையற்ற கதைகள் இந்தச் சுவர்களுக்குள் புதைந்திருப்பதை உணர முடிந்தது.

இதே சிறைச்சாலையை இரவில் பார்த்தால் நன்றாக இருக்கும். மறுநாள் திரும்பவும் வரலாம் என்றார் நண்பர். அதன்படியே மறுநாள் இரவு வந்த போது மெழுகுவர்த்தியின் வெளிச்சத்தோடு சிறைச்சாலைக்கு அழைத்துச் சென்றார்கள். கண்முன்னே காலம் நழுவி வேறு ஒரு நூற்றாண்டின் இருண்ட பாதையில் தனியே நடந்து போய்க்கொண்டிருப்பது போன்ற உணர்வு உண்டானது. மெழுகுவர்த்தியின் வெளிச்சம் சுவர்களில் ஏறி நடமாடும்போது சிறைக்கூடம் விசித்திரமானதாகத் தெரிந்தது. நிழல்கள் சரிந்து செல்கையில் அது முன்நடப்பவர்களின் நிழல்கள்தானா? இல்லை முந்தைய காலத்தின் நிழலா? எனத் தெரியாத குழப்பம் உண்டானது. வழியில் எங்காவது நெட் கெல்லியே நேரில் வந்துவிடுவாரோ? என்றுகூடத் தோன்றியது.

சிறைச்சாலைகளில் கவியும் இருட்டு பிசுபிசுப்பானது. அதில் முகம் காட்டாத மனிதனின் அழுகை கலந்திருக்கிறது. ஒரு தாய் குழந்தையை அரவணைப்பது போல சிறையிலிருந்தவர்களை இருட்டு அரவணைத்து வேதனைகளைப் பகிர்ந்து கொண்டிருக்கிறது. அந்த இரவில் பதினைந்து பேருக்கும் குறைவாகவே சிறைச்சாலையைப் பார்வையிட்டோம். யாவர் முகமும் சிறையின் உள்ளே சென்றவுடன் இறுக்கமடைந்தும் ஒடுங்கியும் மொழிகடந்த மயக்கத்துடன் இருப்பதைக் காண முடிந்தது.

நெட் கெல்லி அடைத்து வைக்கப்பட்டிருந்த சிறையைத் திறந்து உள்ளே சில நிமிடங்கள் தனித்து நிற்க அனுமதித்தார்கள். அந்தச் சிறையின் சுவர்களைத் தடவிப்பார்த்தேன். கருங்கற்கள். ஒரு காலத்தில் எங்கோ ஒரு மலையாக இருந்திருக்கக்கூடும். அந்தச் சுவர்கள் குளிர்ச்சியோடு காணப்பட்டன. இதே சுவரை நெட் கெல்லியும் தடவியிருப்பான் என்று அந்த நிமிடத்தில் தோன்றியது.

நெட் கெல்லி சாகும்போது அங்கிருந்தவர்களைப் பார்த்து இவ்வளவுதான் வாழ்வு என்று சொன்னதாகவும் அது இன்று வரை மிக முக்கிய அரசியல் பிரகடனம் போலச் சொல்லப்பட்டு வருவதாகவும் சிறைக் காப்பாளர் சொன்னார். நெட் கெல்லியின் உடற்கவசங்களும் துப்பாக்கியும் அவரது முகக்காப்பும் ஓர் இடத்தில் காட்சிக்கு வைக்கப்பட்டிருந்தன. வன்முறையின் முதல் களம் உடல் தான் இல்லையா? அதிகாரத்தின் பெயரால் மனிதவதை, காலம் காலமாக நடந்துகொண்டேதானிருக்கிறது.

ஒரு மணி நேரத்திற்குப் பிறகு சிறையை விட்டு வெளியே வந்து மெல்போர்னின் குளிர் நிரம்பிய வீதியில் காரில் சென்றபோதும் நெட் கெல்லி நினைவில் கூடவே வந்துகொண்டிருந்தார். அங்கிருந்த நாட்களில் நெட் கெல்லியைப் பற்றிய திரைப்படங்களைப் பார்த்தேன். அவரைப்பற்றிய புத்தகங்களை வாசித்தேன். காமிக்ஸ் புத்தகங்கள், கதைப்பாடல்கள் என்று அவரை மக்கள் கொண்டாடுகிறார்கள். காலனிய அதிகாரத்தால் தொடர்ந்து துன்புறுத்தப்பட்டு அவர்களை எதிர்த்துப் போராடிய ஒருவனின் கதைதான் நெட் கெல்லியின் வாழ்வு.

நெட் கெல்லியின் அப்பா ஜான் ரெட்கெல்லி அயர்லாந்தைச் சேர்ந்தவர். இவர் இரண்டு பன்றிகளைத் திருடியதற்காக ஏழு வருடகாலம் டாஸ்மேனியாவில் உள்ள சிறை ஒன்றிற்கு அனுப்பப்பட்டு தண்டனை பெற்றார். தண்டனை முடிந்து திரும்பிய ஜான் கெல்லி, பிலிப் துறைமுகத்திற்கு வந்து இறங்கி விக்டோரியாவில் வாழ்ந்து வந்த எலன் என்ற பெண்ணைத் திருமணம் செய்து கொண்டு அருகாமையிலே ஒரு பால் பண்ணை அமைத்துக் கொண்டு வாழத்துவங்கினார். எட்டுக் குழந்தைகள் பிறந்தன. அதில் ஒருவர்தான் நெட் கெல்லி. 1854 ஆண்டு டிசம்பரில் நெட் கெல்லி பிறந்தார்.

நெட் கெல்லிக்கு குதிரைகளைப் பழக்குவதில் நல்ல திறமை இருந்தது. அதுபோலவே துப்பாக்கி சுடுவதிலும் மிகுந்த தேர்ச்சி கொண்டிருந்தார். அந்த நாட்களில் நிக்கோல்சன் என்ற காவல் துறை அதிகாரி நெட் கெல்லியின் வீடு திருடர்களுக்குப் புகலிடம் கொடுக்கிறது என்று சந்தேகப்பட்டு அவரது

எஸ்.ராமகிருஷ்ணன்

அம்மாவை விசாரணைக்கு அழைத்துச்சென்று சித்ரவதை செய்து அவமானப்படுத்தினார். அதை அறிந்த நெட் கெல்லி ஆத்திரமாகி போலீஸாரின் குதிரையைத் திருடிவிட்டார். இது அவருக்கும் காவல்துறைக்கும் இடையே விரோதத்தை வளர்த்தது. தனது 14ஆவது வயதில் ஒரு சீனாக்காரனை அடித்தார் என்று குற்றம் சாட்டி நெட் கெல்லி பத்து நாட்கள் சிறையில் அடைக்கப்பட்டார். முடிவில் இந்த வழக்கு நீதிமன்றத்தில் தள்ளுபடி செய்யப்பட்டது.

ஆனால் சில வருடங்களின் பின்பு போலீஸ் அவரை மான் வேட்டையாடினார் என்று கைது செய்து சிறையில் அடைத்தது. தொடர்ந்த போலீஸ் கொடுமையால் அவதிப்பட்ட நெட் கெல்லி சிறையில் இருந்து வெளியே வந்தவுடன் அவர்களை எதிர்க்கத் துவங்கினார். குத்துச்சண்டை வீரராக இருந்த அவருக்கு இயற்கை யான மன உறுதியும் போராடும் குணமும் இருந்தது. வெள்ளைக் காரர்களை எதிர்த்துப் போராட தன்னுடன் சில நண்பர்களையும் சேர்த்துக்கொண்டார்.

பணக்காரர்களின் குதிரைகளைத் திருடுவது, ஏழை மக்களுக்கு உதவி செய்யக் கொள்ளையடிப்பது என்று ராபின்ஹூட் பாணியில் செயல்படத் துவங்கினார். அது ஆளும் வெள்ளையர்களுக்குச் சவாலாக அமைந்தது. நெட் கெல்லியைக் கைது செய்வதற்காகப் பெரிய போலீஸ்படையே துரத்தியது. ஆனால் அவர்களால் கைது செய்யவே முடியவில்லை. புதர்களில், கானகங்களில் ஒளிந்து மறைந்து வாழ்ந்த நெட் கெல்லி தனது செயல்பாட்டிற்கான நியாயத்தை மக்கள் அறிய வேண்டும் என்பதற்காக ஒரு பத்திரிகை அலுவலகத்திற்குச் சென்று தனது அறிக்கையை வெளியிடும்படி மிரட்டி வெளியிட வைத்தார். மக்கள் அவர் பக்கம் நின்றார்கள். அதிகாரம் அவரைக் குற்றவாளி என்றது. நெட் கெல்லி தன்னை அழிக்க நினைப்பவர்களை வேட்டையாடத் தயங்கவேயில்லை.

இதனால் அவர் மீது குற்றங்களின் பட்டியல் ஏறிக் கொண்டே போனது. அவரைப் பிடிப்பதற்காகத் தனிப்படை அமைக்கப்பட்டது. அவர்கள் நெட் கெல்லியின் வீட்டில் இருந்தவர்களை சித்ரவதை செய்து சிறையில் அடைத்தபோதும் அவரைப் பிடிக்க முடியவில்லை. முடிவில் அவரது நண்பர்களில் ஒருவனே பணத்திற்கு ஆசைப்பட்டு நெட் கெல்லியைக் காட்டிக் கொடுத்தான். போலீஸ் படை அவரைச் சுற்றி வளைத்தது. பெரிய துப்பாக்கிச் சண்டைக்குப் பின்பு பிடிபட்ட நெட்கெல்லி கோல் சிறையில் அடைக்கப்பட்டு பொது விசாரணைக்குப் பிறகு தூக்கிலிடப்பட்டார். 1880 நவம்பர் 11இல் நெட் கெல்லி கொல்லப்பட்டபோது அவருக்கு வயது 25.

பிரிட்டிஷ் காலனியாக இருந்த ஆஸ்திரேலியாவை, வெவ்வேறு நாடுகளில் அதிகாரத்தை எதிர்ப்பவர்களைப் பிடித்து வந்து அடைக்கும் பீனல் காலனியாகவே பிரிட்டிஷ் அரசாங்கம் வைத்திருந்தது. ஆஸ்திரேலியாவின் பூர்வகுடிமக்களை ஒடுக்கி அழித்து இன்றும் இரண்டாம் தர பிரஜைகளைப் போலவே வைத்திருக்கிறது. அபார்ஜினல்ஸ் எனப்படும் ஆஸ்திரேலிய பூர்வகுடி மக்களின் வசிப்படங்களைத் தேடிச் சென்று பார்த்தேன்.

அவர்கள் தங்கள் வரலாற்றைக் கனவுக்காலம் என்று குறிப்பிடுகிறார்கள். கனவுக்காலம் பல பகுதிகளை உடையது. பிரபஞ்சம் எப்படித் தோன்றியது? மனிதர்கள் எப்படிப் படைக்கப்பட்டார்கள்? மனிதர்கள் பூமியில் எப்படி நடந்து கொள்ள வேண்டும்? என்று கடவுள் இட்ட கட்டளைகள் எனக் கிளைகளாக விரிகிறது இந்தச் சரித்திரம். ஆண்—பெண் தெய்வங்களால் உலகம் படைக்கப்பட்டது என்ற நம்பிக்கை அவர்களிடம் இருக்கிறது. கனவு காணுதல் என்பதைக் காலத்தைக் கடந்து செல்வது என்றே அவர்கள் நம்புகிறார்கள்.

கனவுக்காலத்தின் கதைகள் தலைமுறைதோறும் வாய்மொழி மரபாகவே சொல்லப்பட்டு வருகின்றன. இன்றும் கதை சொல்லிகள் அதிகம் உள்ள தேசம் ஆஸ்திரேலியா. பூர்வகுடிகளின் இசைக் கருவிகளில் மிக முக்கியமானது டிஜிரூரூ. இது காடுகளில் காணப்படும் அதிசய மரம், மூங்கில் போன்று உள்ளே சதைப்பற்று இல்லாத இம்மரத்தை அப்படியே அறுத்து வந்து அதை இசைக் கருவியாக்கி வாசிக்கிறார்கள். கானகத்தின் விசித்திர இசையை அது வெளிப்படுத்துகிறது. மிக அருமையான இசையது.

தன் இறப்பின் பிறகு மனிதர்கள் மீண்டும் மிருகங்களாக, நட்சத்திரங்களாக, குன்றுகளாக ஏன் நம் வீட்டில் அன்றாடம் பயன்படும் கத்தி, அடுப்பு, தண்ணீர்ப்பானை என ஏதோவொரு வடிவம் எடுத்து விடுகிறார்கள். ஆகவே அவை யாவற்றிற்குள்ளும் பழமையான நினைவுகள் புதைந்திருக்கின்றன. அவற்றை வெளிப்படுத்தும் தருணங்கள் அரிதாகவே ஏற்படுகின்றன என்று பூர்வ குடிகள் சொல்கிறார்கள். கதைகளின் வழியே பாதுகாக்கப்படவேண்டிய நினைவுகள் ஓர் இடம் விட்டு இன்னோர் இடத்திற்கு எனக் கடந்து கொண்டிருக்கின்றன என்கிறார்கள் பூர்வகுடி மக்கள். நெட் கெல்லியும் இன்று கதையாகவே இருக்கிறார்.

நயாகரா முன்னால்

'**வா**ழ்விலே ஒரு முறை' என அசோக மித்திரன் கதை ஒன்றுக்குத் தலைப்பு வைத்திருப்பார். நயாகரா அருவியின் முன்னால் நின்றபோது அந்தத் தலைப்புதான் நினைவிற்கு வந்து போனது.

இந்தியாவில் எத்தனையோ அருவிகளைக் கண்டிருக்கிறேன் என்றபோதும் நயாகராவின் முன்னால் நின்றபோது பேச்சற்றுப்போய் கண்களின் போதாமையை உணர்ந்தவனைப் போல பிரமித்து நின்றிருந்தேன். வாழ்வில் ஒரு முறை நயாகராவைப் பார்ப்பது பேறு. பலமுறை காணக் கிடைத்தவர்கள் பெரும் அதிர்ஷ்டசாலிகள். இயற்கை எவ்வளவு விந்தையானது என்பதற்கு நயாகராவே சாட்சி. டொரண்டோவிற்கு வந்து இறங்கிய நாளே கனடா செல்வம் இந்த வார இறுதியில் நயாகராவிற்குப் போய்வரலாம் என்று சொல்லியிருந்தார். என்னுடன் நண்பர்கள் ஆன்டனி ஜீவா, செழியன் மற்றும் சிலர் வருவதாகத் திட்டம். காலையில் கிளம்பி மதியத்திற்கு நயாகரா சென்றுவிட்டு இரவு அலங்கார வெளிச்சத்தில் நயாகராவைக் காண வேண்டும் என்று திட்டமிட்டிருந்தோம்.

நயாகராவைப் பற்றி பாடப்புத்தகங்களில் வாசித்திருந்தபோதும், திரைப்படங்களில் பார்த்திருந்தபோதும், அதனை நேர் நின்று காணும்போது அடையும் மனவெழுச்சியை சொல்லில் வெளிப்படுத்துவது எளிதானதில்லை. மர்லின் மன்றோ 'நயாகரா' என்றொரு படம் நடித்திருக்கிறார். கதை நயாகராவிற்கு வரும் காதல்ஜோடி பற்றியது. நயாகரா அருவியை மர்லின் மன்றோ தனது அறையில் இருந்தபடியே பார்த்துக் கொண்டேயிருப்பார். அதில் அருவியை 'how big they are and how small I am' என்றொரு வசனம்

இடம் பெறும். அந்த வார்த்தைகள் எவ்வளவு பொருத்தமானவை என்பதை நயாகராவின் முன்னால் நின்றபோது முழுமையாக உணர்ந்தேன்.

நயாகராவைக் காண்பது என்பது மாபெரும் அனுபவம். அது ஓர் அருவியின் முன்நிற்கும் நிமிடம் மட்டுமில்லை. மனிதர்கள் எவ்வளவு சிறியவர்கள் என்பதை உணரும் தருணம். இயற்கையின் வலிமையை இந்த உலகில் எவராலும் கட்டுப்படுத்த முடியாது என்பதை நயாகரா நிரூபணம் செய்கிறது. ஓடுகிற ஆறுதான் பொங்கி எழுந்து ஆவேசத்துடன் நீர்வீழ்ச்சியாகப் பாய்கிறது, தண்ணீரை இதுவரை நாம் கண்டிராத மாயமான திரவமாக மாற்றிக் காட்டுகிறது.

நயாகராவின் ஓசையைக் காரில் வரும்போது தொலைவில் இருந்தபடி கேட்கத்துவங்கினேன். அருவி கண்ணில் தென்படுவதற்கு முன்பு அதன் ஓசையைக் கேட்பது எத்தனை சந்தோஷமளிக்கிறது. ஒரு சிறுவனைப் போல அருவி எந்தத் திசையில் இருக்கும் என அண்ணாந்து பார்த்தபடியே வந்தேன். வழக்கமாக நாம் அருவி என்றவுடன் மலையின் உயரத்தில் இருந்து விழுவதைத் தானே கண்டிருக்கிறோம். நயாகராவில் அப்படியில்லை. அது சமதளத்தில் ஓடி பெரும் பள்ளத்தில் பொங்கி வழிகிறது.

கனடாவிற்கும் ஐக்கிய அமெரிக்க நாடுகளுக்குமான எல்லையில் ஓடும் சுமார் 56 கி.மீ நீளமுள்ள நயாகரா ஆற்றின் பாதி தொலைவில் அமைந்துள்ளது அருவி. இது இரண்டு பெரிய அருவிகளைக் கொண்டது. கனடா பகுதியில் ஹார்ஸ் ஷூ அருவி என ஆங்கிலத்தில் வழங்கப்படும் குதிரை லாட அருவியாகவும், பப்பல்லோ பகுதியில் அமெரிக்க அருவியாகவும் விழுகின்றது.

குதிரை லாட அருவி 792 மீ அகலம் கொண்டது. உயரம் 53 மீ நயாகரா அருவியானது மிகவும் அகலமானது. அமெரிக்கன் அருவி 55 மீ உயரமும், 305 மீ அகலமும் கொண்டது. நயாகரா பேரருவியில் ஆறு மில்லியன் கன அடிக்கு அதிகமான நீரானது ஒவ்வொரு நிமிடமும் பாய்ந்து செல்கிறது. நயாகரா நீர்வீழ்ச்சியைக் காண ஆண்டுதோறும் 10 மில்லியன் மக்கள் வந்துபோகிறார்கள். இப்பேரருவி சுமார் 12,000 ஆண்டுகளுக்கும் முன்னர் தோன்றியது என்றும், முன்பு இப்பொழுதிருக்கும் இடத்தில் இருந்து 11 கி.மீ. தொலைவில் உள்ள லூயிஸ்டன் என்னும் இடத்தில் இருந்ததாகவும் சொல்கிறார்கள்.

அமெரிக்காவின் வட கிழக்கிலே உள்ள ஐம்பெரும் நன்னீர் ஏரிகளில் உள்ள மூன்று ஏரி நீரும் சிறிய ஏரியாகிய ஈரி என்னும்

ஏரியின் வழியாகப் பாய்ந்தோடுகிறது. இந்த ஈரி ஏரியில் இருந்து நீரானது அதைவிட கீழான நிலப்பகுதியில் அமைந்துள்ள ஒன்டாரியோ ஏரியில் விழுகின்றது, இப்படிப் பாயும் ஆறுதான் நயாகரா.

குதிரை லாட அருவி அருகே செல்லும் படகுப்பயணத்தின் பெயர் “மெய்ட் ஆஃப் த மிஸ்ட்”. இதன்மூலம் விசேஷமான நீர்க்கவச உடை அணிந்துகொண்டு குதிரை லாட அருவி மிக அருகே செல்ல முடியும். அமெரிக்கப் பகுதியிலிருந்தும் கனேடியப் பகுதியிலிருந்தும் இதற்கான படகுகள் செல்கின்றன. நயாகராவில் அமெரிக்காவையும் கனடாவையும் வானவில் பாலம் இணைக்கிறது. இது நயாகரா அருவி அருகில் உள்ளது. நயாகரா என்று அருவிக்குப் பெயர் வந்ததற்கு அது மோகாக் என்ற பழங்குடியினரின் சொல் என்றும் நயாக்கராராகே என்ற இனத்தின் பெயர் எனவும் பல்வேறுவிதமாகக் கூறுகிறார்கள். எப்படியாக இருந்தாலும் இதன் பெயர் பழங்குடியினர்கள் வைத்த ஒன்றே.

நயாகரா நீர்வீழ்ச்சி மிக முக்கிய சுற்றுலாத் தலமாக விளங்குகிறது. அங்கே காசினோ எனும் சூதாட்ட விடுதி துவங்கி, பல்வேறு உணவகங்கள், கேளிக்கை விளையாட்டுகள், பொழுதுபோக்கு பூங்காக்கள், தங்குமிடங்கள் உள்ளன. அருவியைப் பார்த்தபடி உள்ள அறைகளுக்கு ஏக கிராக்கி. அதுவும் அருவியின் அருகாமையில் உள்ள உணவுவிடுதியில் இரவு வெளிச்சத்தில் அருவியைப் பார்த்த படியே உணவு அருந்த பெரும் போட்டி நிலவுகிறது. நயாகரா அருவி விழும் ஒன்டாரியா பகுதி சிறுநகராக உள்ளது. அந்த ஊர் முழுவதும் அருவியில் தெறித்துவிழும் நீர், சாரலுடன் கூடிய புகையாக மாறி நம்மைச் சிலிர்க்க வைக்கிறது. அழகாக வடிவமைக்கப்பட்ட பாதைகள், பூங்காக்கள், அருகில் நின்று பார்ப்பதற்கு ஏதுவாக அமைக்கப்பட்ட தடுப்புச் சுவர்கள். எவ்வளவு எட்டிப்பார்த்தாலும் அடியாழம் காண முடியாத அருவியின் பாய்ச்சல்.

நான் சென்றிருந்த நாளுக்கு இரண்டு நாட்கள் முன்பாக நிக் வாலாண்டா என்ற ஒருவர் நயாகரா அருவியின் குறுக்கே கம்பியில் நடந்து காட்டி சாதனை செய்தார். அதைப் பார்க்க லட்சக்கணக்கான மக்கள் திரண்டிருந்தார்கள். அந்த நிகழ்ச்சியை நான் தொலைக்காட்சியில் நேரடியாகப் பார்த்தேன்.

நயாகராவின் குறுக்கே ஒற்றை மனிதன் தனியே நடந்து போகிறான், ஒரு பக்கம் சுழன்று அடிக்கும் காற்று; இன்னொரு பக்கம் பனிமூட்டம். அவன் கண்களில் பயமில்லை. ஒவ்வொரு அடியும் மெதுவாக எடுத்துவைக்கிறான். பார்வையாளர்கள் முகம்

பயத்தில் உறைந்து போயிருக்கிறது. ஒரு அடி தவறாக எடுத்து வைத்தால் நீர்வீழ்ச்சிக்குப் பலியாகிவிடுவான். அவன் கம்பியில் நடந்து புகைமூட்டமாக உள்ள அருவியின் நடுப்பகுதியில் போய் நின்று ஒரு நிமிடம் கீழே குனிந்து பார்க்கிறான். என்ன ஒரு அற்புதமான தருணமது! எந்த மனிதனுக்கும் கிடைக்காத அரிய வாய்ப்பு அது. அவன் அருவியின் பிரம்மாண்டத்தை முழுமையாகக் கண்டு எழுந்தவன் போல கண்களைத் தாழ்த்திக் கொண்டு மறுபடி நடக்கத் துவங்குகிறான். அந்த ஒரு நிமிடம் வரலாற்றின் அரிய கணமாகப் பதிவாகிறது.

வெற்றிகரமாக அருவியைக் கடந்து மறுபக்கம் வந்து இறங்குகிறான். மக்கள் கைதட்டுகிறார்கள், ஆரவாரம் செய்கிறார்கள். அமெரிக்க போலீஸ் வந்து அவனது வருகையின் நோக்கம் குறித்து விசாரிக்கிறது. அவனது பாஸ்போர்ட்டைக் கேட்கிறது. நனைந்துபோன தனது மேலாடைக்குள் இருந்து அவன் தனது பாஸ்போர்ட்டை எடுத்துக் காட்டுகிறான். அதில் அமெரிக்கப் பயண வருகை சீல் வைக்கப்படுகிறது. இதுதான் நிதர்சனம்.

நீங்கள் உயிரைக் கொடுத்து சாதனை செய்தாலும் கீழே இறங்கி பூமியில் நடக்க பாஸ்போர்ட் வேண்டும். நீங்கள் உலகமே வியந்து பார்க்க கம்பியில் நடந்து நயாகராவைக் கடந்து வந்தாலும் எதற்காக இந்தப் பயணம் என குடியுரிமை அதிகாரி அதிகாரத்துடன் விசாரணை செய்வதுதான் அமெரிக்காவின் நடைமுறை.

அந்த வெற்றி இரண்டு நாட்களுக்கு நயாகராவைப் பற்றி எங்கும் பேச்சாக இருந்தது. அதனால் நான் சென்றிருந்த நாளில் நயாகராவில் பலத்த கூட்டம். நடந்து முடிந்த நிகழ்ச்சியைப் பற்றி ஊரே பேசிக் கொண்டிருந்தது.

காரை ஒரு இடத்தில் நிறுத்திவிட்டு நாங்கள் அருவியை காண்பதற்காக நடக்க ஆரம்பித்தோம். சில்லிடும் காற்று, பனிப்புகை போல மிருதுவான புகைமூட்டம், நடக்க நடக்க நீண்டு செல்லும் புல்வெளி, யாரும் யாருடனும் ஒரு வார்த்தை பேசிக் கொள்ளவில்லை. அருவி நம் பேச்சை ஒடுக்கிவிடுகிறது. குதிரை லாட வடிவத்தில் அருவி விழுகிறது. அதை நெருங்கி நின்று பார்க்க தடுப்புச் சுவர் அமைத்திருக்கிறார்கள், அந்த தடுப்புச் சுவரில் நின்றபடியே அருவியைப் பார்க்கிறேன். கண்கள் தனது பலவீனத்தை உணர்கின்றன. உடல் எழுச்சி கொள்கிறது. காதுகள் அருவியின் பேரோசையை நிரப்பிக் கொள்கின்றன.

எஸ்.ராமகிருஷ்ணன் 167

இதயம் மகிழ்ச்சியால் துள்ளுகிறது. நான் நயாகராவின் முன் நிற்கிறேன் என்று எனக்கு நானே சொல்லிக் கொள்கிறேன்.

குடிக்க தண்ணீர் கிடைக்காமல் மழை பெய்யும் நாட்களில் ஓடியோடி பானைக்குடங்களில், மழைத்தண்ணீர் பிடித்த சிறுவன், கோடை முற்றி கிணறுகள் வறண்டு போன காலத்தில் சைக்கிளில் தகரக்குடங்களைக் கட்டிக் கொண்டு அருகாமை ஊருக்குப் போய் தண்ணீர் இறைத்து வந்த சிறுவன், நள்ளிரவில் மழை பெய்யும்போது தண்ணீர் கொட்டுகிறது, குளி என்று வீட்டார் துரத்திவிட தெருவில் நின்று குளித்த சிறுவன், ஆற்றையோ, நீர் நிரம்பிய குளங்களையோ கண்டறியாத ஒரு கிராமத்துவாசி நயாகராவின் முன்னால் நிற்கிறேன்.

தண்ணீர் என் முன்னால் பொங்கி வழிந்தோடுகிறது, ஒரு நிமிடம் ஒரு குடம் தண்ணீருக்காகப் பத்துமைல் கருவேலங்காட்டிற்குள் நடந்துபோன எங்கள் ஊர்ப் பெண்கள் நினைவில் வந்து போகிறார்கள். மறுநிமிடம் அது மறைந்து எத்தனை ஆயிரமாண்டுகாலமாக இந்த அருவி இதே இடத்தில் விழுந்துகொண்டிருக்கிறது? இதைப் பார்க்கிற எத்தனையாவது மனிதன் நான்? என்ற கேள்வி எழுகிறது. மறுநிமிடம் அதுவும் அழிந்து போய் இது அருவி, அதை வேடிக்கை பார்க்கும் சிறுவன் நான் என்று மனம் களிப்பு கொள்கிறது.

பின்பு, ஆஹா இதைக் காணும்போது உடன் மனைவி, பிள்ளைகள் அருகில் இல்லையே என்று ஆதங்கம் உருவானது. பின்பு அதுவும் அடங்கி ஒவ்வொரு மனிதனும் அருவியை ஒருவிதமாக உள்வாங்கிக் கொள்கிறான், ஒரு பாத்திரம் தண்ணீரை நிரப்பிக்கொள்வதைப் போல. அப்படி நான் என்னால் முடிந்த அளவு அருவியை எனக்குள் நிரப்பிக்கொள்ளப் போகிறேன். என் இதயம் இந்த அருவியை வேண்டும் மட்டும் நிரப்பிக்கொள்ளட்டும் என்று மௌனமாக ஒரு கூழாங்கல் அருவியை எதிர்கொள்வதுபோல அமைதியாக, முழுமையாக என்னை ஒப்படைத்துக்கொண்டு தனியே நின்றுகொண்டேயிருந்தேன்.

பார்க்கப் பார்க்க அருவி பிரமிப்பை அதிகப்படுத்திக்கொண்டே வந்தது. பார்வையாளர்கள் எல்லோரும் அப்படித் தான் உறைந்து போயிருந்தார்கள். அரைமணி நேரம் தனியே நின்று கொண்டேயிருந்தேன். பின்பு நண்பர்கள் புகைப்படம் எடுத்துக் கொள்ள ஆசைப்பட்டார்கள், புகைப்படத்தில் மனிதர்கள் பெரியதாகி அருவி பின்புலத்தில் வெள்ளை புகைபோலத்

தெரிந்தது. மனிதர்கள் எவ்வளவு சுயநலமானவர்கள் என்று அந்த நிமிடம் தோன்றியது.

நாங்கள் அருவியைப் பார்த்துக்கொண்டிருந்தபோது சிறுமழை பெய்யத்துவங்கியது. அந்த சாரலில் நனைவது சுகமாக இருந்தது. யாரும் மழைக்கு முதுகுகாட்டி ஓடவில்லை. அப்படி அப்படியே நின்றபடி அருவியைப் பார்த்துக்கொண்டிருந்தார்கள். சாரல் ஓங்கி அடித்து சிதறியது, நான் நனைந்தபடியே இன்னோர் இடத்தில் நின்றபடியே அருவியைப் பார்க்க துவங்கினேன். சாரலுடன் அருவியைக் காண்பது கூடுதல் சந்தோஷம் அளித்தது. பார்த்துக் கொண்டிருக்கும்போதே சாரல் நின்று போய் வெயிலடிக்கத் துவங்கியது. சாரலும்வெயிலும் ஒன்று சேர வானவில் ஒன்று தோன்றி அருவியின் குறுக்கே அமெரிக்கா, கனடா என தேசபேதமின்றி இரண்டின் மீது சரிந்துவிழுந்து கொண்டிருந்தது. வானவில்லைக் கண்டவுடன் மக்கள் ஆரவாரம் செய்தார்கள். மாறிமாறிப் புகைப்படம் எடுத்துக்கொண்டார்கள். பறவைகளின் கூட்டம் ஒன்று கனடாவில் இருந்து அமெரிக்கப் பகுதியை நோக்கி அருவி மட்டத்தில் தாழப்பறந்து போனது, படகுகள் அருவியை நோக்கிச் சென்றவண்ணமிருந்தன.

நாங்கள் அருகாமை காபி ஷாப்பில் போய் அமர்ந்தபடியே காபி குடிக்கத் துவங்கினோம். செல்வம் பலமுறை நயாகரா வந்து போயிருக்கிறார். ஒவ்வொரு விருந்தினரும் நயாகராவைப் பற்றி என்ன சொன்னார்கள் என்று பழைய நினைவுகளைப் பகிர்ந்து கொள்ளத்துவங்கினார். நான் தனியே நடந்து போய் வருகிறேன் என்று நீண்ட சாலையில் தனியாக நடக்கத் துவங்கினேன். பரிச்சயமற்ற முகங்கள், தொலைவிற்குச் சென்று தனியாக நின்றபடியே அருவியைப் பார்த்துக்கொண்டிருந்தேன். ஒரே அருவிதான். ஆனால் ஒவ்வொரு கோணத்திலும் ஒரு அழகாகத் தோன்றுகிறது. அருவியைக் காணக் கிடைத்த அந்தச் சந்தர்ப்பத்திற்காக, அதைச் சாத்தியமாக்கிய நண்பர்களுக்கு மனதிற்குள் நன்றி தெரிவித்தபடியே நின்றுகொண்டிருந்தேன்.

பிறகு ஓர் உணவகத்தை தேடிப்போய்ச் சாப்பிட்டுவிட்டு இரவு வண்ணவிளக்குகள் வெளிச்சத்தில் நயாகராவைக் காண்பதற்காகக் காத்துக்கிடந்தோம். சர்க்கஸ், சார்ச் லைட்டுகள் போல நீண்டுபாயும் வண்ண விளக்குகளின் வெளிச்சம் அருவியை நோக்கிப் பாய ஆரம்பித்தது.

இது மனிதர்கள் உருவாக்கிய மாயம். இயற்கை தனது மாயத்தை எப்போதும் நிகழ்த்திக்கொண்டேதானிருக்கிறது.

வண்ணவிளக்குகளும் அருவியும் ஒன்று கலந்து அந்த இடமே மாயாலோகம் போல மாறிக்கொண்டிருந்தது. மனிதர்கள் வெளிச்சத்தை அள்ளிக் குடிக்க விரும்புகிறவர்கள் போல கைகளை ஏந்தியபடியே ஆரவாரம் செய்து கொண்டிருந்தார்கள். இசையும் நடனமும் துவங்கியது. பகலில் பார்த்த ஊரின் இயல்பு மாறி கொண்டாட்டமும் ஆரவாரமுமாக இரவு பொங்கியது. நயாகரா ஒரு திறந்தவெளியில் அரங்கேறும் கனவு. நயாகராவை விடிய விடிய மக்கள் பார்த்துக் கொண்டேயிருந்தார்கள். பின்னரவில் நாங்கள் நயாகராவை விட்டுக் கிளம்பும்போது திரும்பி ஒரு முறை பார்த்துக்கொண்டேன். எவ்வளவு அற்புதமான தருணமிது. சாலையில் நீண்ட தூரம் பயணம் செய்து வந்தபோதும் மனதில் இருந்த அருவி மறையவேயில்லை. அறைக்கு வந்து உறங்கிய போதும் அருவி எனக்குள் பொங்கி வழிந்து கொண்டேதானிருந்தது.

அடுத்த நாள் ஒன்டாரியோ மியூசியத்திற்குப் போயிருந்தபோது அங்கே ஓர் அரிய ஓவியத்தைக் கண்டேன். அது நயாகரா அருவி பணியாக உறைந்த நாளைப் பற்றிய ஓவியமது. அருவி அப்படியே உறைந்து பனிப்பாளமாக நின்றுகொண்டிருக்கிறது, அதைச் சிலர் அருகில் நின்று வேடிக்கை பார்க்கிறார்கள். உலக வரலாற்றில் மறக்கமுடியாத நாள் அது. 1848ஆம் ஆண்டு மார்ச் 29இல் நயாகரா அருவி பனிப்படலமாக உறைந்திருக்கிறது நயாகரா ஆறு ஓடி வரும் பகுதியில் கடும் குளிர் வாட்டி எடுக்க, கூடவே பனிப்புயலும் சேர்ந்துகொள்ள கொஞ்சம் கொஞ்சமாக உறைய ஆரம்பித்த அருவி, ஒரு கட்டத்தில் முற்றிலும் பனிப் பாறைகளாக உறைந்து இறுகிப் போனது.

அதைக் கண்டு உலகமே அதிசயித்தது. ஆனால், முழுதாக ஒரு நாள் கடந்தும் பனிப்பாறை இறுகியபடியே இருக்க, ‘இது உலக அழிவின் ஆரம்பம்’ என்று வதந்தி பரவி, மக்கள் தேவாலயங்களில் கூடி நின்று இறைவனை வேண்டத் தொடங்கினார்கள். 30 மணி நேரத்துக்குப் பிறகு பனிப்புயலின் சீற்றம் குறைய, நயாகரா உருகி மெதுமெதுவாக இயல்பாகப் பாயத் தொடங்கியிருக்கிறது.

ஓவியத்தில் உறைந்த நயாகராவைப் பார்த்துக்கொண்டிருந்தேன். அருவி அப்படியே பனிப்பாறையாக உறைந்து நிற்கிறது. அருகில் கறுப்புத் தொப்பி அணிந்த சில மனிதர்கள். அந்த ஓவியம் வரலாற்றின் மிக அரிய நாள் ஒன்றின் ஆவணக்காட்சியாக இருந்தது. கனடா ஒரு தண்ணீர் தேசம். அங்கே உலகின் மிகப்பெரிய ஏரிகள் இருக்கின்றன. தண்ணீர்தான் கனடாவை வாழவைக்கிறது. கனடாவாசிகளின் இயல்பு தண்ணீரைப் போலவே இருக்கிறது, அவர்களுக்கு இனப் பேதமில்லை,

மதபேதமில்லை. இருப்பதைப் பகிர்ந்துகொள்ளும் அன்பும், நேசமும் கொண்டிருக்கிறது கனடா.

நயாகராவில் நின்றபோது எனது பையில் இருந்து ஒரு நாணயத்தை எடுத்து அருவியை நோக்கி வீசினேன். என் கரம் தொட முடியாத அருவியை நாணயம் தொட்டு உணரட்டும். அருவியின் உள்ளே மனிதக்கரங்கள் தீண்ட முடியாமல் அந்த நாணயம் பயன்பாடு என்ற உலகில் இருந்து தன்னைத் துண்டித்துக்கொள்ளட்டும். எனது வருகை அந்த நாணயத்தின் பெயரால் உறுதி செய்யப்படட்டும். அருவியைப் போல வாழ்க்கை எனக்கு தீராச் சந்தோஷத்தை வாரி வழங்கட்டும் என நினைத்துக் கொண்டேன்.

பிரமிப்பிலிருந்து சந்தோஷத்திற்கும், சந்தோஷத்தில் இருந்து தனிமையை உணர்வதற்கும், தனிமையை உணர்வதில் இருந்து நான் தனியில்லை, இந்தப் பெரும் பிரபஞ்சத்தின் சிறுதுளி என அடையாளம் காண்பதற்கும் அருவி எனக்கு வழி காட்டியது.

வீடு வந்து சேர்ந்து நயாகராவில் எடுத்துக்கொண்ட புகைப்படங்களைக் காணும்போது என் முகத்தில் ஏதோவொரு ஏக்கம், பரிதவிப்பு இருப்பதைக் காணமுடிந்தது. புகைப்படத்தில் பதிவாகி இருந்த அருவியில் ஓசையில்லை. ஆனால் அருவியின் ஓசை என் மனதில் ஒலித்துக்கொண்டேயிருக்கிறது.

இன்னொரு முறை நயாகராவைக் காண்பதற்காகவே கனடா போக வேண்டும் என்று நினைத்துக் கொண்டேயிருந்தேன். "அடுத்த ஆண்டு கனடா வாருங்கள். மறுபடி நயாகராவைக் காண்போம்" என்று கனடா நண்பர்கள் அழைப்பு விடுத்திருக்கிறார்கள். 2014இல் மீண்டும் நயாகராவைக் காண்பதற்காக இப்போதிலிருந்தே காத்திருக்கிறேன்.

சிங்கப்பூரில் ஐந்து நாட்கள்

சிங்கப்பூர் தேசிய நூலகத்தின் சார்பில் ஆண்டுதோறும் நடத்தப்படும் வாசிப்போம் நிகழ்ச்சிக்காக ஐந்து நாட்கள் சிங்கப்பூர் சென்றிருந்தேன்.

தமிழகத்திற்கு வெளியில் இன்னொரு நாட்டில் இருக்கிறோம் என்ற உணர்வே வராத அளவு சிங்கப்பூரில் தமிழ் வளர்ந்திருக்கிறது. சீனர்கள், மலேயா மக்கள், பங்காள தேசத்தைச் சேர்ந்தவர்கள், வட இந்தியர்கள், தென்னிந்தியர்கள், குறிப்பாக தமிழ் மக்கள், பிலிப்பைன்ஸ், பாகிஸ்தானியர்கள், அரபிகள், தாய்லாந்து மக்கள், இந்தோனேஷியர்கள் என்று கலவையான முகங்களும் நான்கு மொழி வழிகாட்டுதல் பலகைகளும் வானை முட்டும் அடுக்குமாடி வளாகங்களும் சீரான சாலைகளும் விட்டுவிட்டுப் பெய்யும் மழையும் லேசான இளமஞ்சள் வெயிலும் அதிகம் மேகங்கள் அற்ற வெளிர்நீல ஆகாசமும் காணப்படுகின்றன.

பசுமை நிரம்பிய சாலையோரங்கள். அதிகம் அலைவீசாத கடற்கரை. சதா அவசரத்திற்குப் பழகிப் போன மக்கள், தூய்மையான அதிநவீன மின்சார ரயில், ஹார்ன் அடிக்காத கார்கள், நள்ளிரவிலும் சாலை விதிகளை முறையாகக் கடைப்பிடிக்கும் காரோட்டிகள், யாவற்றிற்கும் வரிசையில் நின்று முறையாகச் செல்லும் உள்ளூர்வாசிகள் கொண்ட சுற்றுலா நகரம் சிங்கப்பூர்.

ஞாயிற்றுக்கிழமை நகரம் தன் கட்டுப்பாடுகளை சற்றே தளர்த்திக் கொள்ள, ஆயிரக்கணக்கான மக்கள் தங்கள் வசிப்பிடங்களை விட்டு ஆங்காங்கே ஒன்று கூடுகிறார்கள். சாலையோரம் நின்றபடியோ உட்கார்ந்தபடியோ ஒருவரையொருவர் சந்திப்பதும் உணவருந்துவதும் அன்றாட தேவைக்கான பொருட்களை

வாங்குவது என தங்கள் விருப்பம் போலக் கொண்டாடுகிறார்கள். உணவகங்கள், மதுக்கடைகள், வணிக வளாகங்கள், வாகனங்கள் நிரம்பி வழிகின்றன.

என் பயணத்தில் என்னை மிகவும் கவர்ந்த விஷயம் இதுவே. லிட்டில் இந்தியா பகுதியின் செராங்கூன் சாலையோரங்களில் எங்கு நோக்கினாலும் மனிதத் தலைகள், வேறுபட்ட தேசங்களில் இருந்து வேலைக்காக வந்தவர்கள், நகரின் பிரம்மாண்டத்திற்கு பின்னாலிருந்து அதை இயக்கும் அடிப்படைச் சக்திகள்.

தேக்கா மையத்தையொட்டிய நடைபாதையோரக் கடைகள் வியப்பூட்டுபவை. குறிப்பாக, ஜோசியக்காரர்கள், தயிர் விற்பவர்கள், ஆயுர்வேத மருந்து விற்பவர்கள், சர்பத் கடைகள், கடிகாரம் விற்பவர்கள் விதவிதமான பியர் பாட்டில்கள், கூவிக் கூவி பியர் குடிக்க அழைப்பவர்கள். மலிவு விலை துணிவிற்பவர்கள், தமிழ் வார இதழ் கடைகள், மசால் இடப்பட்டு தொங்கவிடப்பட்டுள்ள கோழிகள், இறைச்சிகள், மீன் தலையை மட்டும் தனித்து சமைக்கப்பட்டு பரிமாறப்படும் உணவு மற்றும் பெயர் தெரியாத பறவைகள். தவளையின் விரல்களை ருசித்துச் சாப்பிடும் சீனர்கள், பீடா விற்கும் பான் கடைகள்.

ஒரு இடத்தில் பி.ஜீ. கோவிந்தசாமி பிள்ளை அண்ட் சன்ஸ் என்ற துணிக்கடையின் விளம்பரப் பலகை. கைவினைப்பொருட்கள், தொலைவில் தெரியும் மசூதி, பழமையானதொரு கிறிஸ்துவ தேவாலயம். சாலையைக் கடக்கையில் வாசனையால் இழுக்கும் சமோசா இஞ்சி டீக்கடைகள், சூடாகப் போடப்படும் பரோட்டா கடைகள், வீராச்சாமி சாலை என்ற பெயர்பலகை அதையொட்டிய கோவில்கள், ஒளிரும் நகைக்கடைகள், செருப்பு வணிகர்கள், விதவிதமான காய்கறிக் கடைகள், தமிழ்த்திரைப்பாடல்களின் குறுந்தகடுகள் விற்குமிடங்கள், கூவிக்கூவி அழைக்கும் சீனத் தமிழ்க் குரல்கள்.

அந்தச் சூழல் மதுரையில் நான் பார்த்திருந்த சித்திரைத் திருவிழா போன்றிருந்தது. மக்கள் திரளாக ஓர் இடத்தில் கூடுகிறார்கள் என்றால் அந்த இடத்திற்கு ஏதோ உள்ளார்ந்த தன்மை இருக்கிறது என்று நம்புகின்றவன் நான், அது வழிபாட்டு இடமாகவும் இருக்கலாம். ஓய்விடமாகவும் இருக்கலாம். இந்த நகரில் அப்படியான சில இடங்களில் ஆயிரக்கணக்கில் மக்கள் உட்கார்ந்து உரத்துப் பேசிக்கொண்டு சாப்பிட்டுக்கொண்டு அலைந்து திரிவதைக் காண்பது அற்புதமாக இருந்தது.

மிகப்பெரிய கட்டிடங்கள், வெளிநாட்டுக் கார்கள், மின்னியல் தொழில்நுட்ப சாதனைகள் என்னை எப்போதுமே வசீகரிப்பதில்லை.

மாறாக, எளிய மனிதர்களும் அவர்களின் இயல்பான வாழ்க்கை வெளிப்பாடுகளுமே எனக்கு விருப்பமானவையாக உள்ளன.

சிங்கப்பூரில் மக்களோடு மக்களாக என் விருப்பபடியே நடந்து அலைந்தேன். இடித்துக்கொண்டு இளநீர் வாங்கிக் குடித்தேன். உரசிக்கொண்டு நடக்கும் முகங்களை, அவர்களின் கண்களில் இருந்த பரவசத்தைப் பகிர்ந்துகொண்டேன். அந்த உற்சாகம் வடிந்து நள்ளிரவில் மக்கள் சாலைகளை விட்டு அவரவர் இருப்பிடம் திரும்பும் வரையும் சுற்றியலைந்தேன்.

பின்பு ஆள் இல்லாத சாலைகளைக் கடந்து செல்லும்போது இங்கே பல்லாயிரம் மக்கள் ஒன்று சேர்ந்து கலைந்தார்கள் என்பதற்கான அடையாளமேயில்லை.

வீசி எறிந்த காகிதங்கள், குளிர்பானக் குடுவைகள், குப்பைகள் மற்றும் சாலையெங்கும் உதிர்ந்து கிடக்கும் பன்மொழிச் சொற்கள். பேசித்தீராத அவர்களின் தனிமை, இப்போதைக்கு இவ்வளவு தான் முடிந்தது என்று ஆதங்கத்துடன் விடைபெற்றுப் போனவர்களின் மொழியற்ற துக்கம் இவையே அங்கு சிதறிக் கிடந்தன.

பின்னிரவில் மழை பெய்தது. சாலை விளக்குகள் தனியே ஒளிர்கின்றன. மனிதர்கள் இல்லாத சாலைகளில் வெளிச்சம் ஊர்ந்து அலைகிறது. இயந்திரத்தின் பெருங்கரம் ஒன்று குப்பைகளை வாரி அள்ளுகிறது. மழையை வேடிக்கை பார்த்தபடியே இயந்திரத்தை இயக்குபவன் சிரிக்கிறான். சாலை மீண்டும் இயல்பிற்குத் திரும்புகின்றது.

இரவிலும் வெளிநாட்டுப் பயணிகள் வந்திறங்கி வணிக மையங்களை நோக்கிச் செல்கிறார்கள். ஏதேதோ ஊர்களில் இருந்து வேலைக்காக வந்தவர்கள் தங்கள் குடும்பம், நாளைய பொருளாதாரத் தேவை என்பதை மனதில் நிறுத்தியபடியே உறங்கிக்கொண்டிருக்கிறார்கள். யாவர் கனவிலும் ஊரும், மனைவி மக்களும், சொந்தமும் பீறிடுகின்றன. இன்னும் சில வருடங்களின் பின்னே தமிழகம் வந்துவிடலாம் என்ற யோசனையிருக்கிறது என்பது பலரின் முகத்திலே எழுதி ஒட்டப்பட்டிருக்கிறது.

இந்த நகரில் நான் பார்த்த மனிதர்களில் சராசரிக்கும் மேல் பகிர்ந்துகொள்ளப்படாத மன இறுக்கம் நிரம்பியவர்கள். பாதி உரையாடலுக்குள் அவர்களை அறியாமல் மௌனம் அவர்கள் மீது கவிழ்ந்துவிடுகிறது. எல்லாப் பெரிய நகரங்களைப் போல குடியும் கேளிக்கைகளும் இந்த நகரிலும் பெருகி வழிகின்றன. கேளிக்கைகள் மட்டுமே வந்தேறிய மக்களுக்கான ஒரே ஆறுதல்.

வங்கிகள், அரசு அலுவலகம், உயர்தொழில்நுட்ப வளாகம் என எங்குச் சென்றாலும் தமிழில் பேசமுடிகிறது. நான் அறிந்தவரை சென்னையில் மட்டும்தான் மூத்திரம் பெய்வதற்குக் கூட ஆங்கிலத்தில் கேட்க வேண்டிய சூழல் உள்ளது.

*

இலக்கிய நிகழ்வுகளைப் பொறுத்தவரை இங்கே வாசிப்பிலும் எழுதுவதிலும் அதிக அக்கறைகாட்டுபவர்கள் தமிழகத்திலிருந்து வேலைக்காக சிங்கப்பூர் சென்ற தமிழ் மக்களே. சிங்கப்பூரில் பிறந்து வளர்ந்தவர்களில் அதிகம் பேர் எழுத்து, இலக்கியம் என ஆர்வம் காட்டுவதில்லை.

அத்தோடு பள்ளிகளில் தமிழ் பயின்றபோதும் வீட்டிலும் மற்ற வகுப்பறைகளிலும், வெளியிலும் ஆங்கிலம் பேசுவதால் சிங்கப்பூரில் பிறந்து வளர்ந்தவர்களுக்கு ஆங்கிலமே தாய்மொழி போல உள்ளது.

இவர்களுக்கு இலக்கிய ஆர்வத்தை உண்டாக்கவும் புதிய படைப்பிலக்கிய முயற்சிகளை ஊக்கப்படுத்தவும் அரசு நிறைய முயற்சிகள் எடுத்து வருகின்றது. அதன் ஒரு பகுதிதான் தேசிய நூலகத்தால் நடத்தப்படும் 'வாசிப்போம் சிங்கப்பூர் இயக்கம்.

இதற்கெனத் தேர்வு செய்யப்படும் தமிழ்ப் புத்தகம் அங்குள்ள நூலகங்களில் பார்வைக்கு வைக்கப்படுகின்றன. அந்த நூல் குறித்துப் பல்வேறு தளங்களில் உரையாடல்கள், ஆய்வுக் கூட்டங்கள் நடைபெறுகின்றன.

அதுபோன்ற பத்திற்கும் மேற்பட்ட கூட்டங்களில் நான் கலந்து கொண்டேன். அந்தக் கூட்டங்களில் நவீன தமிழ் இலக்கியவாசிப்பில் அவர்கள் காட்டும் அக்கறை முதன்மையாக வெளிப்பட்டது. குறிப்பாக, அமோகியா நூலகத்தில் நடைபெற்ற இலக்கியச் சந்திப்பும், அதன் தொடர்ந்த உரையாடல்களும் எந்த அளவு நவீன தமிழ் இலக்கியத்தை அங்குள்ளவர்கள் செம்மையாக வாசித்திருக்கிறார்கள் என்பதற்குச் சான்றாக இருந்தன.

கன்னிமாரா நூலகம், கல்கத்தா தேசிய நூலகம், டெல்லியின் சாகித்ய அகாதமி நூலகம், ஹைதராபாத்தில் உள்ள அமெரிக்கன் சென்டர் நூலகம் என எவ்வளவோ வேறுபட்ட நூலகங்களைக் கண்டிருந்தபோதும் சிங்கப்பூரில் உள்ள தேசிய நூலகத்தைப் போல இருபத்தியோரு தளங்களைக் கொண்ட நூலகம் ஒன்றைக் காண்பது வியப்பாகவே இருந்தது.

லட்சக்கணக்கான புத்தகங்கள், தியானக்கூடங்களில் காணப்படும் நிசப்தம் போன்ற பெரும் மௌனம் நிலவும் படிப்பறைகள், அழகான இருக்கைகள், இயற்கையோடு கூடிய செயற்கை ஒளியமைப்பு. குழந்தைகள் படிப்பதற்கு என்று தனிப்பிரிவு. அதில் எண்ணிக்கையற்ற புத்தகங்கள். பெற்றோர்களுடன் வந்து வாசிக்கும் சிறுவர் சிறுமிகள். புத்தகங்களைத் திரும்பச் செலுத்துவதற்கு எளிமையாகப் புத்தகம் திரும்பப் பெறும் இயந்திரங்கள். அதில் புத்தகங்களைப் போட்டு விட்டால் அதுவே சேகரம் செய்து கொள்கிறது.

படித்து முடித்து வேண்டாம் என்று பொதுமக்கள் நினைக்கும் புத்தகங்களைக் கொண்டுவந்து போடும் புத்தகப் பெட்டகம். இதில் யார் வேண்டுமானாலும் புத்தகம் போடலாம், யார் வேண்டுமானாலும் அதில் உள்ள புத்தகத்தை எடுத்துக்கொள்ளலாம்.

எந்தத் தளத்திற்கு செல்வதற்கும் தானியங்கிப் படிக்கட்டுகள், மாணவர்கள் படிப்பதற்காகத் தனி அறைகள், ரெபரென்ஸ் புத்தகங்களுக்கான தனித் தளங்கள், உலக மொழிகளில் வெளியாகும் நாளிதழ்களில் முப்பதிற்கும் மேற்பட்ட தினசரி நாளிதழ்கள், தென்கிழக்கு ஆசியப் பகுதியின் கலை இலக்கியங்களுக்கான தனிப்பிரிவுகள்.

சிங்கப்பூரின் பண்டைய காலத்தை ஆராயும் தளம், காப்பகப் பிரிவு, எழுத்தாளர்களின் கையெழுத்துப் பிரதிகள், காட்சிக்கு வைக்கப்பட்டுள்ள பல நூற்றாண்டு கலைப்பொருட்கள், குறுந்தட்டுகள், மைக்ரோ ஃபிலிம்களுக்கான தனிப்பிரிவுகள், சுவர்களில் அலங்கரிக்கும் ஓவியங்கள், கண்ணாடி வேலைப்பாடுகள் என நூலகம் தனித்த உலகமாக இருக்கின்றது. அதை விட்டு வெளியே வர மனதேயில்லை.

சென்னையில் மின்சார ரயிலை விட்டு இறங்கி வெளியேறும் பயணிகளைப் போல திரளாக மக்கள் தேசிய நூலகத்திற்குள் புத்தகம் எடுக்கச் செல்கிறார்கள். சிறு நடைசப்தம் கூட இல்லை. காகிதம் புரட்டப்படும் ஓசை கூடக் கேட்பதில்லை.

தமிழ் எழுத்திற்கு என்று தனிப்பிரிவுகள் இருக்கின்றன. தமிழகத்தில் கூட இவ்வளவு சேமிப்பு உள்ள நூலகம் இருக்கிறதா? என்று சந்தேகம் கொள்ளுமளவு துறை சார்ந்த, பகுப்பு செய்யப்பட்ட பல்லாயிரம் நூல்கள். அத்தனையும் கணினி மயமாக்கப்பட்டிருக்கின்றன.

நூலகம் ஒரு பிரபஞ்சம். சொர்க்கத்தை ஒரு நூலகமாகவே கற்பனை செய்கிறேன் என்றார் போர்ஹே. அது நிஜம் என்பது இந்த நூலகத்தைப் பார்த்தபோது தோன்றியது.

*

இவ்வளவு இருந்தும் சிங்கப்பூரில் இதெல்லாம் காணவில்லையே என்று தோன்றியவை, தமிழகத்தைப் போல கட் அவுட்டுகள், சினிமா போஸ்டர்கள், கவர்களில் கரியால் எழுதப்படும் விளம்பரங்கள் எதுவும் கிடையாது.

மிக முக்கியமாகச் சொல்ல வேண்டியது, ஆட்டோக்கள் கிடையாது. அதுவும் சென்னையிலிருந்து போய் இறங்கிய உடன் விமான நிலைய வாசலில் ஆட்டோ தென்படுகிறதா? என்றுதான் கண்கள் தேடுகின்றன. வாடகைக் கார்கள் என்றபோதும் சூடுவைக்காத மீட்டர் உள்ளவை.

மின்சார ரயிலில் பாட்டு பாடி பிச்சை எடுப்பவர்கள், முறுக்கு விற்பவர்கள், ஊசி பாசி விற்பவர்கள் எவரும் கிடையாது. உரசிக் கொண்டு, அடுத்தவர் மீது சாய்ந்து தூங்கிக்கொண்டு வருகின்றவர்கள் கிடையாது.

டீக்கடைகளில் சினிமாப் பாட்டு போட்டு முழக்குபவர்கள் இல்லை. சாலையை நினைத்த இடத்தில் குறுக்கே நடப்பவர் ஒருவர்கூட கிடையாது.

ரயில் பேருந்து என எங்கும் மக்கள் ஒழுங்காக டிக்கெட் எடுத்து பயணம் செய்கிறார்கள். ஒவ்வொரு ரயில் நிலையம் வரும் போதும் நான்குமொழிகளில் அறிவிப்புகள் தருகிறார்கள், நமது ரயில்வே கடைபிடிக்க வேண்டிய அவசியமான முறைகளில் இது முக்கியமானது.

சென்னையின் அன்றாடக் காட்சியான சாலையோரங்களில் போக்குவரத்து காவலர்கள் வாகன ஓட்டிகளை நிறுத்தி வசூல் செய்வதை அங்கே காண முடியவில்லை. கண்காணிப்பு கேமிராக்கள் முக்கிய இடங்களில் நம்மை உற்றுப் பார்க்கின்றன.

அறுபதாயிரம் டாலர்களுக்கு இந்த நகரத்தை மலேசிய அரசக் குடும்பத்தினரிடமிருந்து பிரிட்டிஷ் அரசு விலைக்கு வாங்கியது என்கிறார்கள். இன்று அந்தப் பணத்தை தன் மாதச் சம்பளமாக வாங்கக்கூடிய அளவு பன்னாட்டு வணிக நிறுவனங்களில் பணிபுரியும் நபர்கள் இருக்கிறார்கள்.

*

சின்னஞ்சிறு தீவு இன்று உலகின் முக்கிய நகரமாகியுள்ளது. இதை உருவாக்கிய மக்களின் உழைப்பும் அதற்கான வெற்றியும் கண்கூடாகக் காணமுடிகிறது. இந்த நகரம் உருவாகிய கதையை யாராவது நாவலாக எழுதியிருக்கிறார்களா? என்று தேடினேன். அப்படியொரு புத்தகத்தை இதுவரை யாரும் எழுதவில்லை என்றார்கள்.

சிங்கப்பூரைக் கிழக்கிந்திய கம்பெனி விலைக்கு வாங்கியது, நகரம் உருவாக்கப்பட்ட விதம், யுத்தக்காலத்தில் நகரின் நிலைமை, வாசனைத் திரவியங்களை ஏற்றிச் சென்ற கப்பல் வணிகம், சொந்த ஊரை விட்டுப் பிழைக்க வந்தவர்களின் நிர்க்கதி, வெளிப்படுத்த முடியாத அக நெருக்கடி, பன்னாட்டு மனிதர்களோடு வாழும் சூழல் என்று எழுத எவ்வளவோ இருக்கின்றன.

ஹம்பியில் நிழல்கள் உரையாடுகின்றன

ஜனவரி மாதக் குளிரில் ஹம்பிக்குப் போய் இறங்கினேன். ஹோஸ்பேட் போனபோதே குளிர் தாங்க முடியவில்லை. இறங்கி ஒரு தேநீர் குடித்தபடியே விடிகாலையில் ஹம்பி போகும் அனுபவம் தரும் கிளர்ச்சியை உணர்ந்துகொண்டிருந்தேன்.

ஹம்பிக்கு ஒரு முறை நானும் கோணங்கியும் வந்திருக்கிறோம். இரண்டு முறை நண்பர்களை அழைத்து வந்திருக்கிறேன். ஒருமுறை செய்திக் கட்டுரை எழுத விரும்பிய பத்திரிகை நண்பருடன் வந்திருந்தேன். இரண்டுமுறை சினிமாப் படப்பிடிப்பு ஆட்களுடன் வந்திருக்கிறேன். இப்படி எத்தனை முறை பார்த்தாலும் அலுக்காத இடம் ஹம்பி.

இடிபாடுகளைக் காணும்போது மனம் தானே நெகிழ்ந்து போய்விடுகிறது. இயற்கையைத் தேடிப் போகிற பயணம் ஒருவிதமானது என்றால் வரலாற்றைத் தேடிப்போகிற பயணம் வேறுவிதமானது. வரலாற்று உண்மைகளை அறியும்போது மனம் பலநேரம் சொல்லமுடியாத தவிப்பும் துக்கமும் கொண்டுவிடுகிறது. இவ்வளவுதான் வாழ்க்கையா? எனக் கேள்வி கேட்டுக்கொள்ள வைக்கிறது. இயற்கைக்குக் கடந்தகாலமில்லை. அது நம்மைப் பார்த்த மாத்திரத்தில் உற்சாகப்படுத்திவிடுகிறது. வரலாற்று முக்கியத்துவமான இடங்கள் அப்படிப்பட்டவையில்லை. அவற்றுடன் நாம் ஒன்றிப்போக வேண்டும். அப்போதுதான் அதன் விம்மலை நாம் கேட்க முடியும்.

கர்நாடக மாநிலத்தில் உள்ள பெல்லாரியிலிருந்து ஐம்பத்தாறு கிலோமீட்டர் தொலைவில் துங்கபத்திரை ஆற்றின் கரையில், சிதைந்துபோன கலைக்கூடம் போன்ற நகரமாகக் காணப்படுகிறது ஹம்பி. இதுதான் ஒரு காலத்தில் புகழ்பெற்றிருந்த விஜயநகரம்.

எஸ்.ராமகிருஷ்ணன்

வெற்றியின் நகரம் என்று புகழ்ந்து சொல்லப்படும் விஜயநகரம் கி.பி.1836இல் விஜயநகரப் பேரரசால் உருவாக்கப்பட்டது. இன்றுள்ள பாரீஸ் நகரைவிடவும் அந்தக் கால விஜயநகரம் இரண்டு மடங்கு பெரியது. அங்கே ஐந்து லட்சம் மக்கள் வசித்தார்கள். உலகின் மிகப்பெரிய நகரங்களில் இரண்டாவதாகக் கருதப்பட்டது என்று வரலாற்றுக் குறிப்புகள் கூறுகின்றன. இன்று மிச்சமிருப்பது அதன் சிதைந்துபோன இடிபாடுகள் மட்டுமே. கோவில்கள், கல் மண்டபங்கள், கலைக்கூடங்கள் என்று அழிவின் மீதமான வடிவங்களை மட்டுமே இன்று நாம் காணமுடிகிறது.

ஹம்பி என்னும் பெயர் கன்னடப் பெயரான ஹம்பேயில் இருந்து உருவானது. இது துங்கபத்திரை ஆற்றின் பழைய பெயரான பம்பா என்பதிலிருந்து உருவாக்கப்பட்டிருக்கக்கூடும் என்கிறார்கள். இந்த நகரை விஜயநகர அரசர்களின் குலதெய்வமான விருபாக்ஷரின் பெயரைத் தழுவி விருபாகூடிபுரம் என்றும் அழைக்கிறார்கள். இஸ்லாமியப் படையெடுப்பு தெற்கு நோக்கி கவனம் கொண்டபோது அதை எதிர்த்து நிறுத்துவதற்காக உதிரியாகச் சிதறுண்டு கிடந்த குறுநில மன்னர்கள் ஒன்று சேரத் துவங்கினார்கள். அப்படித் தடுப்பு அரணாக உருவாக்கப்பட்டதே விஜய நகரப்பேரரசு. கி.பி.1336இல் விஜயநகரப் பேரரசை முதலாம் ஹரிஹரரும் முதலாம் புக்கரும் தங்களது குருநாதர் வித்யாரண்யரின் வழிகாட்டுதலில் நிறுவினார்கள்.

விஜயநகரத்தை சங்கமர், துளுவர், சாளுவர், ஆரவீட்டார் ஆகிய நான்கு குலத்தினர் ஆட்சி புரிந்தனர். சாளுவரும் ஆரவீட்டாரும் தெலுங்கையும், சங்கமரும் துளுவரும் கன்னடத்தையும் தங்களது தாய்மொழியாகக் கொண்டவர்கள். விஜயநகரப் பேரரசை நிறுவிய முதலாம் ஹரிஹரர், குருபா இனக்குழுவைச் சேர்ந்தவர். இவர் சங்கம மரபைத் தொடங்கியவரான பாவன சங்கமரின் மூத்த மகன் சங்கம மரபு, விஜயநகரப் பேரரசை ஆண்ட நான்கு மரபுகளுள் முதலாவதாகும். இவரது ஆட்சியின்போது ஹொய்சாலப் பகுதி முழுவதையும் தனது கட்டுப்பாட்டுக்குள் கொண்டுவந்தார். இவருடைய தம்பிகளில் ஒருவர் தான் புக்காராயன் எனும் புக்கா.

தனது சகோதரன் ஹரிஹரருடன் இணைந்து விஜயநகரப் பேரரசை நிறுவியதில் இவருக்கு முக்கியப் பங்குண்டு, ஹரிஹரரின் மறைவுக்குப் பின்னர் புக்காராயன் அரசன் ஆனார். புக்காவின் இருபத்தோரு ஆண்டுகால ஆட்சியில், நாட்டின் எல்லைகள் விரிவுபடுத்தப்பட்டன. இவரது ஆட்சிக்காலத்தில் தென்னிந்திய அரசுகளைத் தோற்கடித்து தனது கட்டுப்பாட்டை நிறுவினார்.

1360இல் ஆற்காட்டுச் சம்புவராயரும், கொண்டவிடு ரெட்டிகளும் புக்காராயனிடம் தோற்றனர். 1371 இல் மதுரையில் இருந்த சுல்தானைத் தோற்கடித்துப் பேரரசின் எல்லைகளைத் தெற்கே ராமேஸ்வரம் வரை விரிவாக்கினார். புக்காவின் காலத்தில் இன்றுள்ள ஹம்பி அதன் அருகில் உள்ள கமலாபுரா கிராமம், அங்கிருந்து பதிமூன்று கிலோமீட்டர் தூரத்தில் உள்ள ஹோஸ்பெட் ஆகியவையும் விஜயநகரினுள் அடங்கியிருந்தன. பதினாலாம் நூற்றாண்டில் துவங்கி இருநூறு ஆண்டுகளுக்கும் மேலாக இந்த நகரம் புகழ்பெற்று விளங்கியிருக்கிறது. விஜயநகர ஆட்சியின்போது கட்டிடக்கலை தனிப்பாணியாக விளங்கியது. இந்தக் கட்டிடக்கலை பாணியானது சாளுக்கிய, ஹாய்சால, பாண்டிய, சோழர் கட்டிடக் கலைகளின் இயல்புகள் ஒன்றிணைந்து உருவானது. விஜயநகர மன்னர்களால் உருவாக்கப்பட்ட கோயில்கள் உறுதியான சுற்று மதில்களால் சூழப்பட்டவை. கோயில்களில் மிகப்பெரிய கோபுரங்கள் அமைக்கப்பட்டிருந்தன. விஜயநகரப் பேரரசர்களான ராயர்களின் பெயரைத் தழுவி இக்கோபுரங்கள் ராயர் கோபுரங்கள் என அழைக்கப்பட்டன. லெபாக்ஷியில் உள்ள மாபெரும் ஒற்றைக் கல் நந்தி சிலைதான் இந்தியாவின் மிகப்பெரிய நந்தி. இது பிற்கால விஜயநகர கலையின் உன்னதங்களில் ஒன்று.

விஜயநகரப் பேரரசின் நினைவுச்சின்னமாக உள்ள ஹம்பியை யுனெஸ்கோ உலக பாரம்பரியக் களங்களில் ஒன்றாகப் பராமரித்து வருகிறது. ஹம்பியின் சிறப்புகளில் ஒன்று. இங்குள்ள விருபாக்ஷா கோயில். இதன் கோபுர அழகும் சிற்பங்களும் அற்புதமானவை. விஜயநகர கட்டடக் கலையின் உன்னதம் என்றே ஹம்பியைக் கூறலாம். ஹம்பிக்குப் போகிறவர்கள் ஒருநாளில் அதை முழுவதுமாகச் சுற்றிபார்த்துவிட்டு வந்துவிடக்கூடாது. அருகில் உள்ள ஏதாவது ஓர் இடத்தில் தங்கிக் கொள்ள வேண்டும். குறைந்தபட்சம் நான்கு நாட்கள் பார்த்தால் மட்டுமே ஹம்பியை உள்வாங்கிக் கொள்ள முடியும். அதுவும் டிசம்பர், ஜனவரி மாதங்களில் நீங்கள் பயணம் செய்ய முடிந்தால் முற்றிலும் வேறு ஒரு அனுபவம் கிடைக்கும். பொதுவாக, சிற்பங்கள், தொன்மையான இடங்களை மழைக்காலத்தின் பின்பாகத்தான் போய்ப் பார்க்க வேணடும், கற்களில் ஈரம் வழிந்து சிற்பங்கள் உயிர்பெற்று நிற்பது போலிருக்கும்.

வரலாற்று முக்கியமான தலங்களைப் பார்க்கப் போகும்முன்பு அதன் பின்புலத்தைப் பற்றி கொஞ்சம் அறிந்து போவது நல்லது, இல்லாவிட்டால் அவை வெறும் இடிபாடுகளாக மட்டுமே

நமக்குத் தோன்றும். ஹம்பியில் உள்ள சுற்றுலா வழிகாட்டிகள் முக்கியமான வரலாற்றுத் தகவல்களைத் துல்லியமாகவே கூறுகிறார்கள், பிற ஊர்களைப் போல பொய் புனைவுகளைச் சேர்த்துக் சொல்வதில்லை. ஹம்பிக்கு ஆண்டுதோறும் வந்து போகும் வெளிநாட்டுப் பயணிகள் இருக்கிறார்கள். அப்படி ஓர் இத்தாலியனை ஒரு பயணத்தில் சந்தித்தேன். அவன் ஹம்பி பற்றி மிக விரிவாக அறிந்து வைத்திருக்கிறான். அங்கிருக்கிற ஒவ்வொரு கல்லைப் பற்றியும் அவனுக்கு முழுமையாகத் தெரிந்திருக்கிறது. எதற்காக அடிக்கடி வருகிறாய் எனக் கேட்டபோது அவன் சொன்னான்:

"ஹம்பியில் நிழல்கள் பேசுகின்றன."

அது எப்படி எனப் புரியாமல் கேட்டேன்.

"இந்த நகரில் கடந்த காலத்தின் அழிவில்லாத நிழல்கள் இருக்கின்றன. அவை இன்றும் தமக்குள் பேசிக்கொண்டே யிருக்கின்றன. நான் அவற்றைக் கேட்கிறேன். வரலாற்றைக் கற்பனையில்லாமல் வாசிக்கவோ, பார்க்கவோ கூடாது" என்றான்.

அவன் சொன்னதில் இருந்து ஹம்பி அவனை நன்றாக மயக்கி வைத்திருப்பது புரிந்தது. ஹம்பியின் இடிபாடுகளுக்கு அப்படியான வசீகரத்தன்மை இருக்கவே செய்கிறது, விருபாக்ஷா கோவிலின் முன்னால் போய் நிற்கும்போது ஸ்ரீரங்கத்தில் நிற்பது போலவே ஏனோ உணர்ந்தேன். வாசலில் பசுக்கள் நடமாடிக் கொண்டிருக்கின்றன. கோவிலில் அதிக கூட்டமில்லை. கோவிலின் கோபுரம் பழமை படிந்து உயர்ந்தோங்கி நிற்கிறது. வாயிலில் தசாவதாரத் தூண்கள் காணப்படுகின்றன.

கோபுரச்சிற்பங்களின் அமைதியும் சாந்தியும் கண்ட படியே முகப்பில் நின்றுகொண்டிருந்தேன், இதுவரை எந்த ஒரு மனிதனாவது கோவில் கோபுரத்தின் அத்தனை சிற்பங்களையும் பார்த்திருப்பானா? என்ற கேள்வி எனக்குள் எழுந்தது. கோபுரசிற்பங்கள் வானோர் நம்மைப் பார்த்துக்கொண்டிருக்க உருவாக்கப்பட்டனவா? கோபுரத்தில் உட்கார்ந்திருந்த புறா ஒன்று சிறகடித்துப் போனது, சிற்பத்தின் கண் ஒரு கணம் அசைந்து திரும்பியதாக மனம் கற்பனை செய்துகொண்டது. கற்பனைதானே சிற்பங்களை ரசிக்க வைக்கிறது.

எங்கு பார்த்தாலும் விதவிதமான கல்மண்டங்கள். ஒவ்வொரு மண்டபமும் ஒரு அழகு, நீண்டோடிக் கிடக்கிறது வணிகவீதி இன்று அதில் மனிதர்களேயில்லை. ஒரு காலத்தில் அது தான் பெரிய வணிகச் சந்தை, குதிரைகள் வந்து போன

தடமேயில்லை. கோவில் முன்பு இருந்த மிகப்பெரிய நந்தியைப் பார்த்துக் கொண்டிருந்தேன். தஞ்சையில் பார்த்த நந்தியின் ஜாடை வேறு, இது வேறு. நான் பார்த்த நந்திகளில் மிகுந்த உயிரோட்டமுள்ளதாக, கொடும்பாளூருக்குப் போகின்ற வழியில் வெட்டவெளியில் உள்ள நந்தியைக் கூறுவேன். அது போலவே திருவாவடுதுறை கோவிலில் உள்ள நந்தியும் பேரழகு கொண்டது. ஹம்பியிலுள்ள நந்தியின் பருத்த கண்களும் அகன்ற வாயும் கச்சிதமாகச் செதுக்கப்பட்டுள்ளன. கழுத்து அணிகளுடன் நந்தி பார்க்க வசீகரமாக இருக்கிறது.

விட்டலா கோவில் ஒரு கலைக்கூடம். மூன்று வாசல்கள் கொண்ட அதில் நூறு தூண்கள் உள்ள இசை மண்டபம் உள்ளது, இவை இசைத்தூண்கள். வெளியே பெரிய கல்ரதம் ஒன்று காணப்படுகிறது. 15ஆம் நூற்றாண்டில் கட்டப்பட்ட கோவிலிது.

புஷ்கரணி எனப்படும் படிக்குளம் ராஜஸ்தானிய கிணறுகளின் வகையைச் சேர்ந்த ஒன்று, இது அடுக்கு அடுக்காகப் படிகள் இறங்கிப் போகும்படி அமைக்கப்பட்டுள்ளது. ஹம்பியின் சுற்றுப் பகுதிதான் ராமாயணகால வாலி. அங்கதன் ஆட்சி புரிந்த கிஷ்கிந்தா என்று ஒரு ஐதீகம் இருக்கிறது. ஆகவே ராமாயணம் தொடர்பான இடங்கள், சிற்பங்கள் இங்கே அதிகம் காணப்படுகின்றன. இப்போதும் குரங்குகள் கூட்டம் கூட்டமாக அலைகின்றன. சசி வெகளு கணேசா சிற்பம் முன்பக்கம் விநாயகர் போலவும், பின் பக்கம் பார்வதி தன் குழந்தை கணேசரைத் தூக்கி வைத்திருப்பது போலவும் விசித்திரமாகச் செதுக்கப்பட்டிருக்கிறது.

ஹம்பியில் பார்க்க வேண்டிய முக்கிய இடங்கள் அரச மண்டபம், ஹேம கூடா மலைகள், விருபாக்ஷா கோயில், லட்சுமி நரசிம்ஹர் கோவில், யானைக் கொட்டில், தாமரை மஹால், ஹஜாரா ராமச்சந்த்ரா கோவில், புஷ்கரணி, விட்டலா கோவில், ஹம்பி பஜார் ஆகியவைதான்.

ஹம்பி போகிறவர்கள் கட்டாயம் காணவேண்டிய ஒன்று, அங்குள்ள அருங்காட்சியகம். நான்கு காட்சிக் கூடங்களாக உள்ள அதில் மிக முக்கியமான வரலாற்றுப் படிமங்கள், நினைவுச் சின்னங்கள் இடம் பெற்றுள்ளன.

முதல் காட்சிக்கூடத்தில் வீரபத்திரர், வைரவர், பிட்சாடன மூர்த்தி, மகிசாசுரமர்த்தனி, துர்க்கை போன்ற அரிய சிற்பங்கள் காணப்படுகின்றன. ஒரு கோயிலைப் போன்ற அமைப்பில் வடிவமைக்கப்பட்டுள்ள நடுக்கூடம் சிவலிங்கம், நந்தி, வாயில் மண்டபம் ஆகியவற்றைக் கொண்டுள்ளது. இரண்டாம் காட்சிக்கூடத்தில்

ஆயுதங்கள், செப்பேடுகள் உள்ளன. இவற்றோடு, விஜயநகரக் காலகட்டத்தின் செப்பு நாணயங்களும், பொன் நாணயங்களும் காட்சிக்கு வைக்கப்பட்டுள்ளன.

ஹம்பியில் மூன்று தலைகள் கொண்ட அதிசய நந்தி ஒன்று காணப்படுகிறது. இங்குள்ள சிற்பத்தொகுதி ஒன்றில் துருக்கிய நடனக்கலைஞர்கள் ஆடுவது போன்ற சிற்பம் உள்ளது. ஏகாந்தமான காற்றும், நீலவானமும், விரிந்து கிடக்கும் கலைக்கூடங்களும் ஹம்பியை ஒரு விநோத உலகம் போலக் காட்டுகின்றன. ஓர் இரவுப் பயணத்தில், நாம் ஹம்பியை எளிதாக அடைந்துவிட முடியும். எங்கோ இத்தாலியில் இருந்து ஆண்டுதோறும ஹம்பியைப் பார்க்க வருபவனுக்கு இருக்கும் ஆசை நம்மவர்களில் பலருக்கும் இல்லை என்பது வருத்தமளிக்கவே செய்கிறது. ஹம்பியைக் காண்பது மாபெரும் திறந்தவெளிக் கலைக்கூடத்தைக் காண்பதாகவே உணர்கிறேன்.

நமது அகநானூறு போல ஆந்திர நாட்டில் பிராகிருத மொழியில் எழுதித் தொகுக்கப்பட்ட எழுநூறு அகத்திணைப் பாடல் களைக் கொண்டது கதா சப்த சதி என அழைக்கப்படுகிறது. அந்நூலை ஆந்திர நாட்டு அகநானூறு என்னும் பெயரில் தமிழில் மொழிபெயர்த்த பேராசிரியர் இரா.மதிவாணன் அவற்றிற்குத் திணைத் துறை வகுத்துத் தந்துள்ளார். அதில் ஒரு பாடல் இப்படி இடம் பெறுகிறது.

'பெண்ணே!
காதலனைத் தேடி நள்ளிரவில் மெல்ல நடந்து
செல்வதைத் தவிர்.
நள்ளிரவில் ஏற்றப்படும் சிறுவிளக்கு
தொலைவில் இருப்பவர்களுக்குக் கூடத்
தெரிந்துவிடுவது போல
ஒளிவிட்டுத் திகழும் உன் முகப்பொலிவும்
பொன்மேனிக் கட்டழகும்
உன்னைக் காட்டிக் கொடுத்துவிடும்'

(கா.ச.சதி 5—15)

இருளில் ஒளிரும் சிறுவிளக்கு என்ற உவமை காதலுற்ற பெண்ணிற்கு மட்டுமானதன்று, கால அழிமானங்களை மீறி ஒளிரும் விளக்காக மீதமிருக்கும் ஹம்பிக்கும் பொருந்தக்கூடிய ஒன்றே.